கண்ட நாள் முதலாய் காதல் பெருகுதடி...

★கதை சங்கமம்-2021 நாவல் போட்டியில் ஆறுதல் பரிசு ரூ.2000/- வென்ற கதை.★

இந்துமதி கணேஷ்

ஸ்ரீ பதிப்பகம்

புதிய எண்.17, பழைய எண்.16
ஸ்டேட் பேங்க் காலனி விரிவு,
2வது பிரதான சாலை,
நங்கநல்லூர், சென்னை-600 0061.
தொலைபேசி: 7038304765/8050785817

நூல் விவரம்

தலைப்பு	:	கண்ட நாள் முதலாய் காதல் பெருகுதடி...
ஆசிரியர்	:	இந்துமதி கணேஷ்
முதல் பதிப்பு	:	செப்டம்பர் 2021
உரிமை	:	ஆசிரியருக்கு
மொழி	:	தமிழ்
அளவு	:	1X 8 கிரவுன்
தாள்	:	11.6 kg வெள்ளைத் தாள்
எழுத்து	:	12 pt
பதிப்பகம்	:	ஸ்ரீ பதிப்பகம்
		புதிய எண்.17, பழைய எண்.16
		ஸ்டேட் பேங்க் காலனி விரிவு,
		2வது பிரதான சாலை,
		நங்கநல்லூர், சென்னை-61.
		செல்: 7038304765/8050785817
பக்கங்கள்	:	296
விலை	:	ரூ.260/-
ஒளி அச்சு	:	TechnoGlint IT Services Salem. ph:9597108182
அச்சிட்டோர்	:	Vedha Enterprises, Chennai.

மதிப்புரை :

"கண்ட நாள் முதலாய் காதல் பெருகுதடி.."

கவிதையாக தொடங்கும் தலைப்பு மட்டுமல்ல, இந்த கதையே அப்படித்தான் நல்ல இனிமையான கவிதையாக விரிகிறது. ஒரு விடுமுறை நாளில், கொண்டாட்டமான மதிய வேளையொன்றில், நன்றாக படிக்கக் கூடிய, ஒழுக்கமான, கல்லூரி மாணவர்களும், மாணவிகளும் சேர்ந்து, அருமையாக குளிருட்டப்பட்ட ஒரு திரையரங்கில் அமர்ந்து கூத்தும், கும்மாளமுமாக, அதே சமயத்தில் மிகுந்த கண்ணியமாகவும், நல்லதொரு "பீல் குட்" காதல் படத்தை கண்டுவிட்டு எப்படி புன்னகையோடு வெளியே வருவார்களோ, அப்படியொரு உணர்வை தருகிறது இந்த காதல் கதை..! இதுவொரு விஷுவல் ட்ரீட்...!!

பாரதியாரின் கவிதையோடு தொடங்கும் கதை, தான் செல்லும் பாதைகளிலெல்லாம் ஏதாவதொரு தமிழ் கவிதையையோ, செய்யுளையோ, திரைப்பட பாடலையோ இயல்பாக தூவிக்கொண்டே செல்வது அவ்வளவு பொருத்தமாக இருக்கிறது. பரந்துபட்ட தமிழ் இலக்கியங்களில் பரிச்சயமுள்ள ஒரு நல்ல, தரமான வாசகியான எழுத்தாளர் இந்துமதி கணேஷ் சங்கப்பாடல்கள் முதல் இளையராஜாவின் பாடல்கள் வரை வலைவீசி கொண்டு வந்து ஆங்காங்கே தூவியிருப்பது அத்தனை அழகு.

பெரும்பாலும் காதல் கதைகள் எந்த வயதினரையும் எளிதில் ஈர்க்கும். இளைஞர்களென்றால் சொல்லவே வேண்டாம். ஆனால், கல்யாண வயதில் பிள்ளைகளை வைத்திருப்பவர்களை, குறிப்பாக, பெண்

பிள்ளைகளை வைத்திருப்பர்வகளை மட்டும் கொஞ்சம் கலக்கமடைய வைக்கும். ஆனால், நான் அடித்துச் சொல்கிறேன், அவர்கள் எல்லாம் இந்த கதையை படித்தால், நிச்சயமாக காதலுக்கும், காதலர்களுக்கும், காதல் திருமணங்களுக்கும் அத்தனை ஆதரவாக மாறி விடுவார்கள். அப்படியொரு கண்ணியமான காதல் கதை!!

அதே சமயத்தில், இளைஞர்களின் மன நிலைக்கு ஏற்ப, நகைச்சுவையும், குறும்பும், மிக மிக மெல்லிய காமமும் இழையோடும் கதை. திருமண வயதிலிருக்கும் ஆண், பெண் மன, உடல் தேடல்களையும், அந்த தேடல் கணங்களில் அவர்களின் அதிக பட்ச பொறுப்பு ணர்ச்சியும் எப்படியெல்லாம் இருக்க வேண்டுமென் பதையும் ஒவ்வொரு வரியிலும் சொல்லாமல் சொல்லிச் செல்வதே இக்கதையின் ஆகச்சிறந்த சிறப்பு என நான் கருதுகிறேன்.

காதல் என்பது பருவ வயதிலிருக்கும் எல்லோ ருக்கும் வருவது கட்டாயம், இயற்கை. அதை இந்த சமூக விதிகளோடு இணைந்து, பெற்றோர் உட்பட எவரையும் காயப்படுத்தாமல் எப்படி அவரவர் காதலை நிறைவேற்றிக் கொள்ள வேண்டுமென்பது சூர்யா-மலர், மனோ-பிரியா மூலமாக மிக மிக சுவராஸ்யமாகவும் சொல்லப்பட்டிருப்பது அத்தனை அழகு!! அத்தனை சமூக பொறுப்புணர்ச்சி!!

திருநெல்வேலி பின்னணியில் தொடங்கும் கதை, சென்னைக்கும், நாகர்கோவிலுக்கும், திருநெல்வேலிக்கும் அடிக்கடி ரயிலில் அழைத்துச் சென்றும், மதுரை ரயில் நிலையத்தில் பதற வைத்தும், சென்னையின் அதிநவீன ஐடி காரிடார்களில் சூடான நவீன காப்பிகளை குடிக்க வைத்தும் சூடேற்றுகிறது.

ஆம், இந்த கதை நான் முதலிலேயே சொன்னபடி முழுமையானதொரு விஷூவல் ட்ரீட்!! அலைபாயுதே காலத்து மணிரத்னம், மின்னலே பட கௌதம் வாசுதேவ் மேனன் போன்றோர்கள் கண்டால் கொத்திக் கொண்டு போய்விடுவார்கள் இந்த "கண்டநாள் முதலாய் காதல் பெருகுதடி" கதையை!!

இந்த கதையின் நாயகன் சூர்யா, தன் காதலியான மலரின் அம்மாவை, அப்பாவை முதன்முதலில் அழைக்க வேண்டிய தருணத்திலேயே, மாமா, அத்தையென தன் காதலியிடம் குறிப்பிடுவது அப்படியொரு அழகு!! இது வொன்றே போதும் இந்த கதையின் தன்மையையும், எழுத்தாளரின் தரத்தையும் மதிப்பிடுவதற்கு!!

மிகுந்த பொறுப்புணர்வோடும், அதே நேரத்தில் எந்த இடத்திலும் கதையின் சுவை குறையாமலும், நீதி போதனைகளாக மாறி விடாமலும், குறும்பு கொப்பளிக்கும், இளமையானதொரு காதல் கதையை கொடுத்ததற்கு எழுத்தாளர் இந்துவை எவ்வளவு வேண்டுமானாலும் பாராட்டலாம். தொடர்ந்து பலதரப் பட்ட தளங்களிலும், விதவிதமான களங்களிலும் உங்கள் எழுத்து தடத்தை பதிக்க வாழ்த்துகிறேன் எழுத்தாளரே...

பா.திருப்பதி வாசகன்,

தலைவர்,

பறம்பு தமிழ்ச்சங்கம்.

★ ★ ★ ★ ★

மற்றுமொரு காதல் கதை என்று கூறிவிட முடியவில்லை. காதல் கதை, காதல் மட்டுமே உள்ள கதை.

அதனை முப்பதாயிரம் வார்த்தைகளுக்கு மேல் எழுத வேண்டும், தொய்வில்லாமல் எழுதவேண்டும், ஒவ்வொரு பாகம் முடியும்போதும் அடுத்து என்ன என்று ஆர்வம் மேலிட (பீறிட என்று கூட சொல்லலாம்) வேண்டும். கதையில் வரும் பாத்திரங்களோடு நாம் ஒன்ற வேண்டும்.

லாஜிக் இருக்க வேண்டும், சில இடங்களில் லாஜிக் மீறினாலும் கூட பரவாயில்லை என்று நமக்கு தோன்றவேண்டும். இது அத்தனையும் திருப்தியாக அமைந்து வந்திருக்கிறது இந்த நாவலில். முன்பெல் லாம் பாக்கெட் நாவல் போன்ற மாதாந்திர நாவல்களை ஒரே மூச்சில் படிப்பது வழக்கம். அப்படி புத்தகங்கள் படித்து நீண்ட நாளாயிற்று. இந்த கதையின் 1-32 அத்தியாயங்களை ஒரே மூச்சில் படித்தேன். சுவாரஸ் யமாக நம்மை கட்டி இழுத்துப் போகும் கதை.

ஆதவன் நறுமுகை என்னும் கற்பனை பெயர் களோடு ஒருவருக்கொருவர் அறிமுகமாகும் சூர்யா கவின்மலர் இருவரும் நமக்கு பிரியமானவர்களாக ஆகிவிடுகிறார்கள் முதல் 3 பாகங்களில். ஒவ்வொரு நிகழ்வும், இளமைத் துள்ளல். கலாட்டாவாக தெறிக்கும் தோழிகளின் பேச்சுக்களோடும் அழகான பகடிகளோடும் உரையாடல்கள் மூலமே பெரும்பாலான பாகங்களை எழுதியிருக்கிறார் இந்து. பட்டாசாய் வெடிக்கும் நண்பர்களின் பேச்சும் மகிழ்வும் நம்மையும் தொற்றிக் கொள்கிறது. அந்த இடத்தில் நாமும் இருப்பதாக உணர வைக்கிறது. துளி கூட தொய்வில்லை. ஒவ்வொரு

கதாபாத்திர படைப்பும் அவர்கள் எல்லோருக்கும் நியாயமாக இடம் கொடுத்து கதை அமைந்த விதமும் மிகவும் ஈர்த்தது. அழகான ரயில் பயணமும் ரசனையான காதலர்களாக சூர்யாவும் கவினும் கதையின் பெரும் பலம். இடையிடையே பொருத்தமான இடங்களில் அழகிய பாடல்களையும், கவிதைகளையும் சேர்ந்திருப்பது அவரது வாசிப்பின் ரசனையையும் காட்டுகிறது. முதல் படைப்பு என்று நம்பமுடியாத நேர்த்தியான நடை.

கதை களம் சென்னை, நெல்லை என இருப்பதில் கதையின் போக்கில் இந்துவின் வாழ்க்கை அனுபவங்களும் பேச்சு மொழியும் கலந்திருப்பதை உணரமுடிகிறது. பகடிப் பேச்சு இளமைத் துள்ளலுக்கு நூறு மதிப்பெண் என்றால் ரொமான்ஸ்க்கு நூறுக்கு இருநூறு மதிப்பெண். உடனே காதல் கொள்ள தூண்டும் அன்பான விரசமில்லா ரொமான்ஸ். திரில்லர் என்றால் இருக்கை நுனிக்கு படிப்பவரை கொண்டு வரவேண்டும். காதல் கதை என்றால் காதலிக்க தூண்ட வேண்டும். எவராயிருந்தாலும் காதல் கொண்டே ஆகவேண்டும் இதை படித்தால்.

நீண்ட நாட்கள் நினைவில் இருக்கும்படியாக ஒரு அழகான காதல் கதை தந்திருக்கிறீர்கள் இந்து. சிறந்த படைப்பாளி நீங்கள். நிறைய எழுதுங்கள். வாசிக்க காத்திருக்கிறேன்.

அன்புடன்,

அனுராதா பிரசன்னா.

★ ★ ★ ★ ★

காதலர்கள் இருவரும் ஒருவருக்கொருவர் சந்திக்கும் முன்பே நட்பெனும் உறவை முகம் அறியா நிலையில் வளர்க்கின்றனர். தமிழ் மீது அதிக பற்று கொண்ட இருவருக்குள் நடக்கும் சுவாரசியமான இதமான காதல் கதை இது.

காதல் ஜோடி இருவரும் தங்கள் முதல் சந்திப்பை இரயில் பயணத்தில் சந்திக்கின்றனர். இப்பயணத்தில் நாயகி செய்யும் குறும்புகளாளும் சேட்டைகளாலும் வெகுவாக ஈர்க்கப்படுகிறான் நாயகன். அது முதலே அவர்களின் நட்பு வளர்கிறது.

கல்லூரி முடித்து வேலைக்காக காத்திருக்கும் நாயகிக்கு உதவி புரிகிறான் நாயகன் இதன் மூலம் இவர்களின் நட்பு மேலும் வளர்கிறது. தன்னுடன் பழகும் முகமறியா நட்பு தான் இவள் என்று தெரிந்த பிறகு நாயகனின் அன்பு காதலாக அதிகரிக்கிறது. எந்தவித அதிக ஆர்ப்பாட்டங்களும் இல்லாத அழகான எதார்த்தமான ஃபுல் என்டர்டைன்மென்ட் காதல் கதை இது.

பணி இடத்தில் நடக்கும் கலாட்டாக்கள், tour இல் இவர்கள் செய்யும் சேட்டைகள் யாவும் மிகவும் ரசிக்க வைத்தது. மனோ நாயகனின் தோழனாக வந்து இவன் செய்யும் காமெடி மற்றும் கலாட்டா செயல்கள் யாவும் கதைக்கு கூடுதல் பலம். பிரியாவுடன் இவன் காதல் அழகாக இருந்தது.

நாயகி மலரின் திருமணத்தை நிறுத்த மனோ செய்யும் அலப்பறைகள் யாவும் செம்ம. நாயகனின்

பெற்றோரும் நாயகியின் பெற்றோரும் அருமையான கதாபாத்திரங்கள் தன் பிள்ளைகளின் ஆசைகளை நிறை வேற்றிக் கொண்டிருக்கும் நல்ல தாய் தந்தையினர். அதுவும் சூர்யா அப்பா கிட்ட காதல் பற்றி சொல்ற சீன் வேற லெவல். ஒரு பிரண்டு கிட்ட சொல்ற மாதிரி சொல்லிட்டு போயிடுவான்.

அன்பு உள்ளம் கொண்டோர் அனைவரும் சூழ்ந்து உள்ள அழகிய காதல் ஜோடி கவின்மலர், சூர்யா.

நகைச்சுவையான கலாட்டாகள் நிறைந்த அழகிய காதல் கதை.

அன்புடன்,

திருமதி. SS. பிரியா சத்யசாரதி.

என்னுரை:

என் பால்யங்கள் அற்புதமானவை, பட்டாம்பூச்சி களை துரத்தி ஓடி, பட்டுப்பூச்சிகளை தீப்பெட்டிகளில் சேகரித்து, மயிலறகு குட்டிகளுக்காய் புத்தகங்களில் அரிசி போட்டு அது குட்டி போட காத்திருந்து என குழந்தைமையை அழகாக கழித்திருக்கிறேன். இது பத்தாதென்று என் பெற்றோர் எனக்கு வாசிப்பை அறிமுக படுத்தி எனக்கு சிறகை பொருத்தி பறக்க வைத்தனர் என்றே சொல்ல வேண்டும். மதுரமான இசையை லயித்து கேட்கவும், ப்ரியமான உணவை விரும்பிச் சுவைக்கவும் வாசிப்பின் அனுபவங்களில் திளைக்கவும் வெகு இயல்பாய் இடமளித்ததென் வீடு. இந்த ரசனையும் வாசிப்பும் ஒரு நிழல் போல என்னை தொடர்கின்றன அதனை இன்றுவரை அடைகாத்து வந்திருக்கிறது என் புகுந்த வீடு.

ஜன்னல் வழி மென் சாரல் முகத்தில் பட ராஜாவின் காதல் பாடல்களை கேட்டபடி சுவையான காப்பியை துளித்துளியாய் பருகி இருக்கிறீர்களா, வாழ்க்கையில் தவற விட கூடாத தருணம் அது. அப்படியான ரசனையான பொழுதுகளை நாயகனும் நாயகியும் இந்த கதையில் பகிர்ந்து கொள்கிறார்கள். சூர்யா- கவின் மலர் இவர்கள் காதலை எழுதி கொண்டார்களா? அல்லது காதல் இவர் களை எழுதியதா? திடுக்கிடும் திருப்பங்கள் எல்லாம் இங்கு இல்லை திரும்பிய பக்கமெல்லாம் காதல் தான் நிறைந்து கிடக்கும். காதல் நம்மை ஒவ்வொரு நொடியும் மலர்த்தவும் உதிரவும் வைக்கும் வித்தையை செய்யக்கூடியது, அது நம் வாழ்வை ஸ்வாரஸ்யப்படுத்தும் அற்புத காரணி. காதலை எழுதும் போது என் பேனாவுக்குள் அது வண்ணத்தை புகுத்தி எழுத்துக்களை வானவில்லாய் வண்ணம் கொள்ள வைத்துவிட்டது. கவின்-சூர்யாவின்

காதல் கதையை எழுதும் போது என் வயது குறைந்து போனது, நானும் என் இளமை காலங்களுக்கு பயணித்தேன், இந்த காதல் உங்கள் இளமையின் வாயில் களையும் திறந்துவிடும் என்று நம்புகிறேன். உங்கள் உதடுகளில் புன்னைகைக்கு மட்டுமே உத்தரவாதம் தரும் இந்த காதல். மனதிற்குள் ஒளிந்திருக்கும் காதலின் இசையை கேட்டு பார்க்க வாசித்து பாருங்களேன் கண்ட நாள் முதலாய்க் காதல் பெருகுதடி...

போட்டி என்ற ஒரு அறிவிப்பு இல்லையெனில் என் மனதிற்குள் ஒளிந்திருந்த இந்த கதை வெளிப்பட்டி ருக்காது அதை சாத்தியமாக்கிய சங்கமம் குழுவின் லதா அக்கா மற்றும் உஷா அக்காவிற்கு என் நன்றிகள் உரித்தாகிறது. மேலும் போட்டியாளர் யார் என்று தெரியாமலேயே கதையை ஊக்கப்படுத்திய சகோதரிகள் அனைவருக்கும் என் அன்பும் நன்றியும். ஒவ்வொரு அத்தியாயம் எழுதிய பின்பும் அதை வாசித்து பார்த்து அதில் எழுத்து பிழைகளை திருத்தி தன் கருத்துக்களால் என்னை உற்சாக படுத்திய என் கணவருக்கு என் பேரன்புகள். பல புற மற்றும் அக நெருக்கடிக்கு நடுவில் என்னை கதை எழுத தூண்டிய என் குடும்பத்திற்கு என் பேரன்பின் நன்றிகள், முக்கியமாக என் குழந்தைகளை கவனித்து கொண்டு எனக்கு எழுத அவகாசம் ஏற்படுத்தி கொடுத்த என் அம்மாவிற்கு அன்பின் முத்தங்கள். என் கதையை பொறுமையாய் வாசித்து அதற்கு மதிப்புரை எழுதி தந்த திருப்பதி வாசகன் அண்ணாவின் அன்பு என்னை நெகிழ்த்துகிறது, காதல் கதை என்றதும் ஆர்வமாய் வாசித்து பொன்னான தன் கருத்துக்களை எனக்கு அனுப்பிய அனுவிற்கு என் அன்புகள். என் முதல் கதையே அச்சிட படுவது என்னை மிகுந்த பூரிப்புக்கு உள்ளாக்குகிறது அதை சாத்தியப்படுத்துகிற ஸ்ரீ பதிப்பகத்திற்கு நன்றிகள்.

சமர்ப்பணம்

கணந்தோறும் தன் காதலால் என்னை மலரச்
செய்த என் கணவருக்கு.....

கண்ட நாள் முதலாய் காதல் பெருகுதடி...

1

தேடி சோறு தினம் தின்று - பல
சின்னஞ்சிறு கதைகள் பேசி - மனம்
வாடி துன்பம் மிக உழன்று - பிறர்
வாடப்பல செயல்கள் செய்து - நரை
கூடி கிழப்பருவ மெய்தி - கொடுங்
கூற்றுக் கிரையானப்பின் மாயும் - பல
வேடிக்கை மனிதரை போலே - நான்
வீழ்வே னென்று நினைத்தாயோ?

பாரதியின் இந்த கவிதையைச் சொல்லி தன் உரையை முடிக்க தலைப்பட்டார் மதிப்புமிகு இறையன்பு ஐஏஸ் அவர்கள். இந்த பாடல் சூர்யாவிற்கு மிகவும் பிடிக்கும் எதையாவது மற்றவர்க்கு செய்ய வேண்டும் என்ற உந்துதலை தரும் அற்புதமான பாடல். ஆழ்ந்து கேட்டுக்கொண்டிருந்த சூர்யாவை நடப்புக்கு கொண்டுவந்தது மனோவின் குரல். "டேய்

சூர்யா இதெல்லாம் கொஞ்சம் கூட நியாயமே இல்ல சொல்லிட்டேன் ஞாயித்து கிழமை காலையிலேயே எழுப்பி விட்டத கூட மன்னிச்சிருவேன் ஆனா இப்படியாப்பட்ட இடமா பாத்து கூட்டி வந்திருக்க பாரு உன்னை மன்னிக்கவே மாட்டேன்டா" என்றான் மனோ. "மன்னிக்காட்டி போ, டி-நகர் மாதிரி பரபரப்பான கடைவீதில இப்படி மனசுக்கு அமைதியான இடத்தை காட்டிரு பாக்கலாம், அதுவும் இறையன்பு சாரோட பேச்செல்லாம் கேக்க நீ குடுத்து வச்சிருக்கணும் ஒரே பேச்சுல எவ்வளவு தகவல் சொல்லுறாரு, உன்னையெல்லாம் கூட்டி வந்தேன் பாரு என்னையச் சொல்லணும்" என்று அலுத்துக் கொண்டான் சூர்யா.

"சரிடா சரிடா டென்ஷன் ஆகாத, எனக்கும் அவர் பேசுறது பிடிக்கும்னு தான் கூட வந்தேன், ஆனாலும் ஒரு லீவு நாளுல இப்படி காலங்கார்த்தால 9 மணிக்கு கூட்டி வந்திருக்க, கண்ணுக்கு குளிர்ச்சியா ஒண்ணுமே இல்ல, ஒரு பிள்ளையும் கண்ணுல தட்டுப்படமாட்டேங்குது இம்புட்டு நல்லவனாடா நீ? ராமகிருஷ்ணா மிஷன்க்கு எல்லாம் வார, எப்போல இருந்து இந்த கெட்ட பழக்கம்?" என்றான் மனோ, "போன மாசம் பூரா ஆபிஸ்ல செம வேலைன்னு உனக்கே தெரியும்ல, சனி ஞாயிறு கூட லீவ் இல்லாம வேலை பாத்தது மண்டை காஞ்சு போச்சுடா. இப்படி எங்கயாச்சும் வந்தா தான் கொஞ்சம் மனசும் உடம்பும் சரி ஆகும். அதோ வராங்க பாரு ரெண்டு பொண்ணுங்க, நல்லா தானேடா இருக்காங்க பின்ன என்ன?" என்றான் சூர்யா,

"இல்லடா அவங்க வந்தப்ப, நான் தான் டோக்கன் குடுத்திட்டு இருந்தேன் என்கிட்டே வந்தாங்க நானும் சிரிச்சிட்டே டோக்கன குடுத்தேனா, அவங்க தேங்க்ஸ்

அண்ணான்னு சொல்லி என் மனசை ஒடச்சிட்டாங்கடா" என்றான் மனோ, சூர்யாவிற்கு சிரிப்பு தாங்கவில்லை.

சூர்யா, பேச்சில் நேர்மையும் பார்வையில் நிமிர்வும் நேசத்தில் மென்மையும் காட்ட தெரிந்த ஒரு எதார்த்தவாதி. பாரதியின் ரௌத்ரம் பழகு இவனுக்கும் கொஞ்சம் பழகி இருந்தது. சில முகங்களுக்கு புன்னகை ஒரு உறுபாய் பொருந்தி இருப்பது போல சூர்யா சிரித்த முகம் உடையவன் அல்ல, ஆனால் சட்டேன்று சிரித்தால் பூ மலர்வதை போல முகம் விகசித்து கன்னம் குழியபரவும் அந்த சிரிப்பில் நட்பின் கரங்கள் நிறைந்திருக்கும்.

மேடையிலிருந்து கீழ் இறங்கிய மிஷனின் தலைவர் ராதாகிருஷ்ணன், சூர்யாவை அருகில் அழைத்து இறையன்பு அவர்களிடம் அறிமுகம் செய்தார். மிஷனுக்கு அடிக்கடி வந்து உதவும் துடிப்பான இளைஞன் என்று, சூர்யா பணிவுடன் நின்று கொண்டிருந்தான். இந்த அறிமுகங்கள் எல்லாமே சூர்யாவை மிக நல்லவன், எந்த கெட்ட பழக்கமும் இல்லாதவன் என்று நினைக்க தூண்டினால் அப்படி புரிந்து கொள்வது உங்கள் தவறு, சூர்யா தனக்கு தேவையானதை செய்ய எப்போதுமே தயங்கியது இல்லை. ஆனால் அது மற்றவரை புண்படுத்தவோ வருத்தப்படுத்தவோ கூடாது என்பது மட்டுமே அவன் கொள்கை, அதிலும் பெண்கள் என்றாலே அவனுக்கு வேப்பங்காய் தள்ளியே இருப்பான். "உலக நடிப்புடா சாமி" என்றான் மனோ, "டேய்! அவங்கள எல்லாம் பாத்தாலே மதிப்பு தன்னால வருதுடா" என்ற சூர்யாவை, "எப்பா இன்னைக்கு இவ்வளவு போதும்டா வண்டியை எடு, இப்பவாச்சும் வீட்டுக்கு கிளம்பலாம்" என்றான், சரி என்று அனைவரிடமும் விடைபெற்று வண்டியில்

மனோவுடன் கிளம்பினான் சூர்யா.

வண்டியில் போய் கொண்டிருக்கும் போதே சூர்யாவின் கைபேசி அலறியது, "நான் திரும்ப கூப்பிடுறேன்" என்று அவசரமாய் வைத்துவிட்டான். வீட்டிற்கு போய் திரும்ப அழைத்தான் எடுத்தவுடன் அவன் அம்மா, "எங்கடா போயிருந்த?" என்றார், "டீநகர்ல இருக்குற ராமகிருஷ்ணா மிஷன்க்குமா, இப்போ தான் வந்தேன், என்ன குரல்ல ஒரே குதூகலம் உங்க பேத்திட்ட பேசுனீங்களாக்கும்" என்றான், "ஆமாடா, என்ன அழகா இங்கிலீஷ் பேசுறா என் குட்டி" என்றார் ஆசையாய் சங்கரி, "அம்மா யாழ் குட்டி இருக்கிறது லண்டன்ல பின்ன இங்கிலிஷ்ல பேசாமா தமிழ்லையா பேசுவா, என்ன சொல்றான் உங்க மூத்த மகன்?" என்றான், "அவனுக்கு என்ன அவனும் அவன் பொண்டாட்டியும் நல்லா இருக்காங்களாம்" என்றார் சங்கரி, "அப்பா என்னம்மா பன்றார்?" என்றான் சூர்யா, "இப்போதான் வெளில போனார் வந்ததும் பேச சொல்றேன்" என்றார் சங்கரி, "சரிம்மா வேற என்ன விசேஷம்" என்று ஒரு பத்து நிமிடம் பேசி பின் போனை வைத்தான் சூர்யா.

சூர்யாவிற்கு பெற்றோர் மேல் மிகுந்த பிரியம் உண்டு எனினும் வேலை நிமித்தம் சென்னையில் பணி செய்வதால் அவர்களுடனேயே இருக்க முடியவில்லை, அவர்கள் மதுரையில் வாழ்ந்து வந்தனர். சூர்யாவின் அப்பா நமச்சிவாயம் தன்னுடைய பணி நிறைவை பெற்று விட்ட போதும், அவனுடைய அம்மா சங்கரி இன்னும் மத்திய அரசு பணியில் இருப்பதால் அவர்க ளாலும் வந்து அவனுடன் இருக்க முடியவில்லை. சூர்யாவிற்கு ஒரே ஒரு அண்ணண் கல்யாணம் ஆகி ஒரு பெண் குழந்தையுடன் லண்டனில் வசிக்கிறார்.

அண்ணன் உதயமூர்த்தியும் அண்ணி தீபாவும் மகள் யாழினியுடன் லண்டனுக்கு போய் ஒரு ஆண்டு மேல் ஆகி இருந்தது. இதுவே சூர்யாவின் குடும்ப பின்னணி. சூர்யாவும் மனோவும் ஒரே கம்பெனியில் சேர்ந்து வேலை பார்த்து நட்பாகி ஒரே வீடெடுத்து தங்கி உள்ளனர். சூர்யாவிற்கு சமைக்கவே தெரியாது ஆனால் நாக்கு முழ நீளம் அதற்கு மனோவின் தயவால் தீனி கிடைத்தது.

எப்படி புலம்பினாலும், மனோ சூர்யாவை கைவிட்டதில்லை எதையாவது சமைத்து தருவான். ஆனால் சூர்யா "இன்னும் கொஞ்சம் உப்பு பத்தாது, இது இன்னும் முறுகலா இருந்திருக்கலாம்" என்கிற மாதிரியான இலவச ஆலோசனைகளைச் சொல்லி மனோவை இம்சை செய்வான். ஆனால் சுத்தம் என்பது மனோவின் அகராதியில் இல்லாத வார்த்தை ஆகவே அவர்கள் வீட்டை தூய்மைப்பபடுத்துவது சூர்யாவின் வேலை.

திருநெல்வேலி மாவட்டத்தில் கல்லிடை குறிச்சியில் சுற்றிலும் தோட்டம் சூழ இருந்த அந்த அழகான வீட்டின் உள்புறத்திலிருந்து அந்த மெல்லிய பாடல் ஒலித்தது:

கூடாரை வெல்லும் சீர் கோவிந்தா, உன் தன்னைப்-

பாடிப் பறை கொண்டு யாம் பெறும் சம்மானம்

நாடு புகழும் பரிசினால் நன்றாகச்

சூடகமே தோள் வளையே தோடே செவிப் பூவே

பாடகமே என்றனைய பலகலனும் யாம் அணிவோம்

ஆடை உடுப்போம் அதன் பின்னே பாற் சோறு

மூட நெய் பெய்து முழங்கை வழி வாரக்

கூடி இருந்து குளிர்ந்தேலோர் எம்பாவாய்

“என்னடா பண்ணிட்டு இருக்க மலர்?” என்றபடி அருகில் அமர்ந்தார் ராகவன். “அதுவாப்பா திருப்பாவை பாடிப்பாத்தேன்ப்பா” என்றாள் மலர், “என்னடா இது அதிசயக்கடலா இருக்கு திடீர்னு என்பொண்ணு பக்தி பழம் ஆகிட்டா” என்றார் ராகவன், “அதுப்பா கிறிஸ்டியன் காலேஜ்ல படிக்க போயிருக்கேன் அங்க என்னடானா அவங்க எக்கசக்க பக்தி பட்டெல்லாம் பாடுறாங்க, நமக்கு ஒண்ணுமே தெரிய மாட்டேங்குது அதான் தெரிஞ்சிக்கலாம்ன்னு வாசிக்க ஆரம்பிச்சா அவ்வளவு அருமையா இருக்கு” என்றாள் மலர், “உங்க அம்மா என்னடானா நீ கவின்மலருக்கு பதில் பாலின் கரோலின்னு பேர மாத்திக்கிட்டு போயிருவியோன்னு கவலை படுறா, நீ தெளிவா இருக்கடா கண்ணா, சரி இந்த பாட்டோட விளக்கத்தை சொல்லு பாக்கலாம்” என்று ஆர்வமாய் கேட்டார் ராகவன்.

“எதிரிகளை எல்லாம் அசால்ட்டா துவம்சம் பண்ணுற பெருமாளே நாங்க உன்னை பாராட்டி பாட்டெல்லாம் பாடுறோம் அதுக்கு நீங்க பரிசா தர்ற தோடு, கால் சலங்கை, நெத்தி சூடி எல்லாத்தையும் போட்டுகிட்டு நாங்க சந்தோஷமா இருப்போம். கூடவே பால் சோறுல மூடமூட நெய்ய போட்டு அத கைல எடுக்கும் போதே முட்டிவரை நெய் வழியுற மாதிரி சாப்பிட்டு ஜாலியா என்ஜாய் பண்ணுவோம்

அப்டினு சொல்றாங்க, எப்படிப்பா என் விளக்கம்?" என கண்களை விரித்து ஆவலாய் கேட்டாள், "கவின்மலரே யாம் மெய்மறந்தோம், அருமையான விளக்கம் மங்களம் உண்டாகட்டும்" என்றார் ராகவன், "அப்பா யாருப்பா மங்களம்? அவங்களுக்கும் உங்களுக்கும் என்ன சம்பந்தம்? ஏன் அவங்க உண்டாகனும்?", "அடப்பாவி மகளே! உங்க அம்மா காதுல விழுந்தா தெரியும் சேதி என்னைய கசக்கி ஜூசா புழிஞ்சிருவா" என்றார் பயந்தாற்போல் முகத்தை வைத்தபடி.

"என்ன மங்களம் அது இதுனு பேசிட்டு இருக்கீங்க?" என்று வந்தார் அன்பரசி, வந்துட்டா கரெக்டா காத கழட்டி போட்டிருப்பா போல,

"ஒண்ணுமே இல்லம்மா உன் பொண்ணு அருமையா பாசுரத்துக்கு விளக்கம் சொன்னா அதான் மங்களம் உண்டாக்கட்டும்னு சொன்னேன், நமக்குள்ள சிண்டு முடிஞ்சு விடுறா பாத்துக்கோ" என்றார் ராகவன், "அவளை பத்தியும் தெரியும் உங்கள பத்தியும் தெரியும். ரெண்டு பெரும் அடிக்கிற லூட்டில எதுக்கு என்னைய இழுத்து விடுறீங்க?" என்ற அன்பரசியிடம், "அம்மா நான் பாட்டுக்கு சமத்தா படிச்சிட்டு இருந்தேன், இவர் தான் வந்து மங்களம் உண்டாக்கட்டும்னு சொன்னாரு, அதான் யாரு மங்களம்ன்னு கேட்டேன் இது ஒரு தப்பா!" என்றாள் மலர் அப்பாவியாய் முகத்தை வைத்தபடி,

"பச்ச புள்ள ஒண்ணுமே தெரியாத மாதிரி பேசுது பாரு, இத நினைச்சு நீ வருத்தப்பட்டதென்ன இப்போ இவ நம்மளையே போட்டு பாக்குறதென்ன?" என்றார் ராகவன், "என்னம்மா வருத்தப்பட்டே?" என்றாள் மலர் கேள்வியாக, "நீ அங்க ஹாஸ்டெல்ல

தனியா இருக்கிறல்லடா அதான் உனக்கு கிறிஸ்து வத்துல ஆர்வம் கூடிருமோன்னு ஒரு எண்ணம்" என்றார் அன்பரசி சமாதான படுத்தும் குரலில், "அம்மா அப்போ நீ என்னைய நம்பல அப்டி தானே" என்றாள் மலர் கோபமாய், "இல்லடா அப்படி எல்லாம் இல்லை அங்க உள்ள சூழ்நிலை என்னன்னு தெரியாதுல்ல, நான் கூட பரவாயில்லை உங்கப்பா எதுக்கெல்லாம் கவலை பட்டார் தெரியுமா, உனக்கு ஜட பின்னிக்க தெரியாதாம், ஐயோ என் பொண்ணுக்கு யாரு தலை பின்னி விடுவாங்க ன்னு கவலை பட்டார்" என்று ராகவனையும் மாட்டி விட்டார் அன்பரசி, "ஷேம், ஷேம் இந்த நாலு வருஷமா பாக்குறீங்க ஆனாலும் எப்படி நினைச்சிருக்கீங்க, உங்க ரெண்டு பேரையும் நான் டிவோர்ஸ் பண்ண போறேன்" என்று கோவித்தாள் மலர், "சரிடா மலர் உன்னைய நம்புறோம்டா, இனிமேல் இப்டி பேச்சு வராது சரியா?" என்றார் அன்பரசி பாவமாய், "சரி பொளச்சு போங்க" என்று சொன்ன கவின்மலர் ராகவனுக்கும் அன்பரசிக்கும் ஒரே மகள். பெற்றோர் இருவரும் பேங்க் வேலையில் இருந்ததால் வசதியான வாழ்வு, கவின்மலர் பொறியியல் நான்காம் ஆண்டு படிப்பில் இருந்தாள், படிப்பது கோயம்புத்தூரில்.

கவின் மலர் அனேக பெண்களை போல மழையையும் மண்ணையும் நேசிக்கும் ஒரு தீராகாதலி, மார்கழி கோலம் போல குளுமையானது அவள் மனசு கவனக்குறைவுகளும் அதற்காக பிரியமானவர்களிடம் செல்ல சண்டையுமாய் எளிமையாய் நட்பில் இளைய தெரியும் கவினுக்கு. நீளமான கூந்தல், கோதுமை நிறத்தில் பேசும் கண்களுடன் எப்போதும் சிரிக்கவும் நெருக்கமானவர்களை வம்பிழுக்கவும் மட்டுமே உதடுகளை குத்தகைக்கு எடுத்திருக்கும் குறும்புக்காரி.

வீட்டு தொலைபேசியில் அழைப்பு வந்தது அதில் அழைக்கும் ஒரே நபர் மலரின் உற்ற தோழி சத்யா மட்டுமே. "ஹாய்டா சத்தி எப்போ வந்த? நான் நேத்து காலையிலேயே வந்துட்டேன், உனக்காக தான் வெயிட் பண்ணிட்டு இருக்கேன்" என்றாள் மலர், "ஹேய் மலர், நான் நேத்து ராத்திரி தான்பா வந்தேன், அதான் எழுந்துக்க லேட்டாகிடுச்சு சரி சாயந்திரம் கோவிலுக்கு போலாமா?" என கேட்டாள் சத்யா,

"சரி சாயந்திரம் வா, ஆனா உன் கூட எல்லாம் கோவிலுக்கு வர முடியாதுடா சாமி கூடவே செக்யூரிட்டி மாதிரி பின் தொடருவாங்க உன்னோட பாடிகாட்ஸ் நிம்மதியா சாமிய கும்பிடவே முடியாது, இதுக்கு பேசாம வீட்ல உக்காந்து கதை பேசலாம்" என்றாள் மலர், "என்னடா இப்படி சொல்லுற, எனக்கு உன்னைய விட்டா துணைக்கு வர யார் இருக்கா?" என்றாள் சத்யா பாவமாய், "அதான் இருக்காங்களே உன்ன பாலோ பண்ணுற பசங்க" என்றாள் மலர் இடக்காய், "உன்ன கண்டா தாண்டி அவங்க பயந்து தூரமா நிப்பாங்க" என்றாள் சத்யா, "ஆமா! நான் என்ன சிங்கமா? புலியா? அவங்கள கடிச்சு திங்க, ஊர்ல பத்து பதினைஞ்சு பிரண்டு வச்சிருக்கவன் எல்லாம் நிம்மதியா இருக்கான், உன்னை ஒருத்திய வச்சுக்கிட்டு நான் படுறபாடு இருக்கே... எப்பா! வந்து தொலைக்கிறேன் லேட்டாக்காம வா" என்று போனை வைத்தாள் மலர்.

சென்னையில் ஜனசங்கமத்தில் வாழும் சூர்யாவும் சின்ன டவுனான கல்லிடையில் வாழும் கவின்மலரும் எப்படி எங்கே அறிமுகமானார்கள் சுவாரஸ்யமான அந்த அறிமுகம் வரும் அத்தியாயங்களில்...

2

மாலை ஆறுமணிக்கு வருவதாய் சொன்ன சத்யா ஆறே முக்காலுக்கு வந்து சேர்ந்த போது "தெரியும்டி நீ இந்த நேரத்துக்கு தான் வருவேன்னு, என்ன வரும்போதே ஆரம்பிச்சிருச்சா பக்தர்கள் தொல்லை?" என்று தோழியை சிரித்தபடியே வரவேற்றாள் மலர். "ஹே! ஆமாடி அப்பா கூட வர்றேன் அப்பவும் பயமில்லாம பின்னால வர்றான் அந்த ஆனந்து, அவன் தொல்லை தாங்க முடியல" என்றாள் சத்யா, "இம்புட்டு ட்ரை பண்ணுறானே நீ ஏன் அவன் அப்ளிகேஷனை கன்சிடர் பண்ண கூடாது?" என்றாள் மலர். "எனக்கு நல்ல வாயில வந்திற போகுது அவனும் அவன் மூஞ்சியும் அவனுக்காக நீ என்கிட்ட ரெகமண்ட் பண்ணுறியா அடி வாங்க போற" என்றாள் சத்யா, "பின்ன எத்தனை நாள்டி நடக்குது இந்த கூத்து ஒரு முடிவுக்கு வர வேணாமா அவனும் பாவம்ல" என்று மலர் சொன்ன உடன் கையில் வைத்திருந்த செல்போனை மலர் மீது தூக்கி எறிய போனாள், அவளை தடுத்து "கூல்! கூல்! டியர்" என்றபடி கோவிலுக்கு அழைத்து போனாள் மலர்.

மலரின் வீடு இருக்கும் தெருவிற்கு அடுத்த தெருவில் இருக்கும் அந்த பெருமாள் கோவிலுக்கு போகும் முன் இரண்டு பேர் வந்து விட்டனர். ஒருவன் சைக்கிளில் கடந்து போகும் போதே "உனக்காக வாழ நினைக்கிறன்.." என்று பாடியபடி போனான், பதிலுக்கு

மலர் "செருப்பால அடிக்க நினைக்கிறன்.." என்று அதே
மெட்டில் மெல்லமாய் பாடியதை கேட்டு சத்யாவிற்கு
சிரிப்பு பொத்துக்கொண்டு வந்தது ஆனால் மலர்,
"அடியே சிரிச்சு தொலைக்காத முகத்துல முள்ளைக்
கட்டிவை இல்லாட்டினா அவன் பாடினத்துக்கு தான்
நீ சிரிக்கிறன்னு நினைப்பான்" என்றாள் உடனே
படாத பாடு பட்டு சிரிப்பை அடக்கினாள் சத்யா.

கோவிலுக்குள் எழுதப்பட்ட ஸ்லோகங்களை
எல்லாம் வாசித்து பொறுமையாய் ஸ்வாமி கும்பிடுவது
மலரின் வழக்கம், எனினும் சத்யாவுடன் சென்றால்
அவள் பின் வரும் பாடிகார்டுகளின் தொல்லையால்
வெறும் கும்பிடு போட்டு கிளம்பி விடுவார்கள்.
அன்றும் அப்படி பிரகாரம் சுற்றி வரும் போது
திரும்பும் முன் மலரின் காதோடு சத்யா சொன்னாள்
"வந்துட்டாண்டி அந்த ஆனந்த்" எங்கே என்று மலர்
தேடி கண்டுகொண்டு மெதுவாய் சொன்னாள், "அடி
ஏக்கத்தவளே, அவன் எந்த சந்துல இருந்து எப்படி
வந்தாலும் உனக்கு தெரிஞ்சிருது. நீ அவனையே
தான் பாத்திட்டு இருக்கியோ?", "இவன எல்லாம்
கூட சேத்து வச்சு பேசுறதுக்கு நீ என்னைய நாலு
அடி அடிச்சிருக்கலாம்", என்றாள் சத்யா காட்டமாய்,
"எனக்கென்னமோ இது ஒழுங்கா விளங்களை, சைட்டு
அடிக்கிற மாதிரி தெரியுது. எனக்கே இப்டி தோணுது
அவனுக்கு அப்போ என்ன தோணுதோ அதான் உன்
பின்னாலையே வர்றான், ஒன்னு பிடிக்கலைனு
சொல்லு இல்லாட்டி பேசி பழகு ரெண்டையும்
விட்டுட்டு இப்படி இழுத்திட்டே இருந்தா நல்லவா
இருக்கு, சரி சரி சீக்கிரம் வா எனக்கு ஒரு முக்கியமான
மெயில் வரும்" என்றாள் மலர்.

"நான், எனக்கு உன்ன புடிக்கலைன்னு சொல்லி

கொள்ளை நாள் ஆகுது அந்த லூசுக்கு தான் அது மண்டைல ஏறலை. ஓய், அது என்னடி முக்கியமான மெயில் ஒரு வேளை நீ எழுதின கவிதை போட்டிக்கு முடிவு வருதா இன்னைக்கு?" என்றாள் சத்யா, "சேச்சே! இது வேறப்பா, என்னோட புத்தக விமர்சனத்தை வாசிச்சிட்டு ஒருத்தர் பதில் அனுப்பி இருந்தார், அப்படி ஆரம்பிச்ச பேச்சு வார்த்தை இப்போ மெயில்ல தொடருது நானும் பதில் அனுப்புவேன். நிறைய விஷயங்கள் நுணுக்கமா பேசுவோமா அதுனால ஒரு ஆர்வம்" என்றாள் மலர் மென் புன்னகையுடன். "ஹே நானும் வாசிச்சு பாக்கட்டா ப்ளீஸ்டி", "அடச்சீ, நீ ஓவரா கற்பனை பண்ணாத ரொம்ப டீசென்ட்டான மெயில் யார்னாலும் படிக்கலாம் உனக்கு காட்டினா தெரியும் நீயே ஆச்சர்யபபடுவ" என்றாள் மலர்.

அன்பின் நறுமுகை,

நலம் தானே? இன்று ஒரு பாடல் கேட்டேன், திரும்ப திரும்ப கேட்க தூண்டியது நீங்கள் கேட்டிருப்பீர்களா என்று தெரியவில்லை. உயரத்தில் தெரியும் பனிமலையும், ஸ்படிகத்தின் துல்லியத்துடன் துலங்கும் நதியின் சலசலப்பையும் கேட்கும் போதே "நமோ நமோ ஏ சங்கரா" என்று பாடி மெய் சிலிர்க்க வைக்கிறது பாடல். கேதார்நாத்திற்கான எனது பயணத்திற்கு முன்பதிவு செய்து விட தூண்டுகிறது. சுஷாந்த் சிங் பற்றிய எந்த செய்தியும் நம் மனதிற்கு புகமுடியாதவாறு செய்கிறது பாடல். ஒரு முறை காட்சிகளை கண்டுவிட்டு மறுமுறை கண்களை மூடி கேட்டால் இறகை போல கனமற்றதாய் ஆகிறது மனம். தங்களையும் இந்த இசை அசைத்தால் பதில் எழுதுங்கள்.

Stay tuned stay cool.

நட்புடன் ஆதவன்.

மெயிலை வாசித்த கையோடு தன் செல்பேசியில் யூடியூபை திறந்து நமோ நமோ ஏ சங்கரா என்று தேடி பாட்டை கேட்கத் தொடங்கினர் தோழிகள். ஆதவனின் கூற்றுப்படி திரும்ப திரும்ப கேட்கத் தோன்றியது. "வாவ்! சான்சே இல்லடி, செம பாட்டு அண்ட் செம பிரண்ட்ஷிப். நீ என்ன பதில் எழுத போற?", என்று வெகு ஆவலாய் கேட்டாள் சத்யா. "இன்னும் சில பல தடவைகள் இந்த பாட்ட கேட்கும் போது தன்னால பதில் வரும்" என்று புன்னகைத்தாள் மலர். "உங்களோட முந்தைய மெயில்களை படிக்கவாடி? நல்ல ரசனைக் காரனா இருக்கான் அந்த ஆதவன்" மலர் கேலியாக சிரித்தபடியே சொன்னாள், "ஏதேது விட்டா நீ ஆதவன் பேன் ஆகிருவ போல", "எஸ், எஸ் இம்புட்டு டீசென்ட் பெல்லோவானு இம்ப்ரெஸ் ஆகிட்டேன், ஆனா எனக்கு உன்னை மாதிரி எழுத வராது. சரி ஒரு சந்தேகம் ஒரு வேளை ஆதவன்ங்கிற பேர்ல ஒரு பெண்ணே கூட இப்படி மெயில்களை எழுதி இருந்தா?" என துடுக்காய் கேட்டாள் சத்யா, "அப்படி இருந்தாலும் எனக்கு ஒரு நல்ல நட்பு கிடைச்சதா சந்தோஷ படுவேன், இன்னும் ஃபிரீயா பேசி பழகலாம்" என்று சுலபமாய் முடித்தாள் மலர். ஆனால் இது எதில் போய் முடியும் என்கிற ஆர்வம் வந்தது சத்யாவிற்கு. அதைவிட இவர்களின் முந்தைய உரையாடலை வாசிக்கும் சுவாரஸ்யம் அதிகமானது.

அன்பின் நறுமுகை,

நலமா? யானை டாக்டருக்கான உங்கள் பதிவு மிக சிறப்பானதாய் அமைந்திருக்கிறது. உங்களின்

ஆழ்ந்த வாசிப்பையும் யானைகள் மீது நீங்கள் கொண்டுள்ள காதலையும் அறிய முடிந்தது நானும் உங்களை போல் இயற்கையை நேசிப்பவன் தான். தங்கள் பெயரே என்னை ஆச்சர்ய படுத்தியது, அற்புதமான அர்த்தம் கொண்ட பெயர், அதன் சிறப்புகளை அறிவீர்களா? அறிய விரும்பினால் தெரியப்படுத்துங்கள்.

நட்புடன் ஆதவன்.

★★★★★

அந்த மெயிலுக்கான மலரின் பதில் இவ்வாறு இருந்தது :

வணக்கம் ஆதவன்,

நலம் தானே? தங்களின் மின்னஞ்சல் என்னை மகிழ்வித்தது. என் பதிவை பாராட்டியமைக்கு நன்றிகள். தாங்களும் அதே வலைதளத்தில் எழுதி வருகிறீர்கள் என்று அறிகிறேன். சில கவிதைகளை தேடி வாசித்து ரசித்தேன் சமூகத்தின் அவலங்களை சொல்லும் சாட்டையாய் வரிகள். என்னுடைய பெயருக்கான சிறப்பு விளக்கத்தை நான் அறிந்ததில்லை நறுமுகை என்பது வாசமுள்ள மலர் என்று மட்டுமே அறிவேன்.

தோழமையுடன்,

நறுமுகை.

★★★★★

இதற்கு ஆதவினிடமிருந்து வந்த பதில்:

அன்பின் நறுமுகை,

நலமா? தயக்கங்களை தகர்த்து நட்பை நீட்பித்தது குறித்து மகிழ்ச்சி. நறுமுகையை பிரிக்கையில் நறு என்பதற்கு சிறப்பான, தூய்மையான என்று பொருள் கொள்ளலாம். அரும்பு- தோன்றும் நிலை, நனை-அரும்பு வெளியில் நனையும் நிலை, முகை-நனை முத்தாகும் நிலை, மொட்டு-கண்ணுக்குத் தெரியும் மொட்டு என்று நான்கு நிலையை அடைந்தே ஒரு பூ மலரும். முகை என்பது ஒரு பூவின் மொட்டுக்கு முந்திய நிலை, பொதுவாய் எல்லா மலர்களும் வாசனை யானவை தான், அதிலும் மல்லிகை முகை பருவத்தில் தான் அதிக வாசம் கொள்ளுமாம், அதனால் மல்லிகையை தான் நறுமுகை என்று அழைக்கிறார்கள். நறுமுகை என்றால் வாசமிக்க அற்புதமான மல்லிகை மொட்டு என்று பொருள். The Elephant Whisperer by Lawrence Anthony, யானை பிரியர்கள் வாசிக்க வேண்டிய புத்தகம். அடங்காத ஒரு யானை கூட்டத்தையே ஒரு மனிதன் தன் அன்பால் மாற்றும் சிறந்த கதை. உங்களின் யானைக் காதலுக்கு தீனி போடும்.

நட்புடன் ஆதவன்

*****

மலரின் பதில் இவ்வாறிருந்தது :

அன்பு ஆதவன்,

நலம் தானே? நறுமுகைக்கான விளக்கம் அபாரம். The Elephant Whisperer பற்றி யூடியூபில் நிறைய காணொளிகள் கண்டேன், ரொம்ப சுவாரஸ்யமா இருந்தது. புத்தகம் ஆர்டர் செய்துள்ளேன். அதை பற்றி தங்களின் பதிவு இருக்கிறதா? இன்று தான்

கே. பாலச்சந்தர் அவர்களின் "உன்னால் முடியும் தம்பி" படம் பார்த்தேன். ராஜாவின் இசை மனதை மயிலிறகாய் அசைத்தது அந்த படத்தில் வரும் மரங்கள் தாத்தா என்னை மிகவும் ஈர்த்தார். பழைய படங்களை பார்க்கும் வழக்கம் உண்டா குறிப்பாய் இந்த படம் பார்த்திருக்கிறீர்களா? அப்பா தீவிரமான ராஜா ரசிகர் அதனால் அதிகம் ராஜாவின் இசையை கேட்டு வளர்ந்திருக்கிறேன் "How to name it" என்ற இசை கோர்வையை கேட்டிருக்கிறீர்களா? அதில் வார்த்தைகளில்லாத இசை மட்டுமே நம்மை பரவச படுத்தும், பல படங்களில் பின்னணியாக வந்த இசையின் தொகுப்பு மற்றும் நீட்சி என்றும் சொல்லலாம். "And we had a talk" என்ற பெயரில் வரும் இசை மிக சிறப்பாக இருக்கும், ரசனையான விஷயங்களை பகிரும் போது கிடைக்கும் மகிழ்வை சொல்லும் இசை. சில பாடல்களை கேட்டால் சிலர் நினைவு வரும் அல்லவா அதை போல இந்த இசை உங்கள் எழுத்துக்களை நினைவூட்டுகிறது.

தோழமையுடன்,

நறுமுகை.

நறுமுகை ஆதவன் உரையாடல் தொடரும்.

3

மலர் மற்றும் ஆதவனின் மின்னஞ்சல்களை வாசிப்பது மிக சுவாரஸ்யமாய் இருந்தது சத்யாவிற்கு. வாசித்தபடியே கேட்டாள், "எங்க இருந்துடா இந்த பேரை புடிச்ச, நல்லா இருக்கே நறுமுகையே பாட்டு

உனக்கு புடிக்கும்னு அதையே பேரா வச்சுகிட்டியோ?",
"ஆமா உனக்கு தான் தெரியுமே அந்த பாட்டு எனக்கு
ரொம்ப புடிக்கும், ஏதாச்சும் நல்ல தமிழ் பெயரை
புணைப்பெயராய் வச்சுக்கலாம்ன்னு பாத்தேன்
நறுமுகைன்னாலும் மலர்னு தானே அர்த்தம்ன்னு
அதையே வச்சிட்டேன், ஆதவன் சொல்லவும் தான்
அந்த பெயர் இவ்வளவு சிறப்பானதுன்னு தெரியும்"
என்றாள் மலர். தொடர்ந்து அவர்கள் மின்னஞ்சலை
வாசிக்க தொடங்கினாள் சத்யா, மலருக்கான ஆதவனின்
பதில் இப்படி இருந்தது.

அன்பின் நறுமுகை,

எனது விடியல் என்றுமே இவ்வளவு
இனிமையானதாய் அமைந்ததில்லை, கண்விழிக்கும்
போதே காத்திருக்கும் பூங்கொத்தை போல உங்கள்
மின்னஞ்சல் என்னை மகிழ்வித்தது. And we had a
talk அபாரம். நான் என்னை தொலைத்தேன். இப்படி
பட்ட ஒரு இசையை எப்படி கேட்காமல் போனோம்
என்று ஆச்சர்யம் ஏற்படுகிறது. கே.பாலச்சந்தர்
படங்களில் நாடகத் தன்மை அதிகமாக இருப்பினும்
சுவாரஸ்யமானவை, உன்னால் முடியும் தம்பியில்
பின்னணி இசை என்னை மிகவும் ஈர்த்தது, குறிப்பாக
தொழிலாளியின் மரணத்தின் போதும் வறுமையில்
வாடும் குழந்தைகளை காட்டும் போதும் பின்னணி
இசையே மனதை கனக்க செய்கின்றது, மரங்களை
தாத்தா நடும் போது அவருக்கு ஏற்படும் மகிழ்வை
சொல்லும் இசையும் மனதிற்கு புத்துணர்வை தரும்..
தொட்டி செடியானாலும் சரி வனமானாலும் சரி மலர்கள்
மனம் பரப்ப தானே செய்யும் என் எந்திர நாட்களை
வெகு அழகானதாய் மாற்றுகிறது உங்கள் வார்த்தை

மலர்கள். Stay tuned.

நட்புடன் ஆதவன்.

★★★★★

மலர் எந்த பதிலும் அனுப்பாத இரண்டு நாட்கள் ஆதவனிடமிருந்து மேலும் இரு மின்னஞ்சல்கள் வந்திருந்தது.

என்னவாயிற்று இன்று மணம் பரப்பவில்லை நறுமுகை. நட்புடன் ஆதவன்.

என்று ஒரு நாளும், சற்றே கோவமாக மறுநாளும்

நறுமுகை,

எங்காவது பயணம் போவதானால் சொல்லிவிட்டு போகலாமே அல்லது தெரிந்துகொள்ளும் அளவுக்கு நட்பாகவில்லை என்று நம்புகிறீர்களோ?

நட்புடன் ஆதவன்

★★★★★

ஆதவனுக்கு மூன்று நாள் கழித்து மலர் இப்படி மின்னஞ்சல் அனுப்பி இருந்தாள்:

அன்பு ஆதவன்,

இணையத்தில் ஏதோ பிரச்சனை இருப்பதால் மின்னஞ்சல் அனுப்ப இயலவில்லை. வாவ்! அற்புத மான மூன்று மெயில்கள், ஒரு கடிதம் நம்மை எவ்வளவு மகிழ்ச்சியாகும் என்பதை நானும் அறிவேன் உங்களின் கோபம் நட்பால் விளைந்த எதிர்பார்ப்பால் என்பதால்

அது எனக்கு புன்சிரிப்பையே ஏற்படுத்துகிறது, காத்திருக்க வைத்ததற்கு மன்னிக்கவும். தற்போதும் இணைப்பு சரியாக இருக்கிறதா என்று தெரியவில்லை அதுவரை தடங்கலுக்கு வருந்துகிறோம்.

தோழமையுடன்,

நறுமுகை

இணையம் சரியான உடன் பதில் அனுப்புங்கள் என்ற ஆதவனின் மெயிலுக்கு, தன் இணையத்தின் கோளாறுகள் சரி செய்ய பட்டுவிட்டது என்ற தகவலை மலர் அனுப்பிவிட்டு காத்திருந்த போது தான் ஆதவனிடமிருந்து நமோ நமோ பாடலை கேட்க சொல்லி மெயில் வந்திருந்தது. இதுவரை மலரும் ஆதவனும் பகிர்ந்திருந்த அத்தனை மின்னஞ்சல்களை வாசித்து விட்டு தன் கைகளை நெட்டி முறித்தபடியே சொன்னாள் சத்யா, "ஒண்ணுமே தெரியாத அப்பாவி மாதிரி இருந்திட்டு, இன்னைக்கானா சூப்பரான ஒரு ஆள புடிச்சிட்டியேடி, கலக்குற போ!" என்றாள். "ஆளு கீளுன ஒதை வாங்குவ இப்பயும் இது பையனா இல்லாம ஒரு அங்கிள் இல்லாட்டி ஒரு பொண்ணு யாரானாலும் இருக்கலாம் எனக்கு முக்கியம் பேசுற விஷயங்கள் தான் அவங்க வயசோ அவங்க ஆணா பெண்ணாங்கறது எல்லாம் முக்கியம் இல்லை" என்றாள் மலர்.

"சரி இம்புட்டு சீரியஸாகாத, நீ பசங்க கிட்ட பேச மாட்டேல்ல அதான் அப்படி கேட்டேன்" என்றாள் சத்யா. "பேசக்கூடாதுன்னு எதுவும் இல்ல பொதுவா பசங்க தோற்றத்துக்கு தான் முக்கியத்துவம் தர்றாங்க அது எனக்கு பிடிக்கல அதுனால பேசுறது

இல்லை. மிச்ச மாதிரி ஏதாச்சும் தேவைன்னா கேட்டு வாங்குறது குடுக்குறதுக்கெல்லாம் தயக்கம் கிடையாது. ஆண்-பெண் வித்தியாசம் பார்க்காத சில நட்புகள் கிடைக்கும் அப்போ பேசுறதுக்கு என்ன தடை இருக்க போது சொல்லு" என்றாள் மலர்.

"சரி விடு நீ ரொம்ப யோசிக்கிற அதுனால நானே இனிமேல் ஆதவன்ட்ட பேசலாம்ன்னு முடிவு பண்ணிட்டேன்" என்று கூலாய் சொன்னாள் சத்யா. "அடி பாவி ஊர் பட்டவன் பூரா உன் பின்னாடி அலையுறான் அவங்களை விட்டுட்டு ஒத்தே ஒத்த பிரண்ட் புடிச்சிருக்கேன் அதையும் என்கிட்ட இருந்து தட்டி பறிக்க பாக்குறியே இது நியாயமா?" என்று பாவம் போல கேட்டாள் மலர். மலரின் பாவனை கண்டு சிரிப்பு வந்தது சத்யாவிற்கு, "உனக்கு என்னடி குறைச்சல் அம்சமா இருக்கே, அடர்த்தியான நீளமான முடி வேற கூடவே நிறைய திறமை இருக்கு அப்புறம் ஏன் கவலைப்படுற?" என்றாள் சத்யா.

"ஆமா.. இப்போ யாரு கவலைப்பட்டது? உன்ன மாதிரி ஓவர் அழகு பொண்ணுங்க கூடவே இருக்கதால நான் டல்லா தெரியுறேன் போல மொதல்ல உன் பிரண்ட்ஷிப்ப கட் பண்ணனும் அப்புறம் எல்லாம் சரியாப்போயிரும்" என்றாள் மலர்.

"அப்போ என்னோட உனக்கு அந்த ஆதவன் தான் முக்கியம் நான் அவன்ட பேசுறேன்னு சொன்ன உடனே என்னோட பிரண்ட்ஷிப்பை கட் பண்ணிருவேன்னு சொல்லுற நடத்து நடத்து" என்றாள் சத்யா.

"சீ போ.. ஏண்டி இப்படி படுத்துற, நீயே பேசி தொலை போதுமா?" என்று சிரித்து கொண்டே பதில்

சொன்னாள் மலர். "சும்மா உன்ன வம்பிழுத்தேன் நீயே
பேசிக்கோடி உன்னோட ஆதவன்ட்ட" என்றாள் சத்யா.

"பாத்தியா இப்படி உசுப்பேத்தி உசுப்பேத்தியே
இல்லாத ஒண்ண கிளப்பி விடுறது, கடைசியா
ஆதவன் ஒரு தாத்தாவா இருக்க போறாரு அப்புறம்
"நான் எங்கே செல்லும் இந்த பாதைன்னு" பாடிட்டு
உக்காந்திருக்கணும், நீ மட்டும் ஜாலியா இளசா ஒரு
பையன பிடிச்சிட்டு போயிருவ, நல்லா செய்யுறடி"
என்று அங்கலாய்த்தாள் மலர்.

"இப்போ என்ன அவன் யூத்தான்னு உனக்கு
தெரிஞ்சாகணும் அவ்வளவு தானே இரு நான் ஒரு
ஐடியா சொல்லுறேன்" என்றாள் சத்யா.

"ஒரு ஆணியும் புடுங்க வேணாம் கிளம்புடி
ஆத்தா நீ உதவினவரை போதும்" என்றாள் மலர், "சரி
சரி போறேன் நீ ரகசியமா அவனுக்கு எழுதிக்கோ"
என்ற சத்யாவை அடிக்க போனாள் மலர், நல்ல
ரசனைகள் உள்ள ஆளு தான் ஆதவன், நமக்கு
வாய்க்க போறவன் எப்படி இருப்பானோ என்ற
சிந்தனையே அவளை கூச்சம் கொள்ள வைத்தது
லேசான வெட்கத்தில் சிவந்த கன்னங்களுடன்
அவ்வளவு அழகாய் இருந்தாள் மலர்.

பேச்சை மாற்ற எண்ணிய மலர், "சத்யா நான்
அடுத்த வாரம் சென்னைக்கு போக போறேன்டா
அங்க ட்ரைனிங் பண்ணிட்டு அப்படியே ப்ராஜெக்ட்
கிடைக்குமான்னு பாக்க போறோம். லைப்ல மொத
தடவையா தனியா ட்ரைன்ல போக போறேன்,
விஜி, மீரா, ப்ரியா எல்லாரும் அவங்க ஊர்ல இருந்து
சென்னைக்கு வந்துருவாங்க, ப்ராஜெக்ட் கிடைக்குதோ
இல்லையோ நாங்க சென்னையை ஒரு கலக்கு கலக்க

போறோம்" என்று உற்சாகமாய் சொன்னாள் மலர்.

"எப்படிடி ஆன்ட்டி அங்கிள் உன்னைய தனியா விடுறாங்க?" என்று ஆச்சரிய பட்ட சத்யாவிடம், "மொத ரொம்ப யோசிச்சாங்க, அப்புறம் இப்போ காலேஜ்க்கு எல்லாம் தனியா தானே போயிட்டு வரோம் சென்னைக்கு போறதுக்கு மட்டும் எதுக்கு பயப்படணும்னு, கில்லி விஜய் ரேஞ்சுக்கு பில்டப்பு குடுத்து சரிக்கட்டி இருக்கேன். எப்படினாலும் சென்னைல வேலை கிடைச்சா ஒவ்வொருக்கையும் நீங்களா கூட வர போறீங்கன்னு கேட்ட உடனே போய் தொலைன்னு விட்டுட்டாங்க" என்று பெருமை பட்டாள் மலர்.

கீழே ஹாரன் சத்தம் கேட்கவும், "சரிடி பத்திரமா போயிட்டு வா எனக்கு போன் பண்ணு, அப்பா வந்துட்டாங்க நா கிளம்புறேன்" என்று மலரின் பெற்றோரிடம் சொல்லி கொண்டு கிளம்பினாள் சத்யா. அவளுடன் வாசல் வரை வந்து "வீட்டுக்கு வந்திட்டு போங்களேன் அங்கிள்" என்று மலர் அழைத்த போதும் வேறொரு நாள் வருவதாய் கூறி விடை பெற்று சென்றனர் சத்யாவும் அவள் தந்தையும். அவர்கள் சென்ற உடன் கொஞ்ச நேரம் தன் அம்மாவிடம் கதையடித்து விட்டு சென்னைக்கு கிளம்ப போவதை ஆதவனிடம் மெயில் செய்துவிட்டுத் தன் பயணத்திற்கு தயாரானாள் மலர்.

சூர்யா பரபரப்பாய் வேலை செய்து கொண்டிருந்தான், அவனின் கைகள் அசாத்திய வேகத்தோடு லேப்டாப்பில் இயங்கி கொண்டியிருந்தது. அவன் அருகில் அமர்ந்திருந்த மனோவுக்கு கடுப்பாக இருந்தது, "டேய் ஏற்கனவே லேட்டா ஆகிட்டு இருக்கு,

கடைசி நேரம் வரை வேலை செய்யாட்டி என்னடா, அதான் கிஷோர் இருக்கானே அந்த மாக்கான செய்யச் சொல்ல வேண்டி தானே எல்லாத்தையும் ஏன் உன் தலையிலேயே தூக்கி போட்டுக்கற?" என்று எரிச்சல் பட்டான் மனோ.

"டேய் ட்ரைனில டிக்கெட் புக் பண்ணுறதுக் கெல்லாம் நான் தான் பண்ணனுமா? நீயே பண்ணி தொலைக்க வேண்டி தானே, நான் என்ன வராமலா போயிருவேன்?" என்று கடித்த சூர்யாவிடம், "டேய் என்னோட கார்டுல காசு இல்லடா மொத்தமா 6 பேருக்கு போடணும் அதான் உனக்காக காத்திருக்கேன்" என்று மனோ சொன்னபோது சூர்யாவிற்கு குற்றவுணர்வு வந்தது.

"சாரிடா இரு இப்போ புக் பண்ணிரலாம்" என்று அவன் சொல்லிக்கொண்டிருக்கும் போதே அவனுக்கு ஆஃபிஸில் இருந்து கைபேசிக்கு அழைப்பு வந்தது, "சொல்லுங்க சசி அடுத்த வாரம் ஃபிரைடேவா, நாங்க நம்ம ஜான் மேரேஜுக்கு நாகர்கோவில் போறோமே லீவு கூட அப்ளை செஞ்சிருந்தேனே சசி, பட் வேற சாய்ஸே இல்லனா பாக்குறேன் எல்லாரும் டிசப்பாய்ண்ட் ஆகிருவாங்க அதான்". அந்த புறம் சசி என்ன சொன்னாரோ சற்று நேரத்தில், "ஓகே, ஓகே சசி நீங்க கவலை படாதீங்க. ஐ வில் டேக் கேர்" என்று விட்டு கைபேசியை அணைத்தான்.

சூர்யா சசியிடம் பேசியதை கேட்டுக்கொண்டே இருந்த மனோவிற்கு பயங்கர கோபம் வந்தது, "என்னவாம் அந்த ஆளுக்கு?" என்றான். அதற்கு சூர்யா "திடீர்னு நெக்ஸ்ட் ஃப்ரைடே கிளையண்ட்ஸ் வர போறாங்களாம், அதனால சசி என்னைய அந்த ப்ரெசென்ட்டேஷன் செய்ய சொல்லுறார், வேற சரியான

ஆள் இல்லனு சொல்றப்ப என்னடா பதில் சொல்ல
சரினு சொல்லிட்டேன்" நெற்றியை நீவியபடியே பதில்
சொன்னான் சூர்யா.

"இந்த பாரு எல்லாரும் போறோம்னு ரொம்ப
ஆசையா இருந்தேன், இப்ப நீ வரலன்னு சொன்னா
செம கடுப்பு ஆகுது, அப்புறம் எல்லாரும் ஆட்டைய
கலைக்கத் தான் பாப்பாங்க. ஒழுங்கா வந்திருடா நான்
வேற அந்த கல்யாணம் கேரளா தமிழ்நாடு பார்டர்ல
நடக்குறதால ப்ரேமம் ரேஞ்சுக்கு கற்பனை பண்ணி
வச்சிருக்கேன் என்னைய ஏமாத்திப்புடாதடா ஒரு
கன்னிப்பையனோட சாபம் உன்ன சும்மா விடாது
சொல்லிட்டேன்" என்றான் மனோ.

"ஹே! கூல்! கூல்! நான் ஒரு யோசனை
சொல்லுறேன். நீங்க எல்லாம் ஃப்ரைடே கிளம்பி
போங்க, நான் சனிக்கிழமை கிளம்பி வந்திர்றேன்.
எப்படினாலும் கல்யாணம் திங்க கிழமை சாயங்காலம்
தானேடா, மொத நாள் போய் சேர்ந்த உடனே எங்க
பெருசா போயிரப்போறீங்க உள்ளூர்ல தானே நீங்க
வேற எங்கயும் கிளம்புறதுக்கு முன்ன மறுநாளே நான்
வந்துருவேன் இந்த டீல் ஓகே வா" என்றான் சூர்யா.

"ஆனாலும் எல்லாரும் ஒண்ணா கிளம்பி போனா
அந்த சந்தோஷமே தனி தானேடா, சரி எப்படியோ
நீயும் வந்தா சரி தான். சீக்கிரம் டிக்கெட்டை போடு"
என்றான் மனோ.

எல்லாருக்கும் வெள்ளிக்கிழமை டிக்கெட் போட்டு
விட்டு, தனக்கு மட்டும் சனிக்கிழமை அனந்தபுரியில்
டிக்கெட்டை போட்டு தன்னுடைய பயணத்தை உறுதி
செய்தான் சூர்யா. அதே சமயம் சென்னையில் தன்
தோழிகளுடன் கதையடித்தபடியே ஊருக்கு திரும்பி

போக அதே சனியன்று அனந்தபுரியில் தனக்கான டிக்கெட்டை பதிவு செய்தாள் மலர். அந்த ரயிலில் அவர்கள் வெறும் பயணம் போகப்போகிறார்களா அல்லது வாழ்க்கை பயணமே அங்கிருந்து தான் தொடங்க போகிறதா என்பதை பொறுத்திருந்து பார்க்கலாம்.

4

சூர்யா கிளையண்ட் மீட்டிங்கில் இருந்த போது அவனின் கைபேசி மெசேஜ் வந்ததற்கான அதிர்வை எழுப்பிவிட்டு நின்றது. அப்போது தான் தன்னுடைய ப்ரெசென்ட்டேஷனை முடித்து அதில் கிளையண்ட்ஸ் (வெளிநாட்டினர்) கேட்டிருந்த அத்தனை கேள்விகளுக்கும் திருப்தியான பதிலை தந்ததால் ஆசுவாசமாய் அமர்ந்தான் சூர்யா. இனி சசி பார்த்து கொள்வார் என்ற போதும் தானும் மீட்டிங்கில் கவனமாய் இருந்தான். கிட்ட தட்ட இரண்டு மணி நேரம் நடந்து முடிந்த பேச்சு வார்த்தைக்கு பிறகு சந்திப்பு முழு வெற்றி என்பது சூர்யாவிற்கு மிகுந்த மகிழ்வை தந்தது.

அவர்கள் அனைவரும் இரவு உணவிற்காக ஐந்து நட்சத்திர ஹோட்டலுக்கு அழைத்து செல்லப்பட்டு எல்லாம் முடிந்து அவன் தங்கும் அறைக்கு திரும்பும் போது மணி 9. அப்போது தான் தன் கைபேசியை இயக்கி பார்த்தான். மனோ தான் செய்தி அனுப்பி இருந்தான் "நான் கிளம்புறேன்டா நீ உடம்ப பாத்துக்கோ, நேரத்துக்கு சாப்பிடு. உன்ன பாக்காம

நான் எப்படி இருக்க போறேனோ தெரில, உன் குரலை கேக்காம என்ன பண்ண போறேனோ தெரில" என்று வந்திருந்த செய்தியை பார்த்து சூர்யாவிற்கு சிரிப்பு வந்தது.

"டேய் பக்கத்து சீட் டெய்சி கிட்ட அனுப்ப வேண்டியத தப்பா எனக்கு அனுப்பிட்ட போல.. ட்ரைன் கிளம்பிருச்சா" என்று பதில் அனுப்பினான் சூர்யா.

"அதெல்லாம் கிளம்பி ஒன்னரைமணி நேரத்துக்கு மேல ஆச்சு மச்சி ஆனாலும் உன்னைய ரொம்ப மிஸ் பண்ணுறேன்டா" என்று வந்தது மனோவின் பதில்.

"ஆமா அந்த கோச்சுல பொண்ணுங்களே இல்லையா, இல்லாட்டி நீ எல்லாம் என்னைய மிஸ் பண்ணவே மாட்டியே?" என்று சந்தேக மெசேஜை தட்டிவிட்டான் சூர்யா.

"அந்த சோக கதையை ஏன்டா கேக்குற? நீ வேற இல்லையா, அதுனால சீக்கிரமே எக்மோர் ஸ்டேஷன் போய் காத்திருந்தேன். நம்ம பசங்க எல்லாம் தாம்பரம்ல தான் ஏறுவாங்க அதுக்குள்ள தமன்னா மாதிரி ஒரு பிகர் லேட்டா வந்தா கை குடுத்து உதவி அப்படியே கரெக்ட் பண்ணிரலாம்ன்னு கனவெல்லாம் கண்டேன். கடைசில பாத்தா எனக்கு முன்னமே ரெண்டு பொண்ணுங்க வந்திருந்துச்சுங்கடா. சரி சீன மாத்திக்கலாம் கைகுடுத்து தூக்கி விடலேன்னா என்ன ஒரு ரெமோ ரேஞ்சுக்கு பேசி சரிகட்டலாம்னு பாத்தா, இவளுக காதுல மாட்டின இயர் போனை கழட்டவே இல்லடா என்னத்தையோ மொண மொணன்னு பேசிக்கிட்டே வருதுங்க, அது எப்படி தான் காதுல விழாதமாதிரி இவங்களால பேச முடியுதோ

தெரில, செம கடுப்பு ஆகுது. அவங்களை நான் கரெக்ட் பண்ணுறதுக்குள்ள தாம்பரத்துல ஏறுன அரவிந்த் பேசி பிரண்டு ஆகிட்டான், அவன்கிட்ட மட்டும் சிரிச்சு சிரிச்சு பேசுறாங்க என்னத்த சொல்ல..." என்று அனுப்பி இருந்தான்.

"ம்ம் அப்புறம்" என்று பதில் அனுப்பினான் சூர்யா.

சூர்யா அனுப்பி இருந்த பதிலை பார்த்து கடுப்பான மனோ, "ஏன்டா நான் என்ன கதையா சொல்லிட்டு இருக்கேன்? ஒழுங்கா நாளைக்கு வந்து சேரு இல்லைனா கொலவெறியாகிருவேன் பாத்துக்கோ" என்று அனுப்பிவிட்டு நண்பர்களோடு ஜோதியில் கலந்தான். சிரித்தபடியே கைபேசியை அணைத்து விட்டு தன்னுடைய பயணத்திற்கு தேவை யானதை எடுத்து வைக்க துவங்கினான் சூர்யா.

மலர் துன்னுடைய பையில் அதற்கு மேல் வைக்க இடமில்லாதவாறு அவ்வளவு பொருட்களை அடுக்கி இருந்தாள். அதை பார்த்து, "எதுக்குடி இவ்வளவு வாங்கி இருக்க?" என்று கேட்ட ப்ரியாவிடம், "அது என்ன தான் சென்னையில போட்டு வச்சிருக்கோ, நான் ட்ரைனிங் கிளம்ப போறேன்ன உடனேயே நண்டு சிண்டுல இருந்து ஆச்சி தாத்தா வரை அம்புட்டு பேரும் ஆர்டர போட்ருக்காங்க. அதெல்லாம் சும்மா விளையாட்டுக்கு சொன்னது தான் வாங்காட்டியும் யாரும் கேள்வி கேக்க மாட்டாங்க, ஆனாலும் வாங்கி குடுத்தா அவங்க முகத்துல வர்ற சந்தோஷமே தனி தானே" என்று ரசித்து சொன்னாள் மலர். "நீ இருக்கியே சோ ஸ்வீட்" என்று அவள் முன்னுச்சி முடியை கலைத்தாள் ப்ரியா.

"அப்படி எல்லாம் அவசர பட்டு ஒரு முடிவுக்கு வந்துறாத, எங்க அப்பா வேற ஏதோ அவங்க பேங்க்ல

வெளியிடுற புத்தகமாம் ஒரு நூறு புக்கை வாங்கி மதுரை ஸ்டேஷன்ல குடுத்துருன்னு சொல்லிருக்காங்க நீ நேத்து உன்னோட சித்தி வீட்டுக்கு போனப்ப நான் போய் வாங்கி வச்சிட்டேன். ஒரு டீல் போட்டு இருக்கேன் எங்க அப்பாட்ட, நான் மட்டும் ஒழுங்கா அவங்க சொன்ன வேலையை செஞ்சா எனக்கு எங்கப்பா நான் கேக்குற மாதிரி வீட்டுல ஊஞ்சல் போட்டு தரேன்னு சொல்லி இருக்காங்க, எங்க அப்பாக்கு அப்படி ஒரு நம்பிக்கை நான் கண்டிப்பா மறந்திட்டு தூங்கிருவேன்னு" என்றாள் மலர்.

"ஹே! அது எப்படிடி உனக்கு தனியா போகும் போது ட்ரைன்ல தூக்கம் வரும்? பயமா இருக்கும்ல" என்றாள் ப்ரியா.

"அதை ஏன் கேக்குற, எனக்கும் கொஞ்ச நேரத்துக்கு தூக்கம் வராது அப்புறம் தூங்க ஆரம்பிச் சிட்டேன், அம்புட்டு தான். இதான் எனக்கே கொஞ்சம் பயமா இருக்குன்னு வச்சுகோவேன், வேற வழி இல்லை இப்படி எல்லாம் செஞ்சி தான் என்னோட பழக்கத்தை நான் மாத்திக்கணும்" சொல்லிக்கொண்டே தனது பையை மூடினாள் மலர்.

"ஆமா உனக்கு என்ன நாளைக்கு பேர்ல் சிட்டியா? அது எத்தனை மணிக்குடி ஒண்ணா ஸ்டேஷன் போயிரலாமா? நீ ஏன் தான் தூத்துகுடில பொறந்தியோ எங்க ஊரா இருந்திருந்தா என் கூடவே வந்திருப்ப" என்று சலித்து கொண்டாள் மலர்.

"ஏய், ஏய் இருடி மூச்சு விட்டுக்கோ. ஆமா, எனக்கு நாளைக்கு பேர்ல் சிட்டி தான் சேர்ந்து போய்க்கலாம், ஆனா உனக்கு தான் மொத ட்ரெயின் வரும் அப்புறம் தான் நான் போவேன் அதுனால

கவலையே படாத. ஆனா ஒரு விஷயம்டி எனக்கென்னமோ கண்டிப்பா அங்கிள் தான் போட்டியில ஜெயிப்பாங்கனு தோணுது, நீயெல்லாம் எங்க நாலரைக்கு எந்திச்சி உங்க அப்பா சொன்ன வேலையை செய்ய போற? மொத ஒழுங்கா எழுந்து திருநெல்வேலில இறங்கினாலே பெரிய விஷயம் எதுக்கும் பக்கத்து சீட் ஆட்கள்ட்ட சொல்லி வைடி ஆத்தா, அப்படியே திருவனந்தபுரம் போயிற போறே" என்றாள் ப்ரியா.

"பாத்தியா, நீ கூட என்னை நம்ப மாட்டேங்கிற" என்று மூஞ்சியை தொங்கபோட்டாள் மலர்.

"இல்லடா, சில நேரங்கள்ல நீ கேர்லெஸா இருந்திருவ திருநெல்வேலில இறங்கிருவ அது நிச்சயம். ஆனா, மதுரைல பார்ஸலை குடுத்துரு வியாங்கிறது கேள்விகுறி தான்" என்று மலரை அனுமானித்தாள் ப்ரியா.

"சரிடி, ஒரு ஐடியா எப்படினாலும் நீ தூங்கவே மட்டேல்ல பேசாம என்னைய ஒரு நாலரைக்கு கால் பண்ணி எழுப்பி விடு" என்றாள் மலர்.

"இது என்னமோ நல்ல டீல் தான். ஆனா அலாரத்தை அணைக்கிற மாதிரி அணைச்சிட்டு படுத்துறாத அப்புறம் ஊஞ்சல் ஆசை எல்லாம் ஹோகயா சொல்லிட்டேன்" என்றாள் ப்ரியா.

"இல்லடி, இல்லடி நாளைக்கு பாரு என் பெர்ஃபார்மன்ஸ்ச!" என்று கூளுரைத்தாள் மலர்.

இருவரும் வெகு நேரம் பேசிக்கொண்டு இருந்து விட்டு படுத்து தூங்கினர். மறுநாள் ஆறரைக்கு

தாம்பரம் ரயில் நிலையம் வந்துவிட்ட போதும்
மலருக்கு பதட்டமாகவே இருந்தது. அவர்கள்தங்கி
இருந்த விடுதி வேளச்சேரியில் இருந்ததால் தாம்பரம்
தான் பக்கமாய் இருக்கும் ரயில் நிலையம் என்று அங்கே
வந்து விட்டார்கள், எனினும் இப்படி இடைப்பட்ட
ஸ்டேஷன்களில் அதிகம் ஏறி பழகி இராத காரணத்தால்
மலருக்கு கொஞ்சம் யோசனையாகவே இருந்தது.
நமக்கு இருக்க லக்கேஜுக்கு பேசாம எக்மோருக்கே
போயிருக்கலாமோ என்று சிந்தித்துக்கொண்டிருந்தாள்.

        மலரின் தோளில் தட்டிய ப்ரியா, "ஒய் என்னடி
ஒரே யோசனையில் இருக்க? ஒன்னும் பயமில்லை,
ஒரு ஏர் பேக்கும் ஒரு கட்ட பையும் தானே நான்
உனக்கு எடுத்து தரேன்" என்று மலரின் பயத்தை
போக்கினாள்.

        அனந்தபுரி எக்ஸ்பிரஸ் தாம்பரம் ரயில்நிலையத்
திற்குள் நுழைந்து விட்டதை அறிந்து தன்னுடைய
பையை தூக்க முடியாமல் தூக்கியபடி தயாரானாள்
மலர் கூடவே ப்ரியாவும் மலரின் கட்டை பையை
தூக்கியபடி நடந்து வந்தாள். "ஒன்னும் பதறாத, நான்
வாசல்ல பேக்க வச்சிர்றேன் நீ உன்னோட சீட்ல
அந்த பைய வச்சிட்டு அப்புறம் பொறுமையா வந்து
இத எடுத்துக்கோ சரியா" என்று மலரை ஆசுவாசப்
படுத்தினாள் ப்ரியா.

        மலர் ஏறவேண்டிய S7 இவர்கள் நின்ற இடத்தை
விட கொஞ்ச தூரம் தள்ளி நின்றது, தூக்க முடியாமல்
தன்னுடைய பையை தூக்கி கொண்டு ஓடினாள்
மலர். கூடவே வந்த ப்ரியாவும் இவள் ஏறியவுடன்
பையை சரியாக வைத்துவிட்டாள். மலரின் பெர்த்
எண் 44 அவள் ஒண்ணாவது பெர்த்த தொடங்கும்

வாயிலில் ஏறி இருந்ததால் மிச்ச தூரம் கடக்க வேண்டி இருந்தது. ஸ்டேஷனில் கீழ் நின்றுகொண்டிருந்த ப்ரியாவிற்கு கையாட்டியபடியே நடந்து வந்த மலர் சரியாக தன் சீட் எண் இருக்கும் இடத்தில் நிற்க எண்ணுகையில் ட்ரெயின் புறப்பட்டதால் தன் பையை கீழிறக்கி வைக்கிறேன் என்று சூர்யாவின் காலடியில் வைக்க பார்க்கையில் திரும்பவும் ட்ரெயின் குலுக்கிய குலுக்கலில் நிலை தடுமாறி சூர்யாவின் மடியிலே விழ பார்த்து சுதாரித்து கம்பியை பிடித்து பையை சரியாக சூர்யாவின் காலில் போட்டாள்.

இன்னும் அதிர்ச்சியில் இருந்து மீளாத போதும் தான் ஒரு ஆடவன் மேல் விழப்பார்த்தோம் என்ற கூச்ச உணர்வால் லஜ்ஜையுற்ற மலர் லேசான வெட்கத்துடன் நிமிர்ந்து பார்க்காமலே "சாரி, சாரி.. சார்" என்று சூர்யாவின் கால்களை பார்த்தபடியே மன்னிப்பை கோரினாள்.

அவளுக்கு தான் தன் பையின் கனம் தெரியுமே ஒரு வேளை அது சூர்யாவின் கால்களை பதம் பார்த்து விட்டதோ என்ற பயம் மலருக்கு, ஆனால் அதிர்ஷ்ட வசமாய் சூர்யா அணிந்திருந்த செருப்பு ஒரு படகு போல் பெரிதாய் கணமாய் இருந்ததால் அவன் கால்களுக்கு பெரிதாய் எந்த பாதிப்புமில்லை.

மனோவிடம் போனில் பேசிக்கொண்டிருந்த சூர்யா காலில் விழுந்த பையின் உபயத்தால் சற்றே முகத்தை சுருக்கிய போதும் அவசரமாய் காதிலிருந்து போனை விலக்கிவிட்டு, அடர்வான பின்னலில் இறுக்கி கட்டப்பட்டிருந்த அவள் கூந்தலின் இரு இழைகள் மட்டும் பிரிந்து விழ, கூச்சத்தில் சிவந்திருந்த முகத்துடன் தன் அகலமான கண்களில் மன்னிப்பை யாசித்த மலரை ஒரு கணம் கூர்ந்து பார்த்துவிட்டு

"ஆர் யு ஓகே?" என்று மலரை பார்த்து கேட்டான்.

கால்களை பார்க்கும் போதே அவன் கருப்பு நிற டிராக் பேண்ட் அணிந்திருந்தது தெரிந்ததால் மலர் சற்றே ஆசுவாசப்பட்டாள் நல்ல வேளை இந்த ஆள் பேண்ட போட்டுருக்காரு சிலதுக அரைடிராயருடன் அப்படியே வந்து நம்மளை மாதிரி செந்தமிழ் நாட்டு தமிழச்சிகளை வெட்கப்பட வைக்குதுக இனி தைரியமா நிமிர்ந்து பார்த்து சாரி சொல்லலாம், என்று நிமிர்த்து சூர்யாவின் கண்களை பார்த்து "ஐ யம் ஓகே சார், ஒன்னும் பிரச்சனையில்லை உங்களுக்கு ஏதும் அடி பட்டுருச்சா ரொம்ப சாரி" மன்னிப்பு கோரும் குரலில் சொன்னாள் மலர்.

"இல்லங்க பெருசா ஒண்ணுமில்லை, நீங்க உங்க பையை வையுங்க" என்றபடி தன் கைபேசியுடன் எழுந்து நடந்தான் சூர்யா. அவன் எழுந்த போது தான் அவனின் உயரம் புலப்பட்டது மலருக்கு என்ன உசரம் என்று அதிசய பட்டாள் மலர் ஏனெனில் நட்பு வட்டத்தில் அவள் சற்றே உயரம் தான் அவளே அதிசயிக்கும் உயரத்தில் இருந்தான் சூர்யா.

இப்போ தானே ஏறி இருக்காங்க தொடர்ந்து அனந்தபுரி எக்ஸ்பிரஸில் சூர்யா மலருடன் நாமும் பயணிக்கலாம்.....

5

தன்னுடைய கைபேசியோடு அந்த இடத்தை விட்டு நகர்ந்து கொண்டே தன் உரையாடலை

தொடர்ந்தான் சூர்யா, "சொல்லுடா" என்ற சூர்யாவின் குரலை கேட்டவுடன் மனோ, "என்னடா நடக்குது அங்க? பொண்ணு குரல்லாம் கேக்குது" என்றான் வெகு உற்சாகமாய்.

"அது ஒண்ணுமில்லை மச்சி ஒரு பொண்ணு பேலன்ஸ் இல்லாம விழ பாத்துச்சு அப்புறம் கம்பியை பிடிச்சிருச்சு, தட்ஸ் ஆல்" என்றான்.

"சரி, அந்த பொண்ணு என்னமோ கீழ விழ பாத்த மாதிரி பேசுற, அது உன் மேல தான விழப் பாத்துச்சு?" விடாமல் கேட்டான் மனோ.

"நீ பாத்தியா? சும்மா உளராத" அசால்டாய் பதிலளித்தான் சூர்யா.

"டேய்! டேய்! அதான் தெளிவா கேட்டேனே, "ஐ யம் ஓகே சார், ஒன்னும் பிரச்சனையில்லை உங்களுக்கு ஏதும் அடி பட்டுருச்சா ரொம்ப சாரி" இதானே அந்த பொண்ணு சொல்லுச்சு? ஒண்ணு அது உன் மேல விழுந்துருக்கணும், இல்லாட்டி அதோட பேக் உன் மேல விழுந்திருக்கணும் எதுவா இருந் தாலும், அந்த பொண்ணோட குரல் செம ஸ்வீட்டுடா பொண்ணு பாக்க எப்படி இருக்கு?" என்று வழிந்தான் மனோ.

"நான் என்னோட பிரண்டு கல்யாணத்துக்கு ஊருக்கு வரேன் பொண்ணு பாக்க இல்ல புரியுதா" என்று கடித்தான் சூர்யா (ஆனாலும் இந்த பயலுக்கு பாம்பு காது மனதிற்குள் நினைத்தான்).

"இந்த பொண்ணுகளுக்கெல்லாம் வேற வேலையே இல்லையா? இல்ல தெரியாம தான்

கேக்குறேன் மெனக்கெட்டு காத்திட்டு இருக்க என்னையமாதிரி ஆட்களை விட்டுட்டு சாமியார் மாதிரி இருக்குற உன் மேல வந்து விழுதுங்க, ஆனா ஒண்ணுடா அந்த பிள்ளை கொஞ்சம் சுமாரான பிகர் தான்னு சொல்லிட்டேனா, என் மனசு குளிரும்" என்றான் மனோ.

சரியாக அந்த நேரம் பார்த்து மலர் தன்னுடைய இன்னொரு பையை எடுக்க சூர்யாவின் அருகே வந்தாள், சூர்யாவின் காலுக்கு மிக அருகில் இருந்த அந்த பையை எடுக்க குனியும் முன் மென் புன்னகை யொன்றை சூர்யாவை பார்த்து சிந்தினாள், பதிலுக்கு எதார்த்த புன்னகையுடன் அவசரமாய் நகர்ந்தான் சூர்யா "தேங்க்ஸ்" என்றபடி தன் பையுடன் திரும்பும் போது அவளின் அடர்த்தியான முடியில் இறுக்கி கட்டி இருந்த ஜடை சூர்யாவின் கையில் பட்டு அவனை ஆச்சர்ய படுத்தியது, என்ன அடர்த்தியான அழகான பின்னல் என்று அதிசயப்பட்டான்.

"டேய் நான் கேட்டுட்டே இருக்கேன், அங்க யார் கூடடா பேசிட்டு இருக்க? பொண்ணு குரல் கேட்ட மாதிரி இருக்கு, உனக்கு ராஜ யோகம்டா பொண்ணுகளா பேசுது. மொத உன் மேல விழுந்த பொண்ணு எப்படி இருந்தானு சொல்லு?" என்று அதிலேயே குறியாய் நின்றான் மனோ.

"அவ எப்படி இருந்தா உனக்கென்னடா? நீ வந்து பேசி கரெக்ட் பண்ண போறியா இல்லல்ல... கிளம்பு காத்து வரட்டும், எனக்கு டயர்ட்ஆ இருக்கு நான் சாப்பிட்டு தூங்க போறேன், காலைல பாக்கலாம்டா" என்று மனோவை பதில் பேச விடாமல் அவசரமாய் வைத்து விட்டான் சூர்யா, விட்டால் இவன் அந்த பெண்ணின் வீட்டு அட்ரஸ் வரை

கேட்பான் என்று நினைக்கும்போதே, அந்த கூச்சத்தில்
சிவந்த கன்னங்களுடன் மன்னிப்பு கோரிய இதழ்களும்
நினைவுக்கு வந்தது, லேசாக தன் பின்னந்தலையில்
தட்டியபடி உள்ளே போனான் சூர்யா.

சூர்யா அவனது சீட்டிற்கு போன போது
மலர் கையில் குழந்தையுடன் கொஞ்சி சிரித்து
கொண்டிருந்தாள், அடப்பாவி இப்போ தான் ஏறினா
முழுசா பத்து நிமிஷம் இருக்குமா, அதுக்குள்ள இவங்க
கூட பேசி பிள்ளையலாம் தூக்கி வச்சிருக்கா என்று
ஆச்சர்யமானான் சூர்யா. மலர், சூர்யா இருந்த இடத்தில்
அவர்களுடன் ஒரு வயதான தம்பதிகளும் அவர்களின்
மகன் மருமகள் மற்றும் சிறு குழந்தையும் இருந்தார்கள்.

சூர்யா கைபேசியுடன் வெளியில் போன போது
வயதான தம்பதிகளில் இருந்த அந்த பெண்மணி
மலரிடம் "அடி எதுவும் பாடலியேமா?" என்று வெகு
வாஞ்சையாக கேட்டார், மலருக்கு அவளின் பெரியம்மா
ஞாபகம் வந்தது அவளும் சிரித்து கொண்டே,
"ஒண்ணுமில்லை ஆன்ட்டி" என்றாள், கூடவே அவர்கள்
கையில் இருந்த பேரக்குழந்தையின் கன்னத்தை
லேசாக நிமிண்டி, "பாப்பாக்குட்டி பேரு என்ன?"
குழந்தையின் தாயை பார்த்து சிரித்தாள்.

குழந்தையின் பாட்டி, "குட்டி பேரு தர்ஷினிம்மா.."
என்றார் பெருமையாய். "வெரி ஸ்வீட் நேம், பாப்பா
ரொம்ப கியூட்" என்றாள் மலர், பெருமை பொங்க
சிரித்துக்கொண்டாள் தர்ஷினியின் தாய்.

இவர்கள் இப்படி பேசி கொண்டிருக்கும் போதே
குழந்தையின் தாத்தா மலரிடம் சற்றே தயங்கியபடி,
"எம்மா ஒரு சின்ன உதவி, நாங்க மதுரை வரைக்கும்
போறோம் எங்களுக்கு ரெண்டு லோயர் பெர்த்

தேவை படுது, நீங்க உங்களோடது தந்து உதவ முடியுமா? ஏன்னா என்னோட மனைவியாலயும் மேல ஏற முடியாது, என்னோட மருமகளாலயும் குழந்தை இருக்கதால மேல ஏற முடியாது அதுனால கொஞ்சம் மாத்திக்க முடியுமாமா?" என்றார்.

"ஒரு பிரச்சனையும் இல்ல அங்கிள் நான் மேல படுத்துக்குவேன் நீங்க லோயர் எடுத்துக்கோங்க", வெகு இயல்பாய் அவள் பதில் அளித்த விதத்திலேயே அவர்களுக்குள் ஒரு சொந்தம் உருவானது. "ரொம்ப நன்றிம்மா" என்று அந்த இரு தம்பதிகளும் அவளிடம் நன்றியுரைத்தனர். "இதெல்லாம் ஒரு விஷயமே இல்லக்கா" என்று குழந்தையின் தாயிடம் சகஜமாய் தன் உரையாடலை தொடர்ந்தாள் மலர்.

"நீ எங்கம்மா போற?" என்று கேட்டாள் பாப்பாவின் தாய்,

"நான் திருநெல்வேலி போறேன், ஆனா எனக்கு மதுரை ஸ்டேஷன்ல ஒரு பொருளை குடுக்க வேண்டி இருக்குக்கா, தயவு செஞ்சு நீங்க போகும் போது என்னைய எழுப்பி விட்டுருங்க" என்றாள் கூடவே அந்த வயதான பெண்மணியிடமும், "ஆன்ட்டி, உங்ககிட்டயும் சொல்லிர்றேன் நீங்களும் என்னைய எழுப்பி விட்டுருங்க ப்ளீஸ்" என்றாள். "சரிம்மா கண்டிப்பா எழுப்புறேன்" என்றார் அவரும்.

மலர் எல்லாரிடமும் பேசுவதையே தன் முட்டை கண்ணால் பார்த்துக்கொண்டிருந்த குழந்தையை பார்த்த உடன் அவளுக்கு ஆசை வந்தது "என்கிட்டே வரியா குட்டூஸ், அழாம வருவாளா ஆன்ட்டி?" என்று கேட்டபடி கையை நீட்டினாள் உடனே குழந்தை தாவி வந்தது, மலருக்கு மிகவும் சந்தோஷமாய் இருந்தது.

பூ போல இருந்த குழந்தையை அதற்கு வலித்து விட கூடாதே என்று மிக மென்மையாக கையில் வைத்து கொஞ்சிக்கொண்டிருந்தாள், அப்போது தான் சூர்யா திரும்பி வந்தான்.

உண்மையில் கடுமையான பணிச்சுமையால் சூர்யாவுக்கு களைப்பாக இருந்தது சீக்கிரம் சாப்பிட்டு விட்டு படுக்கத் தான் தோன்றியது, எனினும் யாருமே சாப்பிட தொடங்காத போது தான் மட்டும் எப்படி சாப்பிடுவது என்று யோசித்துக் கொண்டிருந்தான். அந்த தயக்கத்தை மலரே உடைத்தாள்.

"பாப்பா சாப்பிட்டுட்டாளா அக்கா?" என்று பாப்பாவின் தாயிடம் கேட்டாள், "இப்போ தான் செரிலாக் குடுத்தேன்" என்றவரிடம், "ஓ! பாப்பாக்கு தொப்பை நிறைஞ்சி போச்சு, அதான் அழகா சிரிக்கிறாங்க. ஆனா எனக்கு பசிக்குதே நான் சாப்பிடவா குட்டி?" என்று பாப்பாவிடம் பேசுவதை போலவே தனக்குள் சொல்லி கொண்டாள். அவளுக்கு நல்ல பசியாய் இருந்தது பழக்கமில்லாத வழக்கமாய் கனமான பைகளை வேறு தூக்கி வந்தது எதையாவது தின்றால் பரவாயில்லை என்று இருந்தது.

"நீங்க எல்லாம் சாப்டீங்களா ஆன்ட்டி?" என்றாள், யாரும் சாப்பிடவில்லை என்றதும் "சாப்பிடலாமா?" என்று கேட்டுவிட்டு பாப்பாவை பார்த்து, "நாங்க சாப்பிட்டு முடிக்கிறவரை நீங்க சமத்தா இருப்பீங்களாம், அப்புறம் உங்களை திரும்பவும் நான் தூக்குவேனாம்" என்று வெகு நாட்கள் பழகியது போல சர்வசகஜமாய் பேசியது சூர்யாவை வியப்பில் ஆழ்த்தியது.

ஒரு வேளை இவங்க எல்லாம் சொந்தகாரங்க போல அதான் இந்த பொண்ணு இவங்க கூட இப்படி

உறவாடுது என்று சந்தேகம் வந்தது சூர்யாவிற்கு, என்னவோ ஒண்ணு இவங்க எல்லாரும் சாப்பிட ஆரம்பிச்சா தான் தானும் சாப்பிட முடியும் என்பதால் காத்திருந்தான். அவன் சில்லி பரோட்டா வாங்கி இருந்தான் அது அவனை சாப்பிடு சாப்பிடு என்று அழைத்து கொண்டிருந்தது.

குழந்தையை அதனுடைய தாயிடம் கொடுத்து விட்டு தான் கொண்டு வந்திருந்த ஃபைரைடு ரைஸை எடுத்து வைத்தாள் மலர். குழந்தையின் பாட்டியும் அவர்கள் கொண்டு வந்திருந்த பதார்த்தங்களை தன் வீட்டினருக்கு பரிமாற தொடங்கினார். மலரை பார்த்து "நீயும் கொஞ்சம் இந்த பிரிஞ்சி சாதம் சாப்பிடேன்மா" என்று கேட்டார், அதற்கு மலர் கொஞ்சமும் பிகு செய்யாமல் கொஞ்சம் வாங்கி கொண்டு தான் கொண்டு வந்திருந்த ரைஸை அவர்களுக்கும் கொஞ்சம் தந்தாள்.

அந்த பெண்மணி சூர்யாவை பார்த்து, "நீங்க சாப்பிடலையா தம்பி? நீங்களும் கொஞ்சம் எடுத்து கோங்களேன்" என்று கேட்டார், "இல்ல அண்ட்டி, நானும் கொண்டு வந்திருக்கேன், சாப்பிட தான் போறேன்" என்று அவனும் இந்த வார்த்தைக்காய் காத்திருந்தது போல தன்னுடைய இரவு உணவை எடுத்து உண்ணத் தொடங்கினான்.

ஆனால் அவனுக்கு மலர் மாதிரி சகஜமாய் பேச வரவில்லை, பேசவே வராத போது எங்கிருந்து பகிர்ந்து உண்ணுவது. எனினும் அவனின் தயக்கத்தை உடைக்குமாறு தர்ஷினியின் பாட்டி அவனது அருகில் வந்து அவனது தட்டிலும் சிறிது பிரிஞ்சி சாதம் வைத்தார். தயக்க புன்னகையோடு அதை உண்டு விட்டு சுவையாக இருப்பதாய் சொன்னான்.

கொஞ்சம் சாதம் உள்ளே போனதும் மலர் மறுபடியும் அரட்டையை தொடர்ந்தாள், "வாவ்! ஆன்ட்டி, செம டேஸ்ட்டா இருக்கே, யாரு சமைச்சது நீங்களா? அக்காவா? நல்ல கைமணம், எங்க அம்மா கையால சாப்பிட்டு ஒரு வாரம் ஆகுது, உங்க சாதம் எங்க அம்மாவை தேட வைக்குது" என்றாள் மூச்சு விடாமல்.

"நான் தான்மா சமைச்சேன், உங்க அம்மா நல்லா சமைப்பாங்களா, அவங்களோட ஸ்பெஷல் என்ன?" என்றார் தர்ஷூவின் பாட்டி.

"நல்லா சமைப்பாங்களாவா, சும்மா பிச்சு உதறு வாங்க ஒவ்வொரு நேரமும் அதுக்கு ஏத்தாப்புல சமைப்பாங்க. நைட் ட்ரெயின்ல வரோம்ன்னா லைட்டா பஞ்சு மாதிரி இட்லியை விட்டு, அதுமேல நல்லெண்ணெய் தடவி அப்படியே பூண்டு எல்லாம் போட்டு கமகமன்னு ரெடி பண்ணி வச்சிருக்க பொடியை தடவி திரும்ப கொஞ்சம் எண்ணெய் விட்டு அப்படியே வச்சு மூடிருவாங்க அது நல்ல ஊறி எடுத்து சாப்பிடும் போது வாயில கரையும் பாருங்க...அட.. அட.. அட.. அம்புட்டு நல்லா இருக்கும் ஆன்ட்டி.

இட்டிலிக்கு இம்புட்டு பில்டப்பா ஆனாலும் நல்லா இருக்குமோ என்று ஒரு நிமிடம் நினைத்து விட்டு, நோ சூர்யா உன் கொள்கையை விட்டு குடுக்க கூடாது புலி பசித்தாலும் இட்லியை திங்க கூடாது என்று சொல்லிக்கொண்டான் சூர்யா. ஆனால் மலர் வாயை மூடினால் தானே எதையாவது பேசி கொண்டே இருந்தாள், தன்னால் தன் காதில் வந்து விழுந்த வார்த்தைகளுக்கு சிரிப்பு கூட வந்து தொலைத்தது சூர்யாவிற்கு கஷ்டபட்டு சிரிப்பை அடக்கினான். இந்த

பொண்ணு பேசுறத கேக்காம இருக்குறது பெட்டர் என்று நினைத்து தன்னுடைய மேல் பெர்த்தில் ஏறி படுத்தான்.

கதையடித்தபடியே சாப்பிட்டு முடிந்ததும் அனைவரும் படுக்க தயார் ஆனார்கள் மலருக்கு தூக்கமே வரவில்லை, எனினும் அவள் மேலே ஏறி போனால் தான் அனைவரும் படுக்க முடியும் எனவே அவள் மீண்டும் ஒருமுறை மதுரையில் எழுப்பி விடுமாறு கூறிவிட்டு படுக்க போனாள்.

புரண்டு புரண்டு படுத்தும் தூக்கம் வரவில்லை மலருக்கு, புத்தகம் வாசிக்கலாம் என்றால் வெளிச்சம் இல்லை. மொபைல் போனை கொஞ்ச நேரம் நோண்டி விட்டு சார்ஜ் தீர்ந்து போனால் என்ன செய்வது என்று அதையும் அணைத்துவிட்டு தூங்க முயன்றாள்.

சூர்யாவுக்கு படுத்தது தான் தெரியும் மலருக்கு எதிர்த்த பெர்த்தில் படுத்தவன் அடுத்த நொடி ஆழ்ந்த உறக்கத்துக்கு போயிருந்தான், ஆனாலும் இந்த ஆளுக்கு எப்படி தான் படுத்த உடனே தூக்கம் வருதோ என்று அங்கலாய்த்தாள் மலர்.

நடு ராத்திரி எப்போதோ தூங்க ஆரம்பித்த மலரை மதுரை ஸ்டேஷனில் பரபரப்பாய் எழுப்பி கொண்டிருந்தான் சூர்யா. காலையிலேயே இது என்னடா தலை வேதனை என்று சூர்யாவிற்கு கடுப்பாய் இருந்தது, லேடி கும்பகர்ணியா இருப்பா போல எவ்வளவு நேரம் எழுப்புறேன் எந்திரிக்குதா பாரு, தன்னுடைய கைபேசியை வைத்து மலரின் கைகளில் மெலிதாக தட்டி.. "ஏங்க.. சீக்கிரம் எழுந்திருங்க மதுரையில் இருந்து ட்ரெயின் கிளம்ப போகுது" என்ற சூர்யாவின் உரத்த குரலில் சட்டென்று விழித்த மலர் "ஐயய்யோ"

என்றபடி எழுந்தமர்ந்தாள்.

சூர்யா எதற்காக மலரை எழுப்பினான் அவங்க கூட ட்ரெயின்ல போனா தானே நமக்கும் தெரியும்...

6

மதுரை ரயில் நிலையத்திற்கு அனந்தபுரி எக்ஸ்பிரஸ் வந்து சேர்ந்த போது மணி நாலு ஐம்பது சூர்யா கீழே கேட்ட அரவத்தில் கண்விழித்து பார்த்தால் குட்டி பாப்பா தர்ஷினியின் குடும்பம் கிளம்ப தயாராய் எல்லா சாமான்களையும் எடுத்து வைத்திருந்தனர். தர்ஷினியின் தாய், "அத்தை அந்த பொண்ண எழுப்புங்க மதுரைல எழுப்பி விட சொல்லி பல தடவை நம்ம கிட்ட சொல்லி இருந்தாளே.." என்று ஞாபக படுத்தினாள்.

"ஆமாம்டியம்மா, நல்ல பொண்ணு பாவம் அத எழுப்பி விட்டுட்டு போலாம்" என்று முயன்று எக்கி, "எம்மா எந்திரி மதுரை ஸ்டேஷன் வந்துருச்சு" என்று பலவாறு எழுப்பி பார்த்தார், மலரின் கைபேசி வேறு விடாமல் அலறிக்கொண்டே இருந்தது, அவள் அதை தன்னிச்சையாய் அனைத்து விட்டு தன் உறக்கத்தை தொடர்ந்தாள். இந்த களேபரத்தில் முற்றிலும் தன் தூக்கத்தை தொலைத்திருந்த சூர்யா இறங்கி கீழே வந்தான்.

சூர்யா கழிவறைக்கு போய்விட்டு வருவதற்குள் மாமியார், மாமனார் மற்றும் மருமகள் என்று அனைவரும்

மலரை எழுப்பி பார்த்து களைத்து விட்டனர். அவள் வேறு அப்பர் பெர்த்தில் படுத்திருந்ததால் அவர்களால் அவளை எளிதில் எழுப்ப முடியவில்லை. பெண்கள் இருவரும் சற்றே உயரம் குறைவாய் இருந்ததால் அவர்களால் குரல் மட்டுமே கொடுக்க முடிந்தது, ஆண்களால் அவ்வளவு உரிமையாய் எழுப்ப முடிய வில்லை இது எதை பற்றியுமே கவலைப்படாமல் ஆழ்ந்த நித்திரையில் இருந்தாள் மலர்.

சூர்யா திரும்பி வந்த போது ட்ரெயின் நின்றிருந்தது. தர்ஷினியின் குடும்பம் இறங்க தயாரானார்கள், போகும் போது தர்ஷினியின் பாட்டி சூர்யாவிடம் வந்து, "தம்பி உனக்கு எதிர் பெர்த்துல படுத்திருக்க பொண்ண கொஞ்சம் எழுப்பி விட்ரு, நாங்க எவ்வளவு எழுப்பி பார்த்தும் எழுந்துக்கல எனக்கு எட்டவேற மாட்டேங்குது, நேத்து தயவு செஞ்சி எழுப்பிருங்கன்னு பல தடவ சொல்லிட்டு படுத்துச்சு எங்களுக்கு இறங்கியாகணும். ப்ளீஸ்ப்பா கொஞ்சம் எழுப்பிரு" என்றபடி இறங்கி விட்டார்.

இது என்னடா வம்பா போச்சு ஸ்டேஷன் வந்தா எழும்பி போறத விட்டுட்டு இப்படியா தூங்குவா இந்த பொண்ணு, நாம எழுந்திரிச்சு வந்துருக்கவே கூடாது போல அதான் மாட்டிகிட்டோம், இப்போ எழுப்பவா? வேணாமா? பாவம் இறங்கவேண்டிய இடம் தாண்டி வந்துட்டோம்னு தெரிஞ்சா பதட்டம் ஆகிரும் பேசாம எழுப்பி பாப்போம் என்று மனதிற்குள் போராடி ஒரு முடிவெடுத்து கடைசியில் மலரின் பெர்த் அருகில் சென்று அவளை, "ஏங்க கொஞ்சம் எந்திரிங்க" என்று மெதுவாய் அழைத்தான்.

கொஞ்சம் கூட அசைவே இல்லாமல் தன்னுடைய முகம் தவிர உடம்பு முழுவதையும் மூடி படுத்திருந்த

மலரை என்ன செய்தால் தேவலாம் என்று கடுப்பானது சூர்யாவிற்கு. "ஏங்க.. சீக்கிரம் எழுந்திருங்க மதுரையில் இருந்து ட்ரெயின் கிளம்ப போகுது" என்ற சூர்யாவின் உரத்த குரலில் கண்விழித்த மலர் ஒரு நிமிடம் அருகில் தெரிந்த அவன் முகத்தை பார்த்து முழித்து விட்டு, பின்பு அவன் கூறியவற்றை யோசித்து மதுரை ஸ்டேஷனில் இருந்து வண்டி கிளம்ப போகுதா என்று அதிர்ச்சியாகி, "ஐயையோ" என்று தன் கண்களை இன்னும் அகலமாக்கினாள்.

அவளுடைய செய்கைகளை பார்த்து சூர்யாவிற்கு சிரிப்பு கூட வரப்பார்த்தது ஆனால் சிரிக்காமல் சொன்னான், "இன்னும் அஞ்சு நிமிஷத்துல ட்ரெயின் கிளம்பிரும் ஆனா நீங்க இறங்கிறலாம் கவலை படாதீங்க" என்றான்.

முழுவதுமாக துயில் கலைந்து எழுந்தமர்ந்த மலர், "சார் எனக்கு இறங்க மட்டும் வேணாம் திரும்ப ஏற வேற செய்யனும்" என்றாள் சூர்யாவுக்கு ஒன்றுமே புரியவில்லை, தூக்க கலக்கத்தில் இந்த பொண்ணு உளறுது போல என நினைத்தான்.

சூர்யா யோசித்து முடிப்பதற்குள் மலர் தன் பெர்த்திலிருந்து எழுந்து கீழே வந்து மின்னல் விரைவில் தன் உடையை சீர்படுத்திக்கொண்டு, தான் கொடுக்க வேண்டிய பார்ஸலை எடுத்துவைத்துவிட்டு சூர்யாவிடம், "சார் இதை புக் ஸ்டாலில் குடுத்திட்டு வர்றதுக்கு நேரம் இருக்குமா?" என்றாள் பரபரப்பாய்.

சூர்யா மிக கூர்மையாய், "நீங்க எங்க இறங் கணும்?" என்றான்

நேரம் காலம் தெரியாம இவன் வேற என்று

மனதிற்குள் நினைத்து கொண்டு "நான் திருநெல் வேலில தான் சார் இறங்கணும், ஆனா இங்க ஒரு பார்ஸலை தர சொன்னாங்க, அதான் புக் ஸ்டால் எங்க இருக்குன்னு பாத்திருக்கீங்களா.." என்றாள் பொறுமை இல்லாமல், அவளுக்கு பார்சலை கொடுக்க முடியாமல் போய் விடுமோ என்று தவிப்பாய் இருந்தது.

"தெரியாது" என்று அசால்டாய் சொன்னான் சூர்யா, ஒரு நிமிடம் யோசித்த மலர் இது வேலைக்கு ஆகாது என்று வாசல் வழி இறங்க போனாள். "ஒரு நிமிஷம் இன்னும் 4 நிமிஷத்துல ட்ரெயின் கிளம்பிரும் உங்களுக்கு பரவாயில்லையா?" என்று மலரை பார்த்து சூர்யா கேட்ட கேள்வியில் தடுமாறி நின்று விட்டாள் மலர்.

"இப்போ என்ன சார் பண்ண?" என்று பாவம் போல முகத்தை வைத்துக் கொண்டு கேட்டாள், உடனே சூர்யா "நான் ஒரு ஐடியா சொல்லுறேன், இது S7 எனக்கு தெரிஞ்சு நமக்கு பின்னால புக் ஸ்டாலை பார்த்த மாதிரி தெரியலை அதுனால ட்ரெயினுக்கு உள்ளேயே பாத்திட்டே நடந்து போங்க, எங்கேயாவது ஸ்டால் இருந்தா இறங்கி குடுத்திருங்க திரும்ப அந்த இடத்துலயே ஏறிட்டாலும் அப்படியே இங்க திரும்பி வந்திறலாம். இது ஓகே வா?" என்றான்.

"சூப்பர்! சூப்பர்!" என்று மலரின் முகம் ஒரு நிமிடம் ஒளிர்ந்தது, "சார் ப்ளீஸ் நீங்களும் என் கூட வரீங்களா, திடீர்னு ட்ரெயின் கிளம்பிருச்சுன்னா நீங்க எனக்காக செயினை பிடிச்சு இழுத்து நிறுத்திருங்க, நான் கூட பைன் பே பண்ணிக்கிறேன்" என்றாள்.

சூர்யாவிற்கு நிஜமாகவே கோபம் வந்தது, "என்னங்க இது, எழுப்பி விட்டதே தப்புனு ஆக்கி

விட்ருவீங்க போல, நான் என்ன எப்போ பாரு ட்ரெயினை நிறுத்தி ட்ரைனிங் எடுத்து வச்சிருக் கேன்னு நினைச்சீங்களா? சும்மா இழுத்த உடனே நின்னுருமாக்கும், பிடிச்சு தொங்கணும்.. அப்பவும் நிக்காம போச்சுன்னா என்ன பண்ணுவீங்க? என்னைய கூப்டு வேஸ்ட் பண்ணிட்டு இருக்க டயதுக்கு நீங்க முன்ன போய் புக் ஸ்டாலை தேடி இருக்கலாம்" என்றான் சூடாய்.

மலரின் முகம் வாடிவிட்டது, சூர்யா சொல்வதும் சரிதானே என்றபடி மலர் "சாரி அண்ட் தாங்ஸ் சார்" என்றபடி பார்ஸலை தூக்கி கொண்டு விடுவிடுவென்று நடக்க தொடங்கினாள்.

மலர் சாரி சொல்லிவிட்டு கிளம்பி போவதை பார்த்தவுடன் ரொம்ப பேசிட்டோமோ பேசாம கூட போயிருக்கலாமோ என்று தோன்றியது சூர்யாவிற்கு.

வாடிவிட்ட மலரின் முகம் ஏனோ சூர்யாவை யோசிக்கவைத்தது, சரி போவோம் ஏதாச்சும் ஹெல்ப் தேவைப்பட்டா செய்யலாம் என்று மலர் போய் கொஞ்ச நேரத்தில் அவனும் போனான்.

அவனின் வேகமான நடைக்கு அகலமான எட்டுக்களுக்கும் வெகு விரைவிலேயே மலரை நெருங்கி இருந்தான், அவனும் வெளியில் புக் ஸ்டால் இருக்கிறதா என்று பார்த்தபடியே தான் வந்தான். மலரின் பின்னால் போனாலும் அவளை நெருங்கி நடக்கவில்லை.

ஒரு கோச்சிலிருந்து அடுத்த கோச்சிருக்கு செல்லும் போது மலரும் அவனை பார்த்து விட்டு "தாங்யூ சார்" என்றாள் விரிந்த புன்னகையுடன், "இட்ஸ் ஓகே" என்றபடி முன்னே பார்த்து நடக்கும்படி

மலரை அறிவுறுத்தினான்.

நாலஞ்சு கோச்சுகள் கடந்த உடன் புக் ஸ்டால் வந்தது, மலர் அதை பார்த்துவிட்டு இறங்கும் போது "போய் சட்டுனு குடுத்திட்டு வந்துருங்க, உங்க பேர் என்ன? அவசரத்துக்கு கூப்பிட தான்" என்று சேர்த்து சொன்னான் சூர்யா அவளும் போற போக்கிலேயே "கவின்மலர்" என்று விட்டு இறங்கி ஓடினாள்.

இன்னும் ஒரு நிமிடத்தில் ட்ரெயின் கிளம்பி விடும் என்று பரபரப்பாய் இருந்தான் சூர்யா இந்த பொண்ணு சீக்கிரம் எழுந்திருச்சு ஒழுங்கா வேலையை செஞ்சிருக்கலாம், தேமேன்னு இருந்த நம்மளையும் டென்ஷன் ஆக்கி விடுது என்று மனதிற்குள் சொல்லிக்கொண்டான்.

சிக்னல் பச்சைக்கு மாறியது, மலர் புக் ஸ்டாலில் பார்ஸலை கொடுத்துவிட்டு "அண்ணே! எங்கப்பா குடுத்திட்டு வர சொன்னாங்க, உங்ககிட்ட போன்ல பேசிக்குவாங்களாம்" என்றுவிட்டு திரும்பும் போது, "எம்மா! உங்க அப்பா பேரு என்ன? அத சொல்லிட்டு போ" என்றார், "ராகவன் அண்ணா" என்றாள். இதற்குள் சிக்னல் மாறியதால் சூர்யா, "கவின் சீக்கிரம்... ட்ரெயின் கிளம்ப போகுது" என்று கத்தினான்.

மலர் ஓடி வருவதற்குள் ட்ரெயின் லேசாக நகர தொடங்கி இருந்தது அவள் பதறி போனாள், ஓடும் ட்ரெயினில் எப்படி ஏறுவது என்று அவள் திகைத்து நின்ற ஒரு நொடிக்குள் அவள் கையை பிடித்து அவளை உள்ளே இழுத்திருந்தான் சூர்யா, அவன் இழுத்த வேகத்தில் ட்ரைனுக்குள் வந்து அவன் மேலேயே வந்து விழுந்திருந்த மலருக்கு ஒன்றுமே புரியவில்லை.

ஹையோ ட்ரெயின் நகழ போகுது இந்த
பொண்ணு வந்திருமா என்று கவலையாய் இருந்த
சூர்யா அவள் அருகில் வந்தும் ஏறாமல் முளிப்பதை
பார்த்து அவளை கைநீட்டச் சொன்னான், அவள் கை
நீட்டியவுடன் கிட்டத்தட்ட அவளை தூக்கி ட்ரைனுள்
விட்டான். ட்ரெயின் வேகமெடுக்கையில் மலர் தடுமாறி
சூர்யாவின் மேலேயே விழுந்திருந்தாள்.

அவசரமாய் அவனிடமிருந்து தன்னை பிரித்து
கொண்டு, "ரொம்ப ரொம்ப தாங்க்ஸ் சார், உங்களால
தான் நான் எங்க அப்பா குடுக்க சொன்ன பார்ஸலை
குடுக்க முடிஞ்சது" என்றாள் புன்னகையுடன்.

மலரை பார்த்து கோவமான குரலில்,
"நீங்க கேர்லெஸ்ஸா தூங்கினதுக்கு நானும் சேர்ந்து
டென்ஷன் ஆனது எனக்கு தான் தெரியும், இதெல்லாம்
எனக்கு தேவையா சொல்லுங்க?" என்றான் சூர்யா
காட்டமாய்.

அவன் திட்டியதற்காய் கொஞ்சம் கூட
கவலையே படமால், "ஆமா சார், நான் செஞ்சது
பெரிய தப்பு தான், நீங்க மட்டும் இன்னைக்கு
ஹெல்ப் பண்ணலைனா நான் மதுரைல பார்ஸலை
தந்திருக்கவே மாட்டேன், அதுனால எம்புட்டுநாலும்
திட்டிக்கோங்க யுவர் டைம் ஸ்டார்ட்ஸ் நௌ" என்றாள்
விரிந்த புன்னகையுடன் மலர்.

"இல்ல என்னைய பாத்தா உங்களுக்கு எப்படி
இருக்கு? ஊர்ல போற வர பொண்ணுகளை எல்லாம்
திட்ட தான் நான் பிறவி எடுத்திருக்கேனா" என்று
இன்னும் கோவமாகவே பேசினான் சூர்யா.

"நான் அப்படி சொல்லவே இல்லையே, நீங்க

இன்னைக்கு எனக்கு உதவி செய்யுறதுக்காகவே இந்த ட்ரெயின்ல ஏறி வந்திருக்கீங்க தட்ஸ் ஆல்" என்றாள்.

"சும்மா வாய் பேசினா மட்டும் போதாது காரியத்துலயும் கெட்டியா இருக்கனும் நீங்க உங்க அப்பா சொன்ன வேலையை செஞ்ச லட்சணத்தை தான் பாத்தேனே" என்றான் சூர்யா இகழ்ச்சியாய்.

"ஹலோ! ஹலோ! எதோ உதவி செஞ்சிருக்கீங்களேன்னு திட்டிக்கோங்கன்னா இதான் சாக்குன்னு திட்டிட்டே இருக்கீங்க, ஒரு லெவலோட நிறுத்திக்கணும்ங்க என்னவோ நான் உங்க வீட்டு பொண்ணு மாதிரி திட்டிட்டே இருக்கீங்க எங்கப்பாக்கு மட்டும் தெரிஞ்சா என்ன ஆகும் தெரியுமா?" என்றாள்.

"போய் சொல்லுங்க, அப்பா அப்பா நீங்க சொன்ன மாதிரி வேலையை செஞ்சிட்டு ட்ரெயின் குள்ள விழுந்து சாக பாத்தேன்னு, ரொம்ப புகழுவாரு, எங்க வீட்டு பொண்ணா மட்டும் இருந்திருக்கணும் வச்சு அடி சாத்திருப்பேன்" என்றான் சூர்யா.

என்னடா இது சூப்பர் லவ் சீன் வர போகுதுனு பார்த்தா இதுக இப்படி அடிச்சுக்குதுக... இப்போ தானே மதுரை வந்திருக்கு.. இன்னும் திருநெல்வேலி வரை போகனுமே பாக்கலாம்.

7

மலருக்கு அப்படி ஒரு கோபம் வந்தது, "எதோ உதவி செஞ்சிருக்காரே, நம்ம தப்பு

பண்ணிருக்கோமேன்னு விட்டா மண்டைக்கு மேல ஏறி நிப்பீங்க போல! ஆமா நான் எங்க ட்ரெயின்குள்ள விழ பாத்தேன் சொல்லுங்க? ட்ரெயின் நகருதுன்ன உடனே நான் நின்னுட்டேன் நீங்க தான் கைய நீட்டி ஏறலாம் அப்படிங்கிற ஐடியாவே குடுத்தீங்க இப்போ மாறி பேசுறீங்க, இதெல்லாம் நியாயமே இல்ல சொல்லிட்டேன்" என்றாள்.

"அப்போ நீங்க மதுரை ஸ்டேஷன்லேயே நின்னு ருப்பீங்க, உங்க லக்கேஜ் எல்லாம் திருவனந்தபுரம் போயிருக்கும், அது ஓகே வா? ஐயோ பாவமேனு ஹெல்ப் பண்ணினா இப்போ இப்படி பேசுறீங்க?" என்றான் சூர்யா ஆற்றாமையான குரலில்.

"சரி சார் நீங்க ஹெல்ப் பண்ணிடீங்க, நானும் உங்க தயவால ட்ரெயின்ல ஏறிட்டேன் அதுக்கு தான் தேங்க்ஸ் சொல்லிட்டேனே..., இப்போ வேற என்ன தான் செய்ய சொல்றீங்க? உங்க கால்ல விழணுமா? என்ன தான் எதிர்பார்க்குறீங்க? காட் உங்கள சமாளிக்கிறது ரொம்ப கஷ்டமா இருக்கு ராகவனுக்கெல்லாம் கோவில் கட்டி கும்பிடலாம்" நொந்துபோன குரலில் சொன்னாள் மலர்.

"உங்ககிட்ட எதுவுமே எதிர்பார்க்கலை, கொஞ்சம் உங்க வேலைய ஒழுங்கா செஞ்சா மத்தவங்களுக்கு பிரச்சனை இல்லனு சொல்லவரேன், அது யாரு அந்த ராகவன் என்னைய மாதிரி உங்களுக்கு உதவி பண்ணி வாங்கி கட்டினவரா?" என்றான் சூர்யா.

"இல்லங்க இல்ல இந்த பூமிக்கு பாரமா நான் பொறக்க காரணமான அன்பு தெய்வம் என் அப்பா" என்று மலர் சொன்ன பாவனையில் சூர்யாவிற்கு சிரிப்பு பொத்துக்கொண்டு வந்தது,

"வாயி.. வாயி.. வாயி... என்ன பேச்சு பேசுறீங்க? உங்க அப்பா அம்மாலாம் எப்படி உங்கள வச்சு சமாளிக்கிறாங்க?" என்றான் சூர்யா.

"பாத்து ரொம்ப சிரிச்சு பல் சுளுக்கிக்க போகுது எப்போ பாரு கோவமா இருக்கிற உங்களையே உங்க வீட்ல வச்சு சமாளிக்கிறாங்களாம், நான்லாம் நல்ல பிள்ளையாக்கும் என்னைய சமாளிக்கிறதுக்கென்ன?" என்றாள் மலர்.

"நான் ஒன்னும் காரணம் இல்லாம கோவிக்கலை அத ஒத்துக்குறீங்களா இல்லையா?" என்றான் கெத்தாய் சூர்யா.

"சப்போஸ் நான் ஒத்துக்கவே இல்லன்னா நீங்க விட்டுட்டு தான் மறுவேலை பாப்பீங்க! அட போங்க சார்" என்று கடுப்பாய் சொன்னாள் மலர்.

"டோன்ட் கால் மீ சார், கால் மீ சூர்யா" என்றான் அதே வேகத்தோடு.

இவர்கள் வழக்காடி கொண்டே S7 கோச்சுக்கு வந்து சேர்ந்திருந்தனர், மலருக்கு காலையிலேயே அவசரமாய் எழுந்து ஓடியது, திரும்ப சூர்யாவுடன் சண்டையிட்டது என்று எல்லாம் சேர்ந்து அவளை களைப்படைய வைத்திருந்தது ஒரு காப்பி குடித்தால் நன்றாக இருக்குமே என்று அவள் மனம் காப்பியை நாடியது. அப்போது பார்த்து அங்கே காப்பி.. டீ.. என்று விற்று கொண்டு ஒருவர் போனார் அவர் இவர்களை தாண்டி போகும் முன் அவரை கூப்பிட வேண்டுமே என்ற கவலையில் அவசரமாய் மலர், "ஓகே சூர்யா காப்பி குடிக்கலாமா..?" என்றாள்.

நாம இங்க கோவமா பேசிகிட்டு இருக்கோம் கொஞ்சமாச்சும் மதிக்குதா பாரு என்று மலரை மனதினுள் வைதான் சூர்யா. வெளியில், "இந்த பிரஷ் பண்ணுற பழக்கம் எல்லாம் கிடையாதா? இல்லாட்டி ஆடு மாடு எல்லாம் பல்லா தேய்க்குதுன்னு அதுக்கும் ஏதாச்சும் வியாக்கியானம் சொல்வீங்களா?" என்றான்.

"பிரஷ் பண்ணாம குடிக்கிற காப்பிக்கு பேரு தான் பெட் காபி என்று அறிஞர்கள் சொல்லுவாங்க, பேசி பேசியே எனக்கு தொண்ட தண்ணி வத்தி போச்சு, இப்போ கிடைச்ச சான்ஸும் போச்சு அந்த ஆளு போக போறாரு அவரையும் விரட்டி புடிக்கனும்னா எனக்கு சத்தில்ல சாமி, தெரியாம இந்த ட்ரெயின்ல ஏறிட்டேன்" என்றாள் பாவம் போல.

ஓவரா வறுத்தெடுத்துட்டோம் போல என்று சூர்யாவிற்கே பாவமாய் போனது, "அண்ணா...!" என்று கத்தி கூப்பிட்டு காப்பி காரரை நிறுத்தி இரண்டு காப்பிகள் வாங்கினான்.

காப்பிக்கான காசை திரும்ப குடுக்க நினைத்து தேடினால், மலரிடம் ஐம்பது ரூபாய் தாள் தான் இருந்தது அதை சூர்யாவிடம் நீட்டினால் முறைத்தான். "என்கிட்ட சேஞ்சு இல்லை அப்பறமா பத்து ருபாய் இருந்தா தாங்க, இல்லாட்டி நானே வாங்கி குடுத்ததா இருக்கட்டும்" என்றான் மலருக்கு வேறு வழி இல்லை, "ரொம்ப தேங்க்ஸ்" என்றபடி காப்பியை வாங்கி சுவையே இல்லாத அந்த பானத்தை மிகவும் ரசித்து குடித்தாள் மலர்.

இது என்ன அம்புட்டு டேஸ்ட்டாவா இருக்கு இவ ருசிச்சு குடிக்கிறா என்று தானும் குடித்து பார்த்தால் வெகு சுமாராகவே இருந்தது.

“உண்மையாவே இது அவ்வளவு ருசியாவா இருக்கு கவின்?” என்று நிஜமாகவே தெரிந்து கொள்ளும் ஆர்வத்தில் கேட்டான் சூர்யா. அவனுக்கு ஆச்சர்யமாய் இருந்தது தானா இவ்வளவு பேசுகிறோம் என்று, பொதுவாய் அவன் அளந்தே பேசுவான் இன்று அவனையும் அறியாமல் அவன் வெளிப்பட்டிருந்தான்.

“ஹையோ! இதா நல்லா இருக்கு... நீங்க வேற தொண்டைக்கு கொஞ்சம் இதமா இருக்கே.. அதான் அத ரசிக்கிறேன், எங்க அம்மா போடுற காப்பிகெல்லாம் கிட்ட கூட இது வர முடியாது” என்றாள் மலர்.

“ஆனா கவின் உங்களுக்கு சப்ஸ்டியுடே கிடையாது” என்றான் சூர்யா,

“ரொம்ப புகழாதீங்க சூர்யா, வெக்கமா இருக்கு” என்றாள் மலர் காப்பியிலேயே கவனமாக.

“யாருப்பா இங்க வெக்க பட்டது” என்று சூர்யா தேடி பார்ப்பதை போல செய்கை செய்ததில் மலர் காலையில் எழுந்ததில் இருந்து இருந்த அனைத்து டென்ஷன்களையும் மறந்து மனம் விட்டு சிரித்தாள். அதிகாலையில் எழுந்ததிலிருந்து முகம் கூட கழுவாமல் துளி ஒப்பனை இல்லாத அந்த முகம், புலர்ந்தும் புலராத அந்த அதிகாலை வெளிச்சத்தில் பொன் போல ஜொலித்தது, மலரின் புன்னகை சூர்யாவிற்குள் ஒரு இதத்தை பரப்பியது.

“ஆமா எப்பவுமே இப்பிடி தான் தூங்கிருவீங்களா? ஸ்கூல், காலேஜ் எல்லாம் எப்படி எழுந்து போவீங்க” என்றான்

“அதுவா எனக்கு பொதுவா நைட்ல தூக்கமே வராது, ஆனா அதிகாலைல அருமையா தூக்கம் வரும்.

இதுல பாத்துக்கிட்டிங்கன்னா ஸ்கூல் படிக்கும் போது எங்க அம்மா என்னைய எழுப்புரத்துக்குள்ள படாத பாடு படுவாங்க, இப்போ காலேஜ்ல பிரண்ட்ஸ் நட்புக்காக இந்த சின்ன விஷயத்தை கூட செய்ய மாட்டாங்களா என்ன?" என்றாள் பெருமையாக மலர்.

"ஐயோ பாவம்!" என்றான் சூர்யா மொட்டையாக,

"நீங்க யாரை சொல்றீங்க? என்னைத்தானே?" என்றாள் மலர் ஆர்வமாய்.

"நான் ஏங்க உங்களை சொல்ல போறேன் உங்களுக்கு பிரண்டா வந்து மாட்டிகிட்டு முளிச்சிட்டு இருக்காங்களே அந்த அப்பாவிகளை சொன்னேன், ஒரு நாள் உங்களை எழுப்பிவிடுறதுக்குள்ள நான் பட்ட பாடு இருக்கே டெய்லி பண்ணுறாங்கன்னா அவங்களுக்கு ஒரு விழா எடுக்கணுமா இல்லையா?" என்றான்.

"நீங்க என்னைய ரொம்ப டேமேஜ் பண்றீங்க, ஆனாலும் என்னைய ட்ரெயின்ல ஏத்தி விட்ட நன்றி கடனுக்காக இதை நான் பொறுத்துக்குறேன்" என்று சிணுங்கியபடியே சொன்னாள் மலர்.

அப்போது மலரின் கைபேசி அலறியது அவசர மாய் அதை எடுத்து காதில் வைத்த மலர் போனில் இருந்த பிரியாவிடம், "ஹே! சாரிடி, சாரிடி, நீ எவ்வளவு தடவை கால் பன்னிருந்தேன்னே இப்போ தான் பாத்தேன், ஆனா வெற்றிகரமா பார்ஸலை கொடுத்துட்டேன்" என்று மகிழ்ச்சியுடன் அறிவித்தாள்.

அந்த புறம் பிரியாவிடம் சில பல வசவுகளை வாங்கி கட்டிக் கொண்டு "நிஜமாவே குடுத்துட் டேண்டி எனக்கு ஒருத்தர் ஹெல்ப் பண்ணினாரு

குடுத்திட்டு வரப்ப ட்ரெயின விட பாத்தேன், நல்ல காலமா மொத ஹெல்ப் பண்ணினவரே அப்புறமும் ஹெல்ப் பண்ணினாரு. இப்போ தான் சீட்ல வந்து உக்காந்திருக்கேன்" என்றாள் மூச்சு விடாமல், கொஞ்சம் இடம் கொடுத்தாலும் பிரியாவிடம் இருந்து அர்ச்சனைகள் கிடைக்கும் என்பதால் அவளை பேச விடாமல் இவளே பேசினாள்.

"எப்படியோ எனக்கு எங்கப்பா கிட்ட இருந்து ஊஞ்சல் கிடைச்சிரும் குமுதா ஹாப்பி அண்ணாச்சி" என்றாள் மலர், அந்த புறம் பிரியா, "அது உன் சொந்த முயற்சியால் கிடைச்சிருக்கணும், யாரோ எழுப்பி விட்டதால் தானே நீ குடுத்திருக்க இதெல்லாம் ஆட்டைக்கு சேப்பில்லைன்னு அங்கிள்ட்ட சொல்லுவேன்" என்றாள் ப்ரியா.

"அடி ஸ்னேக துரோகி, நட்பா மட்டும் இருடி வில்லியா மாறிடாத, சரி நான் வீட்டுக்கு போயிட்டு திரும்ப கூப்பிடுறேன், இங்க சிக்னல் சரியா இல்லை" என்று ப்ரியாவை பேசவிடாமல் காலை துண்டித்து தப்பித்தாள் மலர்.

பிள்ள பூச்சிக்குலாம் கொடுக்கு முளைக்குதே.. இதுகளை சமாளிக்கிறதுக்குள்ள.. என்று வாய்க்குள்ளேயே முனகியபடி நிமிர்ந்து பார்த்த மலருக்கு நிஜமாகவே கொஞ்சம் வெட்கமாய் இருந்தது. ஏனெனில் சூர்யா அவளையே தான் பார்த்து சிரித்து கொண்டிருந்தான். அவர்கள் இருந்த பகுதியில் அனைவரும் மதுரையிலேயே இறங்கி இருந்ததால் இவளும் சூர்யாவும் தான் இருந்தார்கள். அதனால் இவள் பேசியது மிக துல்லியமாய் சூர்யாவுக்கு கேட்டது தனக்கு கேட்டுவிட்டது என்பதை அவன் சிரித்த சிரிப்பே காட்டிக்கொடுத்தது. இவனுக்கு என்னைய

பார்த்தா காமெடி பீஸ் மாதிரி இருக்கு போல என்று மலருக்கு கோவம் வர பார்த்தது.

"இப்போ எதுக்கு சிரிப்பு?" என்றாள் மலர் கடுப்பாக,

"இல்ல உங்க பிரண்டு உங்கள திட்டினாங்க போல அதான் அவசரமா வச்ச மாதிரி இருந்தது" என்றான் குரலில் நக்கலுடன் சூர்யா.

"நான் திட்டு வாங்குறதுல உங்களுக்கு அம்புட்டு மகிழ்ச்சி ஊருக்குள்ள இப்பிடி எத்தனை பேர் என்னோட புகழ் வெளில பரவுறது பொறுக்காம இப்பிடி திட்டிட்டு அலையீறீங்களோ தெரில" என்றாள் காட்டமாய்.

சூர்யாவிற்கு மலரின் ஒவ்வொரு செய்கையும் நகைப்பையே ஏற்படுத்தியது அவன் முற்றிலும் தன் இறுக்கம் தளர்ந்து ஜாலியாக அவளை வம்பிழுப்பதே தன்னுடைய தலையாய கடமை என்பது போன்ற மனநிலையில் இருந்தான்.

மலருக்கு பொசு பொசுவென்று கோவம் பொத்து கொண்டு வந்தது, சிரிப்பை பாரு பல்ல உடைச்சு கைல குடுத்தா என்ன, "ஆமா உங்களுக்கென்ன என்னைய பாத்தா காமெடி பீஸ் மாதிரி தெரியுதா?" என்றாள்.

"நீ காமெடி பீஸ் இல்லமா, நீ ஒரு அல்டிமேட் பீஸ்" என்றான்.

"இவ்வளவு நேரம் மரியாதையா பேசிட்டு இருந்தீங்க சட்டுனு நீ வா போன்னு பேசுறீங்க" என்றாள் ஆவேசமாய் மலர்.

"ஒண்ணு வயசுல பெரியவங்களா இருக்கணும் இல்லாட்டி செய்கையாச்சும் அப்படி இருக்கணும் இங்க ரெண்டுமே அப்படி இல்லையாம் பின்ன எதுக்கு மரியாதை" என்றான் சூர்யா கூலாய்.

"திமிரு! திமிரு!" என்று கோபமாய் பேசாமல் அமர்ந்திருந்தாள் மலர்.

அப்போது விருதுநகர் ரயில் நிலையத்திலிருந்து ரயில் கிளம்பி கொண்டிருந்தது சூர்யாவின் கைபேசிக்கு மனோ அழைத்தான். மனோவின் அழைப்பை பார்த்த உடன் கைபேசியுடன் கதவுக்கு அருகில் போனான் சூர்யா அவன் கைபேசியுடன் வெளியில் போன போது தான் மலருக்கு மண்டையில் உரைத்தது பேசாமல் நாமும் இப்பிடி செஞ்சிருக்கலாம் அப்படி பண்ணி இருந்தா இப்பிடி இவன் கேலி பண்ணி சிரிச்சிருக்க மாட்டான் என்று ஆதங்க பட்டாள்.

ஒரு வேளை கெமிஸ்ட்ரி ஒர்க் அவுட் ஆகுதோ என்னமோ யார்கண்டா பாக்கலாம்...

8

மனோவின் அழைப்பை ஏற்க கதவருகே விரைந்த சூர்யா அழைப்பை ஏற்றதும் மிக உற்சாகமாய், "குட் மார்னிங்டா மனோ" என்றான்.

அந்த குரலின் உற்சாகத்தில் ஒரு நிமிடம் மனோவுக்கு சந்தேகம் வந்துவிட்டது நாம இப்போ சூர்யாட்ட தான் பேசிட்டு இருக்கோமா என்று

சந்தேகத்துடன் காதிலிருந்து கைபேசியை எடுத்து சரியாத்தான கூப்டுருக்கோம் என்று உறுதி செய்தான்.

“நீங்க சூர்யா தான?” என்று சந்தேகம் வேறு கேட்டான், “டேய்! குட் மார்னிங் சொன்னா பதில் சொல்லணும்” என்று எகத்தாளமான சூர்யாவின் பதிலில் மனோ, “அப்பாடி! இப்போ நீ என் பிரண்டு சூர்யா தான்னு தெளிவா தெரியுது” நிம்மதி பெருமூச்சு விட்டான்.

“ஒரு நாள் தானடா ஆச்சு அதுக்குள்ள என் குரலை மறக்குற அளவுக்கு அங்கிட்டு ஆள தேத்திட்ட போல” என்றான் சூர்யா.

“அடப்பாவி! நான் கேக்க வேண்டியதெல்லாம் நீ கேக்குறியாடா முடில, ஆமா உன் குரல்ல ஒரே உற்சாகம் நிறைஞ்சு வழியுதே என்ன விஷயம்?” என்றான் மனோ.

“ஒண்ணுமில்லடா நல்லா தூங்கி எழுந்திரிச்சேனா, இன்னும் மூணு நாளு ஆபீஸ் போகவேண்டாம்ன உடனே அப்படி ஒரு ரிலாக்ஸ் ஆகிருச்சுடா அதான்” சூர்யா சொன்னதும் உண்மை தான், ஆனால் அது மட்டுமே காரணமல்ல கவினை பற்றி மனோவிடம் சொன்னால் தேவை இல்லாமல் கலாய்ப்பான் என்று எண்ணி அவளை பற்றி எதுவுமே சொல்லவில்லை சூர்யா.

“சரிடா நம்பிட்டேன், ஆனா உன் மேல விழுந் துச்சே ஒரு பொண்ணு அது எப்படி இருந்துச்சுன்னு சொல்லவே இல்லையே?” என்றான் மனோ.

“நீ ஏன்டா அந்த பொண்ணு மேலேயே கண்ணாயிருக்க? மொத அந்த பொண்ணு என்

மேல விழவே இல்ல தெரிஞ்சிக்கோ, சும்மா பாம்பு புத்துக்குள்ள எப்படிங்க கைய விட்டீங்கன்னு படையப்பால கேக்குற மாதிரி அதையே கேட்டுகிட்டு முடிலடா" என்றான் சூர்யா.

"டேய்! டேய்! நீ எல்லாம் தனியா ஒரு பொண்ணுகூட வந்தாலும் எனக்கு கவலை இல்லடா, ஒருவேளை உன் மேல விழ வந்த பொண்ணு ரொம்ப அழகா இருந்தா ஹையோ உன் கூட வராம போய்ட்டோமேன்னு கவலை பட்டிருப்பேன் ஆனா இப்போ அப்படி இல்லடா, இங்க சுஜான்னு ஒரு கேரளத்து பைங்கிளி செம அழகுடா ஊரே அவளை தான் பாத்திட்டு இருக்கோம் எவனுக்கு அதிர்ஷ்டமோ! நீ மெதுவா வாடா, நீ வந்த உடனே தான் நாம கிளம்பி ஊர் சுத்த போகணும் அது வரைக்கும் சுஜாவை சைட் அடிக்கிற வேலை தான்... என்ன அழகு எத்தனை அழகு..." என ஜொள்ளினான் மனோ.

"டேய் பாத்துடா சைட் அடிக்கிறேன்னு எங்கே யாவது அடி வாங்கிற போறே! சரி இறங்கிட்டு கால் பண்ணுறேன் பை." என்று அழைப்பை துண்டித்தான் மனோ.

சூர்யா கதவு பக்கம் பேச போன சமயம் மலருக்கு கோபம் கூடிக்கொண்டே போனது போல தெரிந்தது, அவளுக்கு தலை வேறு லேசாக வலித்தது. அதனால் அவள் முகம் எல்லாம் கழுவி தன்னை சீர்படுத்தி கொண்டு வந்தாள், தலைவலி சற்றே குறைந்தது போல இருந்தது.

மனோவிடம் பேசிவிட்டு உள்ளே வந்த சூர்யா கோவமாய் இருந்த மலரை பார்த்தான் சூப்பர் கோபமா இருக்கா இன்னும் வெறுப்பேத்தலாம் என்று

நினைத்தபடி வந்தான். வந்தவன் தன் எண்ணங்களை நினைத்து அப்படியே நின்றுவிட்டான், நேற்று தான் பார்த்த ஒரு பெண்ணிடம் அளவுக்கு அதிகமாய் பேசுகிறோமோ என்று தயக்கம் வந்தது ஆனால் அந்த தயக்கமெல்லாம் கவினை பார்த்ததும் காற்றில் பிறந்தது,

"ஹலோ ஆங்ரி பேட் செம கோவமா இருக்க போல?" என்றான் சூர்யா.

"உங்ககிட்ட பேசினேனா? நான் பாட்டுக்கு தேமேன்னு உக்காந்திருக்கேன், என்னைய வம்பிழுத் துட்டு அப்புறம் சின்ன புள்ளத்தனமா நடந்துக் குறன்னு சொல்வீங்க என்னைய பாத்து பாத்து சிரிக்கிற அளவுக்கு அப்படி என்ன செஞ்சிட்டேன் சொல்லுங்க?" என்றாள் மலர்.

"பின்ன பார்ஸலை குடுக்குறேன்னு ட்ரெயினை விடபாத்தவங்க எல்லாம் பெரியவங்க பாவமேன்னு எழுப்பிவிட்டு, கூடவே வந்து கைகுடுத்து தூக்கி விட்டவங்க சின்னவங்க அப்படியா?" என்றான் சூர்யா நக்கலாய்.

"ஆனாலும் இவ்வளவு தற்புகழ்ச்சி ஆகாது, இப்போ என்ன உங்களுக்கு என்னைய எப்படி கூப்பிடணும்னு தோணுதோ அப்படி கூப்டுவைங்க, அதுக்காக இந்த வரலாற்று சிறப்பு மிக்க சம்பவத்தை ஞாபக படுத்திட்டே இருக்காதீங்க போதுமா... எப்பா சாமி எப்படி தான் உங்களை வச்சு காலம் தள்ளு றாங்களோ உங்க வீட்ல?", சப்பா! நிம்மதியா கோவப்பட கூட விடமாட்டேங்குறாங்க இந்த உலகத்துல, இப்போவே கண்ணை கட்டுதே என்று முனகிக்கொண்டாள் மலர்.

"அங்க என்ன சத்தம்?" என்ற சூர்யாவை பார்த்து, "ஒண்ணுமே இல்ல ஆபிசர், எப்ப பாரு மிரட்டிகிட்டே இருக்கீங்களா அதுனால உங்க பேரு சூர்யாவா இல்ல ஹிட்லரான்னு ஒரு சந்தேகம்..." என்றாள் மலர்.

"சேட்டை... எம்புட்டு தைரியம் இருந்தா என்கிட்டயே என்னைய ஹிட்லர்ன்னு சொல்லுவ" என்றான் விளையாட்டு குரலில் சூர்யா.

"இதுக்கெல்லாம் ஆள் வச்சா சொல்ல முடியும்? ஒரு ப்ளோல வரது தான், நீங்க என்ன சிங்கமா புலியா நான் பயப்பட?" என்று அசால்டாய் பதில் சொன்னாள் மலர். அப்போது பார்த்து போளி.. வடை.. இட்லியை விற்றபடி ஒருவர் வந்தார்..

"வேணுமா?" என்று மலர் பார்த்து கேட்டான் சூர்யா,

"வேண்டாம் வேண்டாம்" என்று தலையாட்டி விட்டாள் மலர்.

அட பாவி வாசமா இருக்கு வாங்கி சாப்பிட லாம்னா இந்த கடன்காரன் அதுக்கும் சிரிப்பான் கைல காசு இருக்கு, போளி வடையும் இருக்கு ஆனா சாப்பிட முடியலே, இந்த சின்ன வயசுல உனக்கு இப்படி ஒரு சோதனையா மலரு.. என்று நினைத்து பெருமூச்சு விட்டாள் மலர்.

மலர் பெருமூச்சுடன் திரும்பும் போதே சூர்யா போளிக்காரரை நிறுத்தி இருந்தான், "அண்ணா! போளி, வடை போக வேற என்ன இருக்கு?" என்றான், அவர் "பொங்கல்" என்றதும் ஒரு பொங்கல், போளி, வடை வாங்கி கொண்டு, "கவின் உனக்கு என்ன வேண்டும்?" என்று வேறு கேட்டான், "அதான்

வேண்டாம்னு சொன்னேனே..” என்று மலரின் குரல் தீனமாய் ஒலித்தது, ஒரு நிமிடம் நிதானித்தாள் ஒரு வேளை வெட்டி சீனுக்கு வேணாம்னு சொல்லிட்டு அப்புறம் சூர்யா சாப்பிடுறதை பாத்து பீல் பண்றதெல்லாம் வேஸ்ட், என்ன பெரிய சிரிப்பானாக்கும் சிரிச்சிட்டு போகட்டும் நமக்கு வயிறு தான் முக்கியம், மானம் மரியாதையை எல்லாம் அப்புறம் தான் என்று முடிவெடுத்தாள். ஆடு தானா சிக்குனா பிரியாணி போடாமல் விட்டு விட்டால் அது மலரல்லவே. “ரெண்டு போளி, ரெண்டு வடை” என்றாள் தன் கையில் உள்ள காசை வேறு எடுத்து கொடுத்தாள் சூர்யா மறுத்துவிட்டான்.

“அதான் சாப்பிடணும் போல இருக்குல்ல பின்ன எதுக்கு வேணாம்ன?” என்றான் சூர்யா,

“நீங்க நான் சாப்பிடுறதை பாத்து கண்ணு வச்சிட்டா, அதான் வேணாம்னேன். அப்புறம் யோசிச்சேன் ஒரு பாரதி கண்ட புதுமை பெண் இப்படி மூட நம்பிக்கை எல்லாம் வச்சுக்க கூடாது ன்னு ஒகே சொல்லிட்டேன்” என்றாள் மலர். சை! ஒரு போளி, வடை சாப்பிடுறதுக்குள்ள பாரதியலாம் இழுக்க வேண்டி இருக்கு என்று நொந்துபோனாள் மலர்.

“அவளையே பார்த்துக்கொண்டிருந்த சூர்யா போளி வடை வேணும்னா சாப்டுக்கலாம் இதுக்காக பாரதி வரைக்கும் போணுமா என்ன?” என்றபடி வந்த சிரிப்பை அடக்கியபடி சாப்பிட ஆரம்பித்தான்.

இந்த பயபுள்ள நம்ம மைண்ட் வாய்ஸ கூட கண்டு புடிச்சிரும் போல, பீ கேர் புல் மலர் என்று மனதில் சொல்லிக்கொண்டு வடையையும் போளியையும் ஒரு கை பார்த்தாள் மலர்.

மலர் மிகவும் ரசித்து சாப்பிடுவதை பார்த்த சூர்யா "ஹே! கவின், உனக்கு சாப்பிடுறதுன்னா அவ்வளவு இஷ்டமா?" என்றான் யதார்த்தமாய்.

"யா யா, எதை சாப்பிட்டாலும் அதை ரசிச்சு சாப்பிடுவார் எங்க அப்பா, அந்த பழக்கம் எனக்கும் வந்துட்டது. ஐஸ் கிரீமை கொஞ்சம் உருக வச்சு சாப்பிட்டா தான நாக்குல கரைஞ்சு அது தொண்டை வழியா போகும் போது அப்படியே ஜிலு ஜிலுன்னு இருக்கும், இப்படி ஒவ்வொரு சாப்பாட்டுக்கும் எப்படி சாப்பிட்டா டேஸ்டா இருக்கும்ன்னு ஒரு முறை இருக்குல்ல அத தெரிஞ்சி செஞ்சு சாப்பிட்டா அந்த சுவையே தனி தான். ஒரு நேரம் சாப்பிடாம இருந்தாலும் ஹையோ சாப்பிடாம இருக்கோமேன்னு பீல் பண்ணியே பசிச்சிரும் எனக்கு," என்றாள்.

"காலேஜ்லயும் அப்போ இது சம்மந்தமா தான் படிப்பா என்ன?" சூர்யா கேட்டான்,

"அந்த கொடுமையை ஏன் கேக்குறீங்க, ஒரு ஆஅ தமிழ் படிக்கலாம் இல்லாட்டி கேட்டரிங் படிக்கலாம்னா, எங்க அப்பாவும் அம்மாவும் விழுந்து புரண்டு தடுத்துட்டாங்க, பன்னண்டாப்புல நல்ல மார்க்கு வாங்கிட்டேனாம், அதுனால கண்டிப்பா நீ இன்ஜினியரிங் தான் படிக்கணும்னு படிக்க வச்சிட்டு இருக்காங்க. இதோ நாலாவது வருஷம் வந்தாச்சு படிப்பு முடிஞ்ச உடனே ஒரு வேலை கிடைச்சா நல்ல சம்பாதிச்சு எங்கெல்லாம் என்னலாம் ஸ்பெஷலோ அதெல்லாம் தேடி போய் சாப்பிடணும் அதான் என் வாழ்வின் லட்சியம்" என்றாள் மலர்.

"வாரேவா! என்ன ஒரு உயர்ந்த லட்சியம். ஆமா, இந்த இளம் வயசு பொண்ணுங்க எல்லாம் டயட்ல

இருந்து மெலியுறாங்களே அதெல்லாம் உனக்கு கவலையே இல்லையா?" என்றான் சூர்யா

"அட போங்க பாஸ், அதெல்லாம் யாரையாச்சும் இம்ப்ரெஸ் பண்ணுறதுக்காக அப்டி இருப்பாங்களா இருக்கும், எனக்கு யாரையும் இம்ப்ரெஸ் பண்ண வேணாம், வாழ்க்கையை ரசிச்சு வாழனும் ஆரோக்யமா இருக்க கொஞ்சம் யோகா பண்ணினா போதும். நிஜம்மா.. சொல்லுங்க ரொம்ப மெலிஞ்சு போய் வத்தலும் தொத்தலுமா இருந்தா நல்லாவா இருக்கும் கொஞ்சம் கிள்ளி எடுக்க கன்னத்துல சதை இருந்தா தானே அழகு?" என்றாள் மலர்.

அதை சொன்ன மலரின் கன்னங்களையே குறு குறுவென்று பார்த்தான் சூர்யா, அவனுக்கு அந்த செழுமையான கன்னங்களை கிள்ளி பார்க்க தோன்றியது, "சட்! ஏன் இந்த வினோதமான எண்ணங்கள் எல்லாம் வருது.." என்றபடி கைகழுவ போனான்,

திரும்பி வந்து கேட்டான், "உனக்கு தெரியுமா கவின், எங்க ஆபீஸ்ல உன்னைய மாதிரி புட் லவ்வர்ஸ் எல்லாம் ஒரு வாட்ஸ் அப் குரூப் வச்சிருக்காங்க, அவங்களுக்கு வேலையே எங்க ஸ்பெஷலா என்ன கிடைக்குதுன்னு அனுப்புறது தான், நான் கொஞ்ச நாளுக்கு முன்ன தான் அந்த குரூப்ல சேர்த்தேன், நேத்து கூட அவங்க சொன்ன இடத்துல தான் பரோட்டா வாங்கினேன், செமயா இருந்தது" என்றான் சூர்யா.

"வாவ்! சூர்யா என்னையும் அந்த குரூப்ல சேத்து விடுங்களேன் ப்ளீஸ், இல்ல உங்க கம்பெனி ஆட்கள் மட்டும் தான் இருக்கணும்னு எதுவும் இருக்கா?" என்றாள் மலர்.

"சேச்சே! அப்படி எல்லாம் இல்ல கவின், நம்பர் சொல்லு சேத்துவிடரேன், கொஞ்ச நாள் குரூப்ல இரு, நல்லா இருந்தா கண்டினியூ பண்ணு இல்லாட்டி வெளில வந்துக்கலாம்" என்றான். அவள் நம்பர் சொன்னதும் குழுவில் இணைத்தான் கூடவே தன் கைபேசியிலும் சேமித்தான்.. ட்ரெயின் திருநெல்வேலி ஸ்டேஷனுக்குள் நுழைந்து கொண்டிருந்தது.

மலர் தன்னுடைய பையை சரிபார்த்தபடியே, "சூர்யா நான் கிளம்புறேன் எது எப்படியோ எங்க அப்பாட்ட இருந்து எனக்கு கிடைக்க போற ஊஞ்சலுக்கு நீங்க தான் காரணம், சோ தாங்க்யூ சோ மச், எப்போவாச்சும் நினைச்சுக்கோங்க" என்று மூச்சு விடாமல் பேசிக்கொண்டிருந்த போது, சூர்யா அவள் அருகிலிருந்தே ஸ்டேஷனை பார்த்து கொண்டிருந் தவன், "கவின் அந்த லைட் ப்ளூ கலர் சட்டைபோட் டுட்டு ட்ரைன்ல தேடிகிட்டு வரது உன் அப்பாவா?" என்றான், நிமிர்ந்து பார்த்த மலர், "ஹே எங்க அப்பா தான் எப்படி சரியா சொல்றீங்க?" என்றாள்,

"அதான் சாயல் நல்ல தெரியுதே" என்றான்.

"சரி பை சூர்யா" என்று விடைபெறப்போன வளை, "என்ன உங்க அப்பாகிட்டலாம் இன்ட்ரோ குடுக்க மாட்டியா?" என்றான்.

"ஹையோ! பூரா வரலாறையும் சொல்லி இன்ட்ரோ குடுக்கவாக்கும்? எங்கப்பா என்னைய வீட்டோட உக்கார வச்சிருவாங்க, பக்கத்துல வந்துட்டாங்க பை பை" என்றபடி கிளம்பினாள்.

இரயில் சிநேகம் ரயிலோடு போய்விடுமா அல்லது வாழ்க்கை முழுவதும் தொடருமா பாக்கலாம்...

9

மலர் பை பை சொல்லியும் சூர்யா நகராமல் அங்கேயே நின்றான். தான் கிளம்பலாம் என்றால் பைகள் நிறைய இருந்ததால் எதை எடுக்க எதை விட என்று சிறிய குழப்பம் வந்தது மலருக்கு, இதற்குள் மலரின் அப்பா ட்ரெயினில் ஏறி இருந்தார்,

ஐயையோ இவன் நகரவே இல்லையா அப்பா வேற ட்ரெயினுகுள்ள ஏறிட்டாரே இப்போ என்னன்னு சொல்ல என்று அவசரமாய் யோசித்தாள், அவளுடைய அப்பா ட்ரைனில் அவளை கண்டுவிட்டு அவள் அருகில் வந்தார், "மலர்குட்டி என்னடா ட்ரைனிங் எல்லாம் நல்ல முடிஞ்சதா?" என்றவர் அவள் பதில் சொல்லும் முன்பே, "இது யார் இந்த தம்பி உனக்கு தெரிஞ்சவரா?" என்று வேறு கேள்வியை கேட்டு வைத்தார்.

"அப்பா இவங்க பேரு சூர்யா, என்னோட இதே கோச்சுல தான் வந்தாங்க. நான் மதுரை ஸ்டேஷன்ல எப்படி இறங்கி ஏறன்னு தயங்கி நின்னப்ப இவர் தான் ட்ரெயின் உள் வழியாவே போய் இறங்கி குடுத் திட்டு அங்கேயே எறிக்கலாம்ன்னு ஐடியா குடுத்தாரு. அதுனால உங்கள அறிமுக படுத்தலாமேன்னு நின்னுட்டு இருந்தேன்" என்றாள் கோர்வையாய். சப்பா! இப்போவே கண்ணை கட்டுதே என்று மனதிற்குள் சொல்லி கொண்டாள்.

"அவ்வளவு தானா?" என்று மிக அமெரிக்கையான

குரலில் கேட்டான் சூர்யா.

ஆத்தி பயபுள்ள பூரா கதையையும் சொல்லி அடி வாங்கி குடுக்காம ஓயாது போல என்று பயந்தே போனாள் மலர், பாவம் போல முகத்தை வைத்துக் கொண்டாள்.

“குட் ஐடியா தம்பி, இதுக்கு முன்ன இவ தனியா போனதே கிடையாது, நடுல இறங்கினதும் கிடையாதா அதான் பயந்திருப்பா ரொம்ப தேங்க்ஸ். அவ்வளவு தானானீங்களே வேறென்ன செஞ்சுது இந்த பொண்ணு?” என்றார் கூர்மையாய்.

“அது ஒன்னுமில்லை அங்கிள், கவின் அவங்க அம்மா சமையலை பத்தி புகழோ புகழ்ன்னு புகழ்ந்து தள்ளிட்டாப்ல நிஜமாவே அவங்க அவ்வளவு நல்ல சமைப்பாங்களான்னு உங்ககிட்ட கேக்க வந்தேன் தட்ஸ் ஆல்” என்றான் சூர்யா.

“கிரேசி கேர்ள், வீட்ல அவ அம்மாவை அப்படி கிண்டலடிப்பா ஆனா வெளில புகழுறாளாக்கும்? நிஜமாவே அவங்க அம்மை நல்லா சமைப்பா” என்றார் ராகவன்.

“தம்பி நீங்க என்ன வேலையில்... இல்லாட்டி பிசினஸ் ஏதாச்சும் பண்ணுதீங்களா?” என்றார்,

“நான் ITல இருக்கேன் அங்கிள்” என்றான்.

“ஓ தட்ஸ் நைஸ், நீங்க கல்ரக்குறிச்சிக்கு (கல்லிடைகுறிச்சி) வந்தா அவசியம் எங்க வீட்டுக்கு வரணும். SBIராகவன் சார் வீடுன்னு கேட்டாலே சரியா அடையாளம் சொல்லுவான், பூரா பயல்களலும் நம்ம தோஸ்து, எங்க வீட்டம்மா கையால சாப்டீங்கன்னா

மறக்கவே மாட்டீங்க எங்க ஊரையும் எங்களையும்"
மிக சகஜமாய் பேசினார் ராகவன்.

இவர்கள் பேசி முடிப்பதற்குள் எங்கே சூர்யா
முழு உண்மையும் சொல்லிவிடுவானோ என்று மலர்
பயந்தே போனாள். ப்ளீஸ் சொல்லாத என்பது போன்ற
செய்கைகளை செய்து செய்து கடைசியில் அவன்
சிலவற்றை மட்டுமே சொல்லி இருக்கிறான் என்பதை
அறிந்து, எப்பா என்னமா பயமுறுத்துறான் என்று
நொடித்துக்கொண்டாள் மனதுள் தான்.

"சரி தம்பி தேங்க்ஸ், அப்ப பாக்கலாம். நாங்க
இறங்குறோம் இல்லாட்டி ட்ரெயின் கிளம்பிரும்.
நீங்க வாசல் பக்கம் நிக்கேளே எதும் வாங்கணும்னு
பாகேளோ?" என்றார்,

"ஒண்ணுமில்ல அங்கிள், நான் நாகர்கோவில்
வரைக்கும் போகணும் கொஞ்சம் போர் அடிக்கும்
இங்க புக் ஸ்டால் எங்க இருக்கும்?" என்று கேட்டு
விட்டு ராகவன் பார்க்காத நேரம் மலரை பார்த்து
புருவத்தை ஏற்றி இறக்கினான், அவளுக்கு தூக்கி வாரி
போட்டது கண்கள் இரண்டையும் அகலமாய் விரித்தாள்,
இவனுக்கு உச்சி முடில இருந்து உள்ளங்கால் வரை
திமிரு தான் ஓடுது போல என்னா வில்லத்தனம் என்று
மனதிற்குள் அவனை வைதாள்.

"அதுவா கொஞ்சம் முன்ன தான்ப்பா இருக்கு,
இன்னும் 2 நிமிஷத்துல வண்டிய எடுத்திருவானே.
நான் வேணா வாங்கி தரட்டா என்ன புக் வேணும்னு
சொல்லுங்க?" என்றார்.

"நானே வாங்கிப்பேன் அங்கிள், முன்னையா
பின்னையான்னு மட்டும் சொல்லுங்க போதும்"
என்றான் சூர்யா.

"முன்ன தான் இருக்கு தம்பி பாத்து போங்க, வண்டிய விட்றாதீங்க. ட்ரெயின் எடுக்குறதுக்குள்ள நாம இறங்கலாம் நீ வாம்மா. தம்பி வேற புக்கு வாங்கணும்னு சொல்றாரு.." என்றவர் மலருடைய பெரிய பையை தூக்கியபடி முன்னே நடந்தார்.

அவர் சற்றே முன்னே நடந்ததும் சூர்யாவிடம் திரும்பிய மலர் "ஆனாலும் ஓவர் சேட்டை, நல்ல வேளை நான் எழுந்துக்காம இருந்தது அப்புறம் ட்ரைனை விட பாத்தது எல்லாம் சொல்லிக் கொடுக்கலை, சொல்லிருந்தீங்கன்னா உங்களை..." என்று கழுத்தை நெறிப்பதை போன்ற செய்கை செய்து காட்டி ஓவரா வளந்துட்டோம்ன்னு சந்தோஷப் பட்டுக்காதீங்க ஸ்டூல் போட்டுனாலும் உங்களை கொன்னுருப்பேன்" என்றாள் மலர்.

அவளின் முகத்தில் வந்து போன நவரசங் களையும் சுவாரஸ்யமாய் பார்த்தபடியே இருந்த சூர்யா இதழ்களில் நக்கல் சிரிப்புடன், "இப்போவாச்சும் இறங்க போறியா? இல்லாட்டி என் கூட நாகர்கோவில் வரப்போறியா? உங்க அப்பா வேற என்னமோ நான் ட்ரெயின மிஸ் பண்ணிருவேன்னு கவலை படுறாரு" என்றான்.

"அச்சச்சோ" என்றபடி பையுடன் ஓடினாள் மலர், "ஓய் ஓடாத பாத்து போ விழப்போற" என்று சிரித்தபடி ஒலித்தது சூர்யாவின் குரல், அதை கேட்க மலர் அங்கு இல்லை.

மலர் திருநெல்வேலியிலிறங்கி போனதும் ட்ரைனே காலியானது போல தோன்றியது சூர்யாவிற்கு, வாங்கியிருந்த ஆனந்த விகடனை கால் மணிநேரம் புரட்டிவிட்டு என்ன செய்வது என்று யோசித்தபடி

மொபைலை நோண்டினான்.

பின்பு கைபேசியை அணைத்துவிட்டு வெளியே
வேடிக்கை பார்க்க ஆரம்பித்தான். ட்ரைனின் கதவருகில்
நின்று பச்சை பசும் புல்வெளிகள், உயர பறக்கும்
பறவைகள், இடைவெளிவிட்டு சுற்றும் காற்றாலைகள்
என்று ஒவ்வொன்றையும் பார்க்க தெவிட்டவில்லை
சூர்யாவிற்கு. வெயில் இல்லாத மிதமான வானிலையில்
காற்று ஆளை அள்ளியது மனதிற்கு பிடித்த இசையை
காதில் இயர் போனில் கேட்டபடியே வந்தது மனதையும்
லேசாக்கி இறகை போல பறக்க செய்தது. இவ்வளவு
புத்துணர்ச்சியை தனக்கு இந்த ரயில் பயணம் தரும்
என்று சூர்யா நினைத்து கூட பார்க்கவில்லை, அதற்கு
கவினும் ஒரு காரணம் என்பதை மறுக்கவே முடியாது
என்று தோன்றியது சூர்யாவிற்கு.

சூர்யா நாகர்கோவிலில் இறங்கி மனோவிற்கு
அழைக்கவும் மனோ எப்படி வரவேண்டும் என்று வழி
சொன்னான், "கல்யாணவீட்டு வண்டி இருக்கு, அதுல
வறியா? நான் வேணா ஜானிடம் கேட்கவா" என்ற
மனோவை தடுத்துவிட்டு தான் ஒரு ஆட்டோவில்
கல்யாண வீட்டை அடைந்தான்.

சூர்யா அந்த பழமையான வீட்டை அடையும்
போது மிதமான சாரல் அடித்தது, ஒரு நிமிடம்
சாரலுக்கு முகம் காட்டிவிட்டு வீட்டிற்குள் நுழைந்தான்.

பால்கணியில் நின்று வாசலில் ஒரு கண்ணும்
உள்ளே நடமாடிக்கொண்டிருந்த பெண்களிடம் ஒரு
கண்ணுமாய் இருந்த மனோ சூர்யாவை பார்த்ததும்
தடதடவென ஓடி வந்தான், "டேய் மச்சான் உன்னப்
பாத்து எத்தனை நாள் ஆச்சு?" என்றான் மனோ
ஆர்பாட்டமாய்.

"டேய்! உனக்கு பொண்ணுங்க முன்னாடி சீன் போட நான் தான் கிடைச்சேனா?" என்றான் சூர்யா மென் புன்னகையுடன்.

"ஐயோ! இது நீ தானாடா? நான் இம்புட்டு பண்ணுறதுக்கு இந்நேரம் நீ திட்டுவேன்னு நினைச்சேன், ஆனா நீ சிரிக்கிற.. என்னவோ நடந்திருக்குடா" என்று துருவ ஆரம்பித்தான் மனோ, அந்நேரம் அங்கு வந்த ஜான், "வாடா! வாடா! சூர்யா உனக்காக தான் வெயிட்டிங் வந்து பிரெஷ் ஆகு, சாப்பிடு" என்றான்.

"ட்ரெயின்ல சாப்பிட்டுட்டுதான் வந்தேன் இப்போ ஒன்னும் வேணாம்டா. நான் பிரெஷ் ஆன உடனே நம்ம எல்லாம் சுத்தி பாக்க கிளம்பலாம். ஆமா நீ வர்றியா இல்லாட்டி வீட்ல ஏதாச்சும் கெடுபுடி உண்டா?" கடகடவென பேசினான் சூர்யா.

"அதெல்லாம் ஒண்ணுமில்லைடா நீ பிரெஷ் ஆகிட்டு வா நாம கிளம்பி போலாம்" என்றான் ஜான் உற்சாகமாய்.

சிறிது நேரத்தில் நண்பர்கள் அனைவரும் கிளம்பி திற்பரப்பு அருவி போய் அங்கு குளித்துவிட்டு, கீரிப்பாறை என்ற மழைக்காட்டிற்கு போனார்கள். காட்டுக்குள் போக போக அடர்வான மரங்களும் ஆங்காங்கே தென்பட்ட ஊற்றுகளும் இவர்களை பரவசப்படுத்தியது. ஜான் வீட்டிலிருந்து இவர்களுக்கு சாப்பாடு கொடுத்து விட்டிருந்தார்கள் அதை ஒரு கைபார்த்து விட்டு காட்டில் கொஞ்ச நேரம் கைடின் துணையுடன் நடந்துவிட்டு வந்தார்கள். சூர்யாவுக்கு மிக உற்சாகமாய் இருந்தது,

அவன் கையில் கேமெராவுடன் ஆங்காங்கே தென்படும் மான், மிளா குருவிகள், பாம்புகள் என்று அனைத்தையும் தூரத்தில் இருந்தபடியே படமெடுத்தபடி வந்தான்.

"இதுகளை போட்டோ எடுக்குறதுக்கு பதில் பேசாம சுஜா, ஷிவானி, பிரியா இவங்களை போட்டோ எடுத்தாலாச்சும் அவங்க நம்ம பாத்து இம்ப்ரெஸ் ஆவாங்க, நீ வேஸ்ட்டுடா" என்றான் மனோ.

"எப்போப்பாரு பொண்ணுங்க பேச்சு, ரொம்ப கொடுமையா இருக்குடா உன்னோட. மூடிட்டு வா" என்றான் சூர்யா,

"பின்ன உன்ன மாதிரி சாமியாருக்கு பிரண்ட் ஆனா வேற என்ன செய்ய முடியும்?" என்று அலுத்து கொண்டான் மனோ.

"நான் ஏற்கனவே சொல்லிருக்கேன் நான் சாமியாருன்னு நீ நினைச்சிகிட்டா நான் பொறுப் பில்லை" என்று தன் நிலைப்பாட்டை விளக்கினான் சூர்யா. அப்போது அங்கே சகதியின் வாசம் பலமாய் அடிக்கவும் கைடு யானை கூட்டம் அருகில் எங்கேயோ இருப்பதால் அப்படியே நிற்குமாறு அறிவுறுத்தினார்.

ஒரு யானை கூட்டம் கொஞ்சம் தள்ளி நின்று கிளைகளை முறித்து தின்று கொண்டிருந்தது நண்பர்கள் அவற்றை படமெடுக்க அருகில் போக பிரியப் பட்டார்கள், கைட் அவர்களை தடுத்து யானைகளை மனிதர்களிடமிருந்து ஒதுங்கி போகவே விரும்பும் அதனால் அவற்றை தொந்தரவு செய்ய வேண்டாம் என்று தடுத்தார். சில நட்புகளுக்கு வருத்தம் தான் என்ற போதும் ஜானும் சூர்யாவும் அவருடன் சேர்ந்து

அறிவுறுத்தவும் புரிந்துகொண்டு அமையதாய் வேறு திசையில் நடந்தனர். கைடு கூட ஆச்சரியப்பட்டார். "எனக்கு தெரிஞ்சி எல்லாரும் மிருகங்களை பாத்தி ருக்கோம்ன்னு ஊர் உலகத்துக்கு காட்டுறதுக்கு போட்டோ எடுக்குறது தான் முக்கியம்னு நினைப் பாங்க, அந்த மிருகங்களை பத்தி கவலை படமாட் டாங்க நீங்க தான் இப்படி பேசிருக்கீக!" என்று இவர்கள் குழுவுடன் பேசி நட்பாகி போனார்.

யானைகளை பற்றியும் மற்ற காட்டு விலங்குகளை பற்றியும் பேசியபடியே வந்தனர் அவர்கள், அப்போது அந்த கூட்டத்தில் இருந்த ஒருவன் "என்னப்பா சரக்கெல்லாம் கிடையாதா?" என்று வெகு ஆர்வமாய் கேட்டான் அப்போது சூர்யாவிற்கு சட்டென்று கோபம் வந்தது எனினும் தன் கோபத்தை அடக்கிவிட்டு பொறுமையான குரலில், "சரக்கு அடிக்கிறது தப்பில்ல மாப்பிள்ளை, அத பிளாஸ்டிக் கப்புல குடிச்சிட்டு காட்டுல போட்டாலும் மிருகங்கள் அதை சாப்பிட்டு சாகும், இல்லாட்டி கண்ணாடி பாட்டிலை இங்கேயே போட்டாலும் மிருகங்களுக்கு அது பெரிய இடைஞ்சல், இத பத்தி யானை டாக்டர்ன்னு ஒரு புக்கே இருக்கு. நமக்கென்ன நைட் தான் பேச்சிலர்ஸ் பார்ட்டி இருக்கே ஜமாய்ச்சிறலாம்" என்று நண்பனை திசை திருப்பினான்.

"எஸ்டா மச்சான்ஸ்! கவலையே படாதீங்க.. நைட் செம க்ராண்டா இருக்கப்போகுது. டுடே இஸ் அவர் டே" என்றான் ஜான்.

"ஆஹா சூப்பர்டா மச்சான், இப்போ தான் எனக்கு உயிரே வருது எங்க வெறும் யானையையும் மானையும் பாத்தே பொழுத போக்கணுமோனு ரொம்ப கவலை பட்டேன்" என்றான் மனோ சந்தோஷமாய்.

"நீ இருக்கியே, உன்ன வச்சிக்கிட்டு" என்று அவன் தோளில் கைபோட்டபடி திரும்பி வேன் இருக்கும் இடத்தை நோக்கி நடந்தான் சூர்யா.

இவர்கள் திரும்பி ஜானின் வீட்டிற்கு வந்த போது கல்யாண வீட்டின் பெண்கள் அனைவரும் கலகலப்பாய் பேசி விளையாடிய படி இருந்தனர்.

சுஜாவுடன் அவள் தோழிகள் என்று ஒரு படையே இருந்தனர். சுஜா, ஜானின் வீட்டுக்கு அருகில் பல வருடங்கள் இருந்ததால் கிட்டத்தட்ட தங்கை மாதிரி என்றதால் அவள் தான் கல்யான வீட்டின் கலகலப்பாய் இருந்தாள்.

சூர்யாவும் நண்பர்களும் வீட்டிற்குள் நுழைந்த போது சுஜா + தோழிகள் மேல் தான் ஆண்களின் பார்வை இருந்தது. சூர்யா யாரையும் கவனிக்காமல் தன் நீள கால்களுடன் மாடிப்படி நோக்கி விரைந்தான்,

இவன் யாருடா இவன் நம்மையே கண்டுக் கிடாமல் போறான் என்று சூர்யாவை ஊன்றி பார்த்தாள் சுஜா. இவனை வாட்ச் பண்ணணுமே என்று தோழிகளிடம் சொல்லி வைத்தாள் சுஜா.

அவளையே குறிவைத்து அவளிடம் பேச வந்த மனோ அவள் சூர்யாவை பார்ப்பதை பார்த்துவிட்டு, "அவனை ஏங்க பாக்குறீங்க? அவன் ஒரு சாமியார். அவனுக்கு பொண்ணுங்கனாலே புடிக்காது அதுக்கு பதில் என்னை மாதிரி ஆட்கள்ட்ட பேசி பழகலாம்" என்று வழிந்தான்.

"சாமியாரா அப்படின்னா சாய்க்கணுமே!" என்றாள் சுஜா.

சுஜாவா.. புது பொண்ணா இருக்கே இது என்னென்ன பண்ண போகுதோ... நம்ம சூர்யா பாடு கொண்டாட்டம் தான் போல...

10

சுஜாவிடம் பேசிக்கொண்டிருந்த மனோ "நீங்க மலையாளின்னு சொன்னாங்க, ஆனா தெளிவா தமிழ் பேசுறீங்க?" என்று ஆச்சர்யமாய் கேட்டான்.

"அதா நான் சின்ன வயசுல இருந்தே வளர்ந்தது தமிழ்நாட்டுல தான் பூர்வீகம் தான் கேரளா" என்றாள், மாடியிலேயே கண்ணாய்,

படிக்கட்டில் ஏறிக்கொண்டிருந்த சூர்யா மிக வேகமாய் அறையின் வாசலை எட்டி இருந்தான், அவன் அணிந்திருந்த லைட் கலர் முக்கால் பேண்ட்டும், ஆழ்ந்த அறக்கு கலர் டீ-ஷர்ட்டும் அவனுக்கு மிக கச்சிதமாய் பொருந்தி இருந்தது.

சூர்யாவிற்கு உடற்பயிற்சியின் மேல் மிகுந்த ஆர்வமுண்டு தன்னுடைய பணி நேரத்திற்கு ஏற்ப ஏதாவது ஒரு நேரம் அவசியம் உடற்பயிற்சி செய்வான். அவனையே குறுகுறுவென்று பார்த்து கொண்டிருந்த சுஜா ஆள் நல்ல ஃபிட்டா தான் இருக்கான் என்று மனதுள் சொல்லிக்கொண்டு "லுக்கிங் ஹண்ட்சம்" என்று தனைமறந்து, வாய்விட்டு சொல்லிவிட்டு நாக்கை கடித்தாள்.

அருகில் நின்றுகொண்டிருந்த மனோ அவள்

தன்னை தான் சொல்கிறாள் என்று நினைத்தபடி, "ரொம்ப தேங்க்சுங்க, நீங்களும் ரொம்ப அழகா இருக்கீங்க" என்றான் பெருமையாய்.

இவன் பக்கத்துல நிக்கிறது தெரியாம ஒளறிட்டேனே என்று நொந்துகொண்டாலும் ஹி ஹி என்று சிரித்து விட்டு "தேங்க்ஸ்" என்றாள் சுஜா.

"ஆமா உங்க ஃபிரண்டை ஏங்க சாமியாருனு சொல்லுறீங்க? அவருக்கு பொண்ணுங்கன்னா புடிக்காதா? அவர் பேரு என்ன சொன்னீங்க செந்திலா?" என்றாள் சுவாரஸ்யம் இல்லாதது போல காட்டி கொண்டு, "அவன் பேரு சூர்யா, செந்தில் இல்லங்க. அவனுக்கு பொண்ணுங்க கிட்ட பேசுறதோ, பொண்ணுங்க பத்தி பேசுறதோ சுத்தமா புடிக்காதுங்க, அவன் ஒரு லெஜெண்ட்" என்று சொன்னான் மனோ.

"லெஜெண்ட்ன்னா என்ன?" என்று கேட்டாள் சுஜா.

"அதுவா அது வந்து..." என்று சொல்ல ஆரம்பித்தவன் சட்டென்று நிறுத்திவிட்டு, "சரி அத விடுங்க நீங்க ஏன் அவனை பத்தியே விசாரிக்கிறீங்க?" என்றான் தெளிவாய்.

ரைட்டு பய தெளிவா இருக்கான் சமாளி சுஜா என்று நினைத்துக்கொண்டு "அது ஒண்ணுமில்ல buddy இங்க இவ்வளவு பொண்ணுங்க நிக்கிறோம் அவர் பாட்டுக்கு கண்டுக்காம போறாரு அவருக்கும் எதுவும் பார்வை கோளாறு இருக்குமோன்னு கேக்க வந்தேன், நீங்க இன்னும் லெஜெண்ட்ன்னா என்னனு சொல்லியே.." என்று சுஜா கேட்டுக்கொண்டிருந்த போது, "மனோ மனோ" என்று சூர்யா உரக்க அழைக்கும்

குரலில், "அத அப்புறம் சொல்றேங்க இப்போ நட்பு அழைக்குது போகாட்டி எனக்கு தான் நஷ்டம் அதுனால அப்புறம் பாக்கலாம், பை!" என்றுவிட்டு மனோவும் மாடியறைக்கு விரைந்தான்.

சொல்லாம போய்ட்டானே என்னவா இருக்கும் என்று கொஞ்ச நேரம் சிந்தித்து விட்டு ஆமா அந்த மனோ ஒரு வழிசல் எப்படினாலும் திரும்ப பேச வரும் அப்போ கேட்டுக்கலாம் என்று போய் விட்டாள் சுஜா. அவள் தன் தோழிகளை பார்த்து, "இந்த கல்யாண வீட்ல நமக்கு நல்ல பொழுது போகும்போல ஒரு நெடுமாறன் மாட்டியிருக்கான் அவனை எப்படியாச்சும் சாய்கிறோம், அதுக்கு இந்த ஜொள்ளு பாண்டிய யூஸ் பண்ணுறோம் அதான் நம்மோட டாஸ்க்" என்றாள், "டன்" என்றபடி ஹை-ஃபை கொடுத்தார்கள் தோழிகள்.

நண்பர்கள் அனைவரையும் வேறொரு வீட்டுக்கு அழைத்து போனான் ஜான் அங்கு தான் அவர்களுக்கு பேச்சிலர்ஸ் பார்ட்டி அதனால் அனைவரும் தங்கள் பைகளுடன் கிளம்பிக்கொண்டிருந்தார்கள் இரவு உணவு கூட இவர்களுக்கு தனியே தயாராகி இருந்தது.

சுஜா அண்ட் கோவுக்கு லெஜெண்ட் என்றால் என்ன என்ற உண்மை தெரியவேண்டி இருந்தது அவர்கள் அனைவரும் இப்போது தான் பொறியியல் இறுதி ஆண்டில் இருந்தார்கள் அநேகமாய் அவர் களுக்கு தெரியாத விஷயங்களே கிடையாது. இது புது வார்த்தையா இருக்கே என்று யோசித்துக் கொண்டி ருந்தனர். ஆண்கள் கிளம்புவதை பார்த்தவுடன் இவங்களை கிளோசா வாட்ச் பண்ணினா தெரிஞ்சிக் கலாம் போல என்றபடி பின் தொடர்ந்தனர்.

சூர்யா மனோவிடம் "ஏன்டா இப்படி

பொண்ணுகளை கண்டாலே பின்னால போயிரணுமா, இந்த நேரத்துல என்ன பேச்சு வேண்டி கெடக்கு?” என்றான் எரிச்சலாய் “அது இல்லடா அந்த சுஜா பொண்ணு உன்னை பத்தி தான் கேட்டுச்சு, நான் நீ ஒரு சாமியாருன்னு சொன்ன உடனே அவருக்கு பொண்ணுங்க பிடிக்காதான்னு கேட்டுச்சு. நான் சூர்யா ஒரு லெஜெண்ட்னு சொன்னேனா அது அப்படின்னா என்னன்னு கேட்டுச்சு அத சொல்ல போனேன் நீ கூப்டுட்டே” என்றான் மனோ. “என்கிட்ட அடி வாங்கியே சாகப்போற நீ என்னைய பத்தி சொல்ல லன்னு யார் கேட்டா வாய வச்சுக்கிட்டு சும்மா இருந்து தொலை, உன்னால மானம் போகுதுடா” என்றான் சூர்யா.

இவர்களையே பின் தொடர்ந்து வந்த பெண் களுக்கு இவர்கள் பேசியது தெளிவாக காதில் விழுந்தது. என்னலாம் ரிஸ்க் எடுக்க வேண்டி இருக்கு சீக்கிரம் சொல்லி தொலைங்கடா என்று பதுங்கி பதுங்கி பின் தொடர்ந்து போய் கொண்டிருந்தனர். ஒரு இடத்தில் கால்தடுக்கி விழ பார்த்த சுஜாவை தூக்கி நிறுத்தினான் ஜான், “ஓய் இங்க என்ன பண்ணுறீங்க? பசங்களா இருக்க இடத்துல பொண்ணுக வர கூடாதுன்னு தான் நான் அவங்கள தனி வீட்டுக்கு கூட்டி போறேன் தேவை இல்லாத வேலை பாக்க கூடாது சுஜா” என்றான் கண்டிக்கும் தொனியில்.

“ஒடுங்க” என்று அவர்களை திருப்பினான், “அண்ணா ஒரே ஒரு டவுட் சொல்லிரு, கண்டிப்பா போயிறோம்” என்றாள் சுஜா, “கேட்டுத் தொலை” என்றான் ஜான், “லெஜெண்ட்ன்னா என்ன அண்ணா?” என்றாள்,

“இது தெரியாதா பயங்கர அறிவாளின்னு அர்த்தம்

இதுக்கு தான் இம்புட்டு தூரம் வந்தியா?" என்றான் ஜான்.

"இந்த அர்த்தம் எல்லாம் எங்களுக்கும் தெரியும் நீ நிஜ மீனிங் சொல்லு இல்லாட்டி நான் அண்ணிகிட்ட சொல்லுவேன்" என்று மிரட்டினாள் சுஜா.

"சொல்லிக்கோ நான் எல்லாம் பெர்மிஷன் கேட்டு தான் பார்ட்டி வைக்கிறேன், உன்ன ஆன்ட்டிகிட்ட போட்டு குடுக்க போறேன், என்ன சொல்லவா" என்றான் போனை கையில் எடுத்தபடி, "போண்ணா நீ ஒரு வேஸ்ட் இத கூட தங்கச்சிக்கு சொல்ல மாட்டேங்குற" என்று சொல்லிவிட்டு தோழிகளிடம் "இவங்கள நாளைக்கு பாத்துக்கலாம்" என்று சொல்லிவிட்டு வீட்டுக்கு ஓடினாள் சுஜா.

சூர்யா கண்ணில் மின்னலுடன் "சூப்பர்டா ஜான் ஐ லவ் இட்" என்றான் கையில் அவனுக்கு பிடித்த மது வகையுடன்.

"அது எப்படி டா உனக்கு வேற எத பாத்தாலும் வராத சந்தோசம் இத பாத்தா வருது கண்ணுல எல்லாம் லைட் எரியுது" என்று சூர்யாவை கலாய்த்தான் ஜான்.

உடனே மனோ அவர்கள் அருகில் வந்து, "பாய்ஸ் லைக் கேர்ள்ஸ், மென் லைக் வுமன், ஒன்லி லெஜெண்ட்ஸ் லைக் திஸ்" என்று தன் கையில் உள்ள மதுவை காட்டி "சூர்யா தி லெஜெண்ட்" என்றான்.

"ரொம்ப புகழாதடா கூச்சமா இருக்குல்ல" என்றான் சூர்யா.

ஜானின் கல்லூரி தோழன் இவர்களுடன் வந்து அமர்ந்துகொண்டான், "அது ஏன் பாஸ்... அப்படி? ஒரு

வேளை அடிக்கடி சரக்கடிப்பாரோ, அதான் இவருக்கு இந்த பேரா?" என்றான், "அதெல்லாம் ஒண்ணுமில்ல, அவன் எப்பவாச்சும் தான் அடிப்பான். ஆனா அதை துளித்துளியாய் ரசிச்சு குடிபாப்டி, கேட்டா ஜென் கதை எல்லாம் சொல்லுவான் கேக்கணும்னு ஆசைப்பட்டா போய் பேசுங்க" என்று மனோ சொன்ன விதத்தில் அந்த நண்பன் ஓடிவிட்டான், மனோவும் சிரித்தபடி எழுந்து போனான்.

ஜான் தன் வருங்கால மனைவியுடன் போனில் பேசிக்கொண்டிருந்தான். சூர்யாவுக்குள் விசித்திரமான உணர்வுகள் எழுந்தது அவன் ஒரே நேரத்தில் மிக மகிழ்வாகவும் அதே நேரம் மிக சோகமாகவும் உணர்ந்தான். எதற்காக இப்படி உணர்கிறோம் என்று அவனால் அனுமானிக்க முடியவில்லை மனதிற்குள் ஒரு தனிமை உணர்வு வந்தது அதை போக்க என்ன செய்ய என்று குழம்பி கைபேசியை எடுத்தான்.

இலக்கில்லாமல் எதையெதையோ நோண்டிக் கொண்டிருந்தவனுக்கு ஒரு எஸ்எம்எஸ் சிரிப்பை வரவழைத்தது. அது அவனுக்கு உங்களை ஸ்டூல் போட்டு எறியாச்சும் கொன்னுருவேன் என்று சொன்ன கவினை ஞாபக படுத்தியது. அதை சொன்ன போது கோபத்தில் சிவந்திருந்த அவளின் நுனி மூக்கும் அகல விரிந்திருந்த அந்த கண்களும் இவனை இன்னும் கொஞ்சம் வம்பிழுக்க தூண்டுவது போலவே இருந்தது.

"இன்னும் ஒரு வாரத்துல புயல் வர போகுதாம் அதுனால அவசிய பொருட்களான கடலை மாவு, அரிசி மாவு, வாழைக்காய், உருளைக்கிழங்கு ஆகியவைகளை சேகரித்து வைத்துக்கொள்ளுங்கள் தாய்மார்களே! இப்படிக்கு அடாத மழையிலும் விடாமல் சாப்பிடுவோர் சங்கம்" என்று இருந்தது அதில், "இந்த சங்கத்தோட

தலைவி நீ தானே கவின்?" என்ற கேள்வியுடன் மலருக்கு வாட்ஸ் அப் அனுப்பினான் சூர்யா.

"என்னைய பாத்தா எப்படி தெரியுது சாப்பாட்டு ராமி மாதிரியா இருக்கு? நான் மானஸ்தி இப்படிலாம் பேசினா சாப்பிடாம பட்டினியா இருந்திருவேன் தெரியுமா?" என்று பதில் வந்தது.

"யாரு நீ பட்னியா இருந்திருவியாக்கும் நெஞ்ச தொட்டு சொல்லு வீட்டுக்கு போனதும் நீ உங்க அம்மாவோட கையால ஒரு நாலு தோசை உங்க அப்பாவோட ஒரு நாலு இட்லின்னு வித விதமா வளச்சு கட்டலை?" என்று பதில் அனுப்பினான் சூர்யா.

ஒரு வேளை நம்ம பேக்குல கேமரா எதுவும் பிக்ஸ் பண்ணிருப்பானோ நாம சாப்பிட்டதை கூட சரியா சொல்லுறான் என்று ஒரு நிமிடம் யோசித்து விட்டு சும்மா பிளுக்குல சொல்லுறான் நாமளும் இருக்கோமே என்று தன் தலையில் கொட்டிக்கொண்டு, "நீங்க பாத்தீங்களா நான் என்ன சாப்பிட்டேன்னு, சும்மா கண்ணுவைக்காதீங்க. அப்புறம் நான் மெலிஞ்சு போயிருவேன்" என்று பதில் அனுப்பினாள் மலர்.

"யாரு மெலிய போறா? நீயா? அரிசி மூட்டை மாதிரி இருந்திட்டு நீ மெலிஞ்சிருவேன்னு கவலை படுற, கலிகாலம்டா" என்று பதில் அனுப்பினான் சூர்யா

சூர்யாவின் அருகில் வந்த மனோ கோப்பையை அருகில் வைத்து விட்டு கைபேசியில் கவனமாய் இருந்தவனை பார்த்து விட்டு ஒரு நிமிடம் அதிர்ந்து போனான். என்னடா நடக்குது இங்க இவன் இன்னைக்கு எப்படி எல்லாமோ இருக்கான் வழக்கமா உள்ள சூர்யா இல்லையே, இந்நேரம் சரக்க ரசிச்சு

ரசிச்சு ஒரு யோகி மாதிரி அடிப்பான். இப்போ போய் கேட்டாலும் சுள்ளுன்னு விழுவான் என்னமோ மறை கிறான் என்னவா இருக்கும்.. சரி எங்க போக போறான் கண்டுபிடிக்காம விட மாட்டான் இந்த மனோ என்று தனக்கு தானே சபதம் எடுத்தான் மனோ.

“யாரை பாத்து அரிசி மூட்டைன்னு சொல்லு றீங்க? நீங்க தான் நெட்டைகொக்கு. எங்க அம்மா ஒரு வாரத்துல நான் இளச்சுட்டேன்னு சொன்னாங்க தெரியுமா? உங்களுக்கு தான் கண்பார்வை சரி இல்ல போல!” என்று பதில் அனுப்பினாள் மலர்.

“நெட்டைகொக்கு, குருடு இன்னும் வேற என்னலாம் சொல்ல போறியோ உன்னைய ட்ரைன்ல ஏத்தி விட்ட கிரகத்துக்கு இந்த பேச்செல்லாம் எனக்கு தேவை தான்” என்று பதில் அனுப்பினான் சூர்யா.

“நான் பாத்தாலும் பாத்தேன் இப்படி ஒரு செல்ஃப் டப்பாவை பாத்ததே இல்லைப்பா உதவி பண்ணினேன் பண்ணினேன்னு அதையே சொல்லிக் கிட்டு விட்டா போஸ்டர் அடிச்சிருவீங்க போல” என்று அனுப்பினாள் மலர்.

“நான் பாத்தாலும் பாத்தேன் இப்படி ஒரு நன்றி மறந்த வாயாடிய பாத்ததே இல்லப்பா, அவன் அவன் வாயில வட தான் சுடுவான் நீ என்னடான்னா ஊத்தப்பமே சுட்டுருவ போல!” பதில் அனுப்பினான் சூர்யா.

“அதான் தெரியுதுல்ல வாயாடின்னு பின்ன எதுக்கு வந்து பேசுறீங்களாம், நீங்களோ உத்தம குல திலகம். முல்லைக்கு தேர் கொடுத்த பாரி மாதிரி கோதைக்கு கைகொடுத்த மகா பிரபு” என்று கேலி

ஸ்மைலி போட்டு அனுப்பினாள் மலர்.

"அது வந்து எனக்கு..." என்று பாதியிலேயே நிறுத்தி அதை அப்படியே அனுப்பினான் சூர்யா. ஐந்து வினாடி ஆகியும் சூரியா வேறு எதையும் அனுப்பாததால், "உங்களுக்கு..?" என்று பதில் அனுப்பினாள் மலர்.

"ரொம்ப போர் அடிச்சுதா அதான் உன்ன வம்பிழுத்தேன், நீ பேசினா நல்லா தூக்கம் வருது பை" என்று அனுப்பி இருந்தான் சூர்யா.

"சூர்யா........." என்று ஆங்கிரி பேர்ட் போட்டு அனுப்பி இருந்தாள் மலர்.

சூர்யா போனை வைத்து விட்டு சிரிப்புடன் நிமிர்ந்த போது அவனையே குறுகுறுவென்று பார்த்துக் கொண்டிருந்தான் மனோ.

என்னய்யா நடக்குது இங்க இவங்க சண்டை ஓயவே ஓயாது போல...

11

தன்னையே பார்த்து கொண்டிருந்த மனோவை கொஞ்சமும் லட்சியம் செய்யாமல், "ஏன்டா நின்னுக் கிட்டே இருக்க உக்காரவேண்டியதானே" என்றான் சூர்யா கூலாய்,

அட பாவி இவனால மட்டும் தான் எதுவுமே நடக்காத மாதிரி சீன் போட முடியும் என்று மனதிற்குள் சொல்லிக்கொண்டு கையை வேறு போன்

செய்வதை போன்ற செய்கையுடன் வைத்துக்கொண்டு "போன்ல யாரு சூர்யா?" என்றான் சூர்யாவை போலவே ஒரு தொனியில் கேட்க முயன்று தோற்றான், "யாரைடா கேக்குற நான் யாரு கூடவும் பேசலியே" என்றான் சூர்யா,

பதிலுக்கு, "நீ போன்ல பேசலன்னு தெரியுது ஆனா மெசேஜ் அனுப்பிட்டே இருக்க தானே யார் கிட்ட சேட் பண்ணுற?" இது மனோ,

"ஏன்டா ஊர்பட்ட குரூப்ல இருக்கேன் ஏதாச்சும் ஒண்ணுல எதையாவது பேசிட்டே தான் இருக்காங்க, இதுல யார் கூட பேசுறேன்னு பொண்டாட்டி மாதிரி கேள்வி கேக்குற? குஷி ஜோதிகான்னு நினைப்பா" என்றான் கோபமாய், ஆத்தாடி சாமி மலை ஏறிருச்சு போல கொஞ்சம் சிரிச்சாக்குடி இருந்துச்சு நானே அதை கெடுத்துகிட்டேனோ என்று மனதிற்குள் பேசியபடி, "சரிடா நாளைக்கு என்ன பிளான்?" என்று பேச்சை மாற்றினான் மனோ இவன்கிட்ட எல்லாம் சாதாரணமா விஷயத்தை கரந்துற முடியுமா வேற ஐடியா யோசிப்போம் என்று செய்யும் காரியத்தில் கவனம் கொண்டான் மனோ.

இரவில் நண்பர்களுடன் பாட்டு கச்சேரி, டான்ஸ் என்று களைகட்டியது ஜான், சூர்யா, மானோ என்று அனைவரும் அதை மிகவும் ரசித்து குதூகலித்தனர். அந்த நாள் சூர்யாவின் வாழ்வில் மறக்க முடியாத நாளாய் மாறிப்போனது.

மறுநாள் நேரம் கழித்து எழுந்த போது முக்கால் வாசி நண்பர்களுக்கு ஹேங் ஓவராய் இருந்தது, அதிலும் சூர்யாவிற்கு பயங்கரமான தலைவலியாய் இருந்தது. காப்பி எதுவும் கிடைக்குமா என்று எழுந்து

பார்த்த போது அதற்கு ஜானின் வீட்டிற்கு போய் தான் குடிக்க வேண்டும் என்றார்கள். மனோ இன்னும் எழுந்து கொள்ளவே இல்லை நாம மட்டும் தனியா போலாமா வேணாமா என்று யோசித்து தலைவலி கூடுவது போல தோன்றவே ஜானின் வீட்டிற்கு கிளம்பினான் சூர்யா.

முதலில் ரோட்டுக்கு போகலாம் எங்காவது டீ கடை இருந்தால் அங்கேயே குடித்து கொள்ளலாம் என்று டீ கடையை தேடினான் அந்த சுத்து வட்டாரத்தில் டீ கடைகளே தென்படக்காணும், சரி வேறு வழி இல்லை ஜானின் வீட்டிற்கே போகலாம் என்று அங்கு சென்ற போது கல்யாண வீடு பரபரப்பாய் இயங்கி கொண்டிருந்தது. யாரிடம் கேட்பது என்று தயங்கி நின்று கொண்டிருந்த சூர்யாவை பார்த்து விட்டாள் சுஜா. அடடா சிக்கிட்டான்டா இன்னைக்கு வச்சு செஞ்சிரனும் என்று அவசரமாய் தன் தோழிகளை தேடினாள்.

அவன் காப்பி டீயை எதிர்பார்த்து தான் அங்கு வந்திருக்கிறான் என்று தெரிந்த போதும் டீ கோப்பைகள் நிறைந்த ட்ரேயை அவள் தோழிகளிடம் குடுத்து சூர்யாவை தவிர எல்லாரிடமும் குடுக்க சொன்னாள் சுஜா. ஆஹா டீ வந்திருச்சு என்று ஆசுவாசம் கொண்ட சூர்யா அந்த பெண் இவன் நிற்பதை சட்டை செய்யாமல் இவனை கடந்து போய் கொடுத்து கொண்டிருப்பதை பார்த்து நிராசை அடைந்தான், “சே! நமக்கு குடுக்க மாட்டேங்குதே!” என்று கடுப்பு வந்தது ஆனாலும் அந்த பெண்ணிடம் வாய்விட்டு கேட்கவில்லை.

சூர்யா என்ன செய்கிறான் என்பதை மட்டுமே பார்த்து கொண்டிருந்த சுஜாவிற்கு அவன் டீ கேட்கவே இப்படி தயங்குகிறானே என்று ஆச்சர்யமாய் இருந்தது. அவனது பார்வை டீ கோப்பைகள் மேலே மட்டுமே

இருந்தது அதை கொடுத்து கொண்டிருந்த சுஜாவின் தோழியை நிமிர்ந்தும் பார்த்தான் இல்லை.

சரி இப்போ அடுத்த முயற்சியை செய்யலாம் என்று தானே தேநீர் கோப்பைகளுடன் அவன் முன்னால் போனாள் அவனுக்கு அருகில் போனாள் ஆனால் அவனாய் கேட்கும் வரை தேநீரை தரக்கூடாது என்று அருகில் இருந்த ஒரு வயசான தாத்தாவிடம் "வேணுமா தாத்தா?" என்று கேட்டாள் சுஜா. அவர், "நான் இப்போ தான் மா குடிச்சேன் இந்த தம்பி தான் குடிக்கலை அவருக்கு குடு" என்று சொல்லிவிட்டார். சை! இந்த தாத்தாட்ட பேசாமலே இருந்திருக்கலாம் என்று நினைத்துவிட்டு சூர்யாவின் முன் டிரேயை நீட்டினாள் அவனும் "தாங்யூ" என்றுவிட்டு அவசரமாய் ஒரு கோப்பையை எடுத்து கொண்டான். தப்பிச்சிட் டான், சரி அடுத்த ஆப்பரேஷனில் பார்க்கலாம் என்று யோசனையுடன் போனாள்.

இது எதையுமே அறியாத சூர்யா வெகு இயல்பாய் தனக்கு தேநீர் வாங்கி தந்த தாத்தாவிடம் பேசியபடியே குடித்து முடித்து விட்டு ஆண்களுக்காய் ஒதுக்கப்பட்டிருந்த வீட்டிற்கு போய்விட்டான். மதிய சாப்பாட்டிற்காக ஆண்கள் எல்லாம் ஜானின் வீட்டிற்கு வந்தார்கள் வருவதற்கு முன் இன்னொரு வீட்டில் கலாட் டாக்கள், கேலி, சீட்டாட்டம் என்று களை கட்டியது.

மத்தியான சாப்பாடு பரிமாற நிறைய பேர் இருந்த போதும் பெண்கள் சுஜாவின் தலைமையில் பரிமாறியபடி இருந்தனர் இதற்காக அவள் ஜானின் அம்மாவிடம் பலவாறாக பேசி காரியத்தை நடத்தி இருந்தாள். அன்று மதியம் சைவ உணவு தான் இருந்தது இரவுக்கு கல்யாணம் முடிந்த பிறகு தான் மிக பெரிய விருந்து காத்திருந்தது.

அனைவருக்கும் காய் கறிகளை பரிமாறியபடி வந்தனர் தோழிகள், சுஜா தான் சாதம் பரிமாறினாள் மறந்தார் போல் சூர்யாவின் இலையை மட்டும் விட்டு விட்டு போனாள், சட்டென்று அவளை நிமிர்ந்து பார்த்த சூர்யா ஒன்றுமே சொல்லவில்லை. ஆனால் அருகில் அமர்ந்திருந்த மனோ அவசர குடுக்கையாய், "என்னங்க இது, என்னோட நண்பனுக்கு சாப்பாடு வைக்காம போறீங்க?" என்று கேட்டுவிட்டான், சுஜா பல்லை கடித்தபடி வேறு வழி இல்லாமல் சாதம் போட்டு விட்டு போனாள், எல்லா பிளானும் சொதப்புதே என்று அவளுக்கு மனோவின் மேல் கடுப்பு வந்தது.

அது எப்படிடி இவன் இப்படி இருக்கான், இவன் இப்படியே பழகி இருப்பான் போல பொண்ணுங்க ஒரு பக்கம் வந்தா அதுக்கு எதிர் திசையில தான் இவன் பார்வையே இருக்கு இவனை பேச வைக்கிறதுக்குள்ள மண்டை காஞ்சிரும் போல, சூர்யா ஞான் நின்னை கொன்னு கழிச்சு என்று கடுப்பாக கூறினாள் சுஜா.

மாலை கல்யாணத்தத்திற்காக அனைவரும் சர்ச்சிற்கு கிளம்பத் தொடங்கியதிலிருந்து சூர்யா புகைப்படம் எடுக்க தொடங்கினான். அவனுக்கு புகைப்படம் எடுப்பதில் மிகுந்த ஆர்வம் உண்டு சில பயிலரங்கங்களுக்கு சென்று அவன் புகைப்படம் எடுக்கும் முறைகளை எல்லாம் கற்று இருந்தான், தெளிவாக படமெடுக்க விலை உயர்ந்த கேமரா வாங்கி அதை பயன்படுத்த பழகி இருந்தான். எனவே நண்பர்கள் யாரும் தனியாய் தங்கள் கைபேசியை பயன்படுத்தவில்லை அனைவரும் சூர்யாவையே நம்பி இருந்தனர். சூர்யா காமெராவுடன் வந்த போதிலிருந்தே அவன் பின்னாலேயே சுற்றி கொண்டிருந்தாள் சுஜா, வெகு அழகான லெகெங்காவை அணிந்திருந்தாள். ஆண்கள் அனைவரின் பார்வையும் அவளிடமே

இருந்தது ஆனால் சூர்யா மணமகனையும் அவனை சுற்றி நிகழ்ந்தவைகளையுமே படம் எடுத்தபடி இருந்தான் ஒரு கட்டத்தில் பொறுமை இழந்த சுஜா சூர்யாவின் முன் போய் நின்று "நீங்க ஏன் என்னை அவோய்ட் பண்ணுறீங்க?" என்று நேரடியாக கேட்டே விட்டாள் அதுவரை அவளை அதிகம் கவனித்திராத சூர்யா அவளை நிமிர்ந்து பார்த்து தீர்க்கமாய் "நீங்க எங்கிட்ட பேச முயற்சி செஞ்சீங்களா? எங்கிட்ட பேசி இருந்தா நான் பதில் சொல்லாம இருக்க மாட்டேனே?" என்றான். ஆஹா இப்படி கேட்டுபுட்டானே இப்போ என்ன சொல்ல என்று குழம்பிய சுஜா,

"இல்ல உங்க பிரண்ட் உங்களை பொண்ணுங்க கிட்ட பேசவே மாடீங்க பொண்ணுங்னாலே பிடிக்கா துன்னு சொன்னார்" என்று இழுத்தாள், அதற்கு சூர்யா, "இப்போ நீங்க பேசினத்துக்கு பதில் பேசினேன் தானே நீங்களா அப்படி ஒரு முடிவுக்கு வந்தா நானா பொறுப்பு?" என்று அசால்டாய் கேட்டான் இவன் நல்லவனா கெட்டவனா என்று குழம்பியபடியே திகைத்து நின்றுவிட்டு நம்ம தான் பெரிய பில்ட் அப்பா குடுத்துட்டோமோ என்று யோசித்தபடி,

"சரிங்க நீங்க போட்டோ எடுத்திட்டு தானே இருக்கீங்க, உங்க முன்னாலேயே நடந்து போறேன் வரேன் என்னைய கண்டுக்கவே மாட்டேங்குறீங்க? இந்நேரம் மற்ற பசங்களா இருந்தா போட்டோ எடுத் திருப்பாங்க தெரியுமா?" என்றாள் "முதல்ல ஒண்ணு புரிஞ்சிக்கோங்க நீங்க ஒரு பொண்ணு உங்களோட போட்டோ கண்ட பசங்க கையில இருக்கிறது சேப்டி கிடையாது அறிமுகமில்லாதவங்களை அதுவும் ஒரு பொண்ணை எப்படிங்க போட்டோ எடுக்க முடியும்?" என்று சூர்யா கேட்ட கேள்வியில், "ஆமா நம்ம எதிர்பார்த்தது தப்பு தானே!" என்று எண்ணம்

தோன்றியது சுஜாவிற்கு அப்போது சூர்யா, "நான் சூர்யா, ஜானோட பிரண்டு நீங்க என்கிட்ட என்ன வாச்சும் கேட்கணும்னு நினைச்சா நேரடியாவே பேசலாம்" என்றான்.

சூர்யாவின் இந்த அணுகுமுறை சுஜாவை குழப்பியது அவள் எதிர்பார்த்தது வேறொன்று நடந்து வேறு அதனால் அவள் சூர்யாவிடம், "ஐ யம் சுஜா. ஜான் அண்ணாவும் நானும் சின்ன வயசுல இருந்தே பக்கத்து பக்கத்து வீட்டில குடி இருக்கதால பேமிலி பிரண்ட்ஸ், சும்மா உங்கள கலாட்டா பண்ண பிளான் பண்ணினோம் வேற தப்பான இன்டென்ஷன் கிடையாது. யாரோ கூப்புடுற மாதிரி இருக்கு அப்புறம் பேசுறேன்" என்று ஓடிவிட்டாள்.

சூர்யாவிடம் விடை பெற்று அப்பாவுடன் வீட்டிற்கு போன கவின் காரில் போய் கொண்டிருக்கும் போதே, "அப்பா நான் உங்ககிட்ட ஒரு உண்மைய மறைச்சிட்டேன் ஆச்சுவலா நான் மதுரை ஸ்டேஷன்ல எந்திரிக்கவே இல்ல, அங்கே இறங்க போறேன்னு சொன்ன பாட்டி கிட்ட சொல்லி வச்சிருந்தேன் அவங்க நான் மேல் பெர்த்துல படுத்திருந்ததால சூர்யாகிட்ட சொல்லிட்டு போய்ட்டாங்க. சூர்யா தான் என்னைய எழுப்பி ட்ரெயின் உள்ளேயே போய் பாருங்க நானும் கூட வரேன்னு ஹெல்ப் பண்ணினாங்க. அவர் முன்னால உங்ககிட்ட சொல்ல ஒருமாதிரி இருந்தது அதான் இப்போ சொல்லுறேன் எனக்கு ஊஞ்சல் வேணாம்ப்பா" என்றாள் பாவம் போல.

"நீ எழுந்துக்கவே மாட்டன்னு தான்டா நானும் நினைச்சேன், அதான் துணிஞ்சு பெட் எல்லாம் கட்டினேன். ஆனா அந்த தம்பி உன்னைய ஜெயிக்க வச்சிருச்சு. வாட் டு டூ, அவ்வளவு தானான்னு சூர்யா

கேட்டப்பவே நான் யோசிச்சேன் ஆனாலும் அவர் ஒன்னும் சொல்லாததால விட்டுட்டேன். ஆனாலும் நீ இவ்வளவு கேர்லெஸ்சா இருந்தா எப்படிடா உன்னைய உங்க அம்மா வெளி ஊருக்கெல்லாம் வேலைக்கு அனுப்புவா?" என்றார் ராகவன்,

"அப்பா, ப்ளீஸ்ப்பா அம்மாகிட்ட இதெல்லாம் சொல்லிறாதீங்க, அப்புறம் அடுத்த தடவ தனியா அனுப்ப மாட்டாங்க. ஊஞ்சல் கூட எனக்கு வேணாம்" என்றாள் பெருந்தன்மையாய்.

"எம்மாடி, நான் ஊஞ்சல் வாங்கி தரேன்னு இன்னும் சொல்லல. நீ பார்ஸல் குடுத்தா உனக்கு ஊஞ்சல்ன்னு உங்க அம்மாக்கு தெரியும், ஆனா ஊஞ்சல் வேணாம்னா என்ன ஏதுன்னு குடையுவா அதுக்கு என்ன சொல்ல?" என்று கேட்டார் ராகவன்.

"பேசாம ஒண்ணு பண்ணிரலாமாப்பா? நீங்க எனக்கு ஒரு ஊஞ்சல் வாங்கி தந்திருவீங்களாம்.. அப்படின்னா அம்மாக்கு டவுட் வராதுல்லா" என்றாள் மலர்.

"தெளிவா இருக்கடா செல்லம். அப்போ என் பொண்டாட்டிகிட்ட உண்மைய மறைக்க சொல்லுற, நான் அவகிட்ட எதையுமே மறைச்சதே இல்லையே. எனக்கு பொய் சொன்னா உடம்பெல்லாம் நடுங்கும், என்ன செய்வேன்?" என்றார் கையை விரித்தபடி சிவாஜி குரலில் பேசினார் ராகவன்,

"அப்ப்பா இதெல்லாம் ஓவரா இல்ல... போங்கப்பா" என்றாள் செல்லம் கொஞ்சும் குரலில், "சரி சரி வாங்கி தரேன். ஆனா நீ கொஞ்சமாச்சும் பொறுப்பா இருக்கனும்டா மலர்" என்றார் கண்டிப்பை குரலில் காட்டி.

“ஓக்கே ஸுர்ப்பா” என்றாள் மலரும் சமத்தாய்.

சூர்யா தான் கையை பிடித்து தூக்கினான் என்று சொன்னால் அப்பா இப்படியே சிரித்துக்கொண்டிருப் பாரா என்ன, சின்ன கள்ளத்தனம் வந்தது மலருக்குள்.

அம்மாவுடன் கதை பேசி சித்தி, ஆச்சி மற்றும் அனைவருக்கும் எல்லா பொருட்களையும் விநியோகித்து முடித்தவுடன் சத்யாவிற்கு அழைத்தாள் மலர். “ஹே சத்தி! எப்படி இருக்க?” என்று கேட்டது தான் தாமதம் அந்தப்புரம் சத்யா, “என்னடி விஷயம் வாய்ஸ் இவ்வளவு குதூகலாமாய் இருக்கு.. உன் ஆதவன் என்ன சொல்லுறார்?” என்றாள் சத்யா, ஆமா நம்ம ஆதவனை மறந்தே போய்ட்டோமே என்று யோசிக்க தொடங்கினாள் மலர்.

ஒரு கணம் திகைத்துவிட்டு தன் பேச்சை தொடர்ந்த மலர் சத்யாவிடம் பேசிவிட்டு அவசரமாய் தன் மெயிலை திறந்து பார்த்தாள் அவளை ஏமாற்றாமல் ஆதவனிடமிருந்து மெயில் வந்திருந்தது.

12

சென்னைக்கு போனதால் அங்கே ட்ரைனிங் செய்த நாட்களில் மாலையானால் தோழிகளுடன் ஊர்ச் சுற்றல் இரவானதும் களைப்பில் உறங்குவது என்று நாட்கள் றெக்கைகட்டி பறந்ததில் மலர் மெயிலே செக் செய்யவில்லை. கடைசியாய் ஆதவன் நமோ நமோ ஏ சங்கரா பாடலை கேட்க சொல்லி அனுப்பி இருந்த மெயிலுக்கு மலர் இப்படி பதில் அனுப்பி இருந்தாள்.

அன்பின் ஆதவனுக்கு,

மிக அற்புதமான பாடலும் காட்சியமைப்புமாக
என்னை எங்கெங்கோ அழைத்து சென்றுவிட்டது.
மீண்டும் மீண்டும் கேட்டுக்கொண்டே இருக்கிறேன்,
சலிக்கவே இல்லை எனக்கு. அப்பாவுடன் சின்ன
வயதில் நான் சென்ற அத்திரிமலையும் அங்கு
அமைதியாய் அமர்ந்திருக்கும் ஒற்றை சிவனும்
மனதில் வந்து போனார்கள். நிசப்தமான மலைகளின்
பின்னணி இசையாய் நதிகளின் சலசலப்பை என்னால்
இந்த பாடலில் கேட்க முடிந்தது. நமோ நமோ
ஏ சங்கரா என்று இசைக்கும் போதெல்லாம் அது
இயற்கையின் இசையாக தான் எனக்கு கேட்கிறது.
"ஒற்றை புல்லின் காலடியில் தான் இந்த உலகம்
கிடக்கிறது" என்ற தாகூரின் வரிகள் மனதிற்குள் வந்து
போகிறது இயற்கையோடு இசைவாய் எங்காவது
ஒரு மலைப்பயணம் செய்ய ஆவல் கொள்கிறது
மனம். நிஜத்தில் போக போவதென்னமோ ரயில்
பயணம். நான் சின்ன வயதிலிருந்து மிகவும் ரசிக்கும்
ரயில் எனும் அசையும் அற்புதத்தில் பல மனிதர்
களோடு மனிதர்களாய் கதைகள் பேசியபடி, வித
விதமான உணவுகளை ருசித்தபடி, வேகமாய் ஓடும்
மரங்களையும் மின் கம்பிகளில் அமர்ந்திருக்கும்
குருவிகளையும் காக்கைகளை பார்த்தபடி, அசையும்
ரயிலில் கொதிக்கும் ருசியற்ற காப்பியை பருகியபடி
ஒரு சுவாரஸ்யமான ரயில் பயணத்தை ஆவலுடன்
எதிர்பார்த்து கொண்டிருக்கிறேன். உங்கள் பயணங்
களை பற்றி எழுதுங்களேன்.

நட்புடன் நறுமுகை.

இது தான் கடைசியாக ஆதவனுக்கு நறுமுகை

அனுப்பிய மெயில், இதற்கு பதிலாக ஆதவனிடமிருந்து ஒரு மெயில் வந்திருந்தது, அதை சில நாட்கள் கழித்து அன்று தான் வாசித்தாள் மலர்.

அன்பின் நறுமுகை,

நானும் அப்படி ஒரு ரயில் பயணத்திற்காகவே காத்திருக்கிறேன் கொஞ்சம் காற்றும் நிறைய அன்பும் இந்த பயணங்களில் நமக்கு இலவச இணைப்பு இதற்காகவே நான் ஏசி கோச்சுகளை விரும்புவதில்லை. பணிச்சுமை காரணமாய் நீண்ட மெயிலை எழுத முடியவில்லை ஆனால் இந்த பயணம் கண்டிப்பாய் நிறைய எழுத வைக்கும். நேரம் வாய்க்கும் போதெல் லாம் எழுதுகிறேன் ரசனைகளை பகிர்ந்துகொள்ள எனக்கு கிடைத்த அருமையான தோழி நீங்கள். Stay tuned stay cool.

அன்புடன் ஆதவன்.

அட இங்க பாருடா ஆதவனும் ரயில் பயணம் போனார் போல என்று நினைத்துக்கொண்டு பதில் அனுப்பினாள்.

அன்பின் ஆதவனுக்கு,

அட நீங்களும் ரயிலில் பயணித்தீர்களா! எனக்கு இந்த பயணம் நிறைய மகிழ்ச்சிகளையும், அழகான நட்பையும், ஒரு ஊஞ்சலையும் பரிசளித்திருக்கிறது. எங்கள் வீட்டு தோட்டத்தில் மல்லி கொடிக்கு அருகில் மாமரத்து நிழலில் தென்னை மரத்தின் காற்றை ரசித்து அனுபவிக்க நீண்ட நாட்களாய் ஒரு ஊஞ்சல் கேட்டேன் அப்பாவிடம். இப்போது தான் வாங்க சம்மதித்து இருக்கிறார். சின்ன வயதில் திருசெந்தூரில் மட்டுமே கடலும் ஊஞ்சலும் பரிட்சயம் எனக்கு இப்போது

பறவையை போல பறக்க போகிறேன்.

நட்புடன் நறுமுகை.

மெயிலை எழுதிவிட்டு கதையடிக்க போய் விட்டாள் மலர். விடுமுறையில் அவள் நாட்கள் வெகு வேகமாய் கழிந்தது. மறுநாள் சாயங்கால வேளையில் சித்தி பாட்டி மற்றும் சித்தியின் பெண் இலக்கியா வுடனும் தாயம் விளையாட ஆரம்பித்தாள். ஆட்டம் நன்றாக போய்க் கொண்டு இருந்தது. மலர் ஒரு ஆட்டத்திலேயே நிறைய காய்களை கொத்தி விட்டு கொத்தாட்டாம் விளையாடிக் கொண்டிருந்தாள் இலக்கியா சாமியை வேண்டினாள் "சாமி எப்படியாவது அக்கா 12 போட்டு 2 போட்டுறனும்", இலக்கியாவின் பிரார்த்தனைக்கு சாமி செவி சாய்த்தது போல 12ஐ போட்டாள் மலர், ஆஹா இப்போ 2 போட்டா எல்லா ஆட்டமும் கிளோஸ் மலர் நிறுத்தி யோசித்துக் கொண்டிருந்தாள். 9வதில் படித்துக்கொண்டிருந்த இலக்கியா, "என்னக்கா யோசிக்க, போடுக்கா" என்றாள் பரபரப்பாய், ரெண்டு தான் விழுந்தது ஆனால் சொக்கட்டான் உருண்டு போய் இலக்கியாவின் காலில் பட்டு நின்றிருந்தது.

அப்போது, "இது ஒழுங்கா விழலை நான் மறுபடியும் போடுறேன்" என்றாள் மலர். "இல்ல, இல்ல நீ என்னைய ஏமாத்துற" என்றாள் இலக்கியா. ஆச்சிக்கும் சித்திக்கும் மண்டை காய்ந்தது, "எடி எசலாதீங்க" என்று எவ்வளவோ சொல்லியும் கேட்கவில்லை இருவரும். அப்போது மலரின் அலைபேசி அழைத்தது, அவள் அதை பாத்து விட்டு, "இரு இன்னொருக்க போடுறேன், அதான் பைனல்" என்றாள் மலர், இலக்கியா அரை மனதோடு ஒத்துக்கொண்டாள் ஆனால் இந்த முறை சரியாக மூன்று விழுந்தது இப்போது இலக்கியா,

"இது கள்ளாட்ட நீ என்னைய ஏமாத்துறக்கா" என்று விடாமல் வாக்குவாதம் செய்தாள் மறுபடியும் கைபேசி அடிக்கவே, "நீ என்னத்தையும் பண்ணு போ" என்று கைபேசியுடன் போய் விட்டாள் மலர். போனில் மலரின் தோழி மீரா தான் அழைத்திருந்தாள்.

"சொல்லுங்க மீரா டார்லிங், எப்படி இருக்கீங்க? நலம் நலமறிய ஆவல்" என்றாள் மலர். "இந்த வாய் தாண்டி உன்ன வாழவைக்குது, சரி என்ன பண்ணிட்டு இருக்க?" என்றாள் மீரா, "தாயம் விளையாண்டுக்கிட்டு இருந்தேன் அருமையான நேரத்துல கூப்டுட்ட சரி உயிர் தோழியை விட நமக்கு தாயம் முக்கியமில்லன்னு அதை அம்போன்னு விட்டுட்டு உன்கிட்ட வந்துட் டேன் சொல்லுடா வேற என்ன செய்திகள்?" என்றாள் நாடக பாணியில் மலர்.

"அடியே இங்க அவனவன் ப்ராஜெக்ட் கிடைக்காம, எந்த கம்பெனில கிடைக்குமோன்னு லபோ திபோன்னு அலைஞ்சிட்டு இருக்கான் நீ என்ன டான்னா ஜாலியா தாயம் விளையாடிகிட்டு இருக்க, இதுல இவ அத பாதில விட்டுட்டு வந்துட்டாளாமா குறை வேற உன்னைய எல்லாம் கட்டி வச்சு அடிக் கணும்டி" என்றாள் காட்டமான குரலில் மீரா.

"கூல்! கூல்! ரொம்ப ஹாட்டா இருக்க போல, ஏன்டி நீ சொல்லி வச்சிருந்த இடத்துல ப்ராஜெக்ட் கிடைக்கலையா, என்ன ஆச்சு டா" என்றாள் பொறுப்பாய்,

"ஆமா டா ரொம்ப நம்பி இருந்தேன், கடைசி நேரத்துல நோ சொல்லிட்டாரு அந்த அண்ணன். என்ன பண்றதுன்னே புரியலை, எல்லாரும் டைட்டில் குடுத்து பைனலைஸ் பண்ணிட்டாங்க, நமக்கு மட்டும் தான் இப்படி இழுத்தடிக்குது" என்று கவலைப்பட்டாள் மீரா.

"எவன்கிட்ட கேட்டாலும் எல்லாரும் ஐடில இருக்கேன்னு தான் சொல்லுறான் ஆனா ஒருத்தனும் உதவ மாட்டேங்குறான், நானும் எங்க அப்பா அம்மாக்கு தெரிஞ்சவங்க யாராச்சும் வாங்கி தருவங்களான்னு கேக்குறேண்டா. நீ கவலைப்படாத" என்று மீராவை தேற்றினாள் மலர்.

"சரி நீ கேளு நான் அப்புறம் பேசுறேன். எனக்கு ஏதோ கால் வருது என்னன்னு பாக்குறேன்" என்று அழைப்பை துண்டித்தாள் மீரா. "ஓக்கே டா பை" என்று மலரும் போனை காதிலிருந்து எடுத்தவள், அப்படியே அதை நோண்ட ஆரம்பித்த போது அவளுக்கு சூர்யாவின் நினைவு வந்தது, நானும் ஐடில தான் இருக்கேன் என்று அவன் சொன்னது நினைவு வந்தது சரி அவனுக்கு மெஸேஜ் அனுப்பி பார்க்கலாம் என்று வாட்ஸப்பை திறந்தாள்.

ஜானின் கல்யாணம் முடிந்து சூர்யாவும் மற்ற நண்பர்களும் கிளம்பி கொண்டிருந்தனர். ஜானின் பெற்றோரிடம் சொல்லிக்கொண்டு வெளியே வந்து கொண்டிருந்த சூர்யாவின் அருகில் யாரும் அறியாமல் வந்து, "தப்பா நினைச்சுக்காதீங்க, உங்க பிரண்டு உங்களை சாமியாருன்னு சொன்னதால தான் வம்பு பண்ணினோம், உங்களுக்கு ஒன்னும் வருத்த மில்லையே?" என்றாள் சுஜா.

"அப்படியா வம்பிழுத்தீங்களா என்ன?" என்றானே பாக்கலாம், சுஜாவுக்கு ஒரு நிமிடம் ஒன்றுமே புரிய வில்லை சரியான எத்தனாய் இருப்பான் போல என்று எண்ணி சூர்யாவை பார்த்தபோது, வெகு இயல்பாய் சிரித்து கொண்டிருந்தான். "கல்யாண வீட்டை இதெல்லாம் தானே கலகலப்பாய் வைக்கும். நோ இஸ்ஷூஸ். நாங்க கிளம்புறோம் பை" என்று முடித்து

விட்டு கிளம்பினான். "நான் நினைச்சதோட நீங்க நல்லாவே பேசுறீங்க, பாக்கலாம் பை" என்று ஓடி விட்டாள் சுஜா.

சுஜா சூர்யாவிடம் எதையோ ரகசியமாய் பேசி விட்டு போவதை பார்த்த மனோவிற்கு அப்படி ஒரு பொறாமை வந்தது நம்மளும் தான் வளச்சு வளச்சு பேசி பாக்குறோம் இதுக இவன்கிட்ட தான் வந்து பேசுது பாரேன் என்று வயிறெரிந்தான்.

ட்ரைனில் ஏறி அமர்ந்த உடன், "டேய் சூர்யா, அந்த சுஜா என்னடா பேசினா உன்கிட்ட? நான் எவ்வளவு முயற்சி பண்ணியும் என்கிட்டே எல்லாம் பேசவே மாட்டேங்குதேடா" என்றான் ஆதங்கமாய் மனோ,

"போடா லூசு, நீ தான் சும்மா இருந்தவ கிட்ட போய் இவன் சாமியாருன்னு சொல்லி கிளப்பி விட்ருக்க இதெல்லாம் எனக்கு தேவையா?" என்று திட்டினான் சூர்யா,

அவன் திட்டுவதை கொஞ்சமும் லட்சியம் செய்யாமல், "கடைசியா கைய ஆட்டிக்கிட்டே சிரிச்சிட்டு என்னடா சொன்னா?" என்றான் மனோ, "டேய், டேய் உனக்கெல்லாம் ரோஷமே இல்லை யாடா? அவ இந்த மாதிரி பிரண்ட்ஸ் கூட சேராதீங் கன்னு சொன்னா போதுமா? சரியான நொன நொனப்புடா நீ, இதுக்கு மேல ஏதாச்சும் கேள்விகேட்ட உன்ன சாவடிச்சிருவேன் பாத்துக்கோ" என்று சூர்யா கத்திய உடன் தான் அமைதியானான்.

"ஹாய் சூர்யா பிஸி?" என்று அனுப்பிவிட்டு யோசித்தாள் மலர் கேக்காமலே இருந்திருக்கலாமோ,

ஆனால் சூர்யாவிடம் கேட்க அவளுக்கு ஒன்றும் அவ்வளவு தயக்கம் ஏற்படவில்லை. சூர்யாவின் போனில் மெசேஜ் அலெர்ட் டோன் வந்ததும் அதை எடுத்து பார்த்து கவின் என்றதும் சிரிப்புடன் பதில் அனுப்பினான் சூர்யா.

"ஹாய் கேகே, என்ன பண்ணுற?" என்று பதில் அனுப்பி இருந்தான் சூர்யா. "அதென்ன கேகே?" கேள்விக்குறியுடன் பதில் அனுப்பினாள் மலர்.

"குள்ள கத்திரிக்காய்" என்று சூர்யாவிடம் பதில் வந்தது,

"நீங்க தான் ஓஎஸ், காம்ப்ளான்ல எல்லா பிளேவரையும் குடிச்சு ஓவரா வளந்திட்டு, என்னைய குள்ளம் சொல்லுறீங்க" என்று பதில் அனுப்பினாள் மலர்.

"ஓ எஸ்?" என்று கேள்விக்குறியுடன் கேட்டிருந்தான் சூர்யா.

"ஒட்டகச்சிவிங்கி, உங்க அம்மா பாவம் உங்களுக்கு பொண்ணு தேடுறதுக்குள்ள டய்ட் ஆகிருவாங்க" என்று பதில் அனுப்பினாள் மலர்.

"உனக்கு வெரைட்டியா சாப்புடுறதுக்கே நேரம் சரியா இருக்குமாம், நீ எங்க அம்மாக்காக கவலை படுறியாக்கும்" என்று நக்கல் பதில் அனுப்பினான் சூர்யா.

நம்ம கிட்ட இஞ்சி தின்ன குரங்கு மாதிரி மூஞ்சிய வச்சிட்டு பேசுறான் ஆனா மெசேஜ்ல யாரு கூடவோ பல்ல பல்ல காட்டி சேட் பண்ணுறான், கேட்டா உண்மைய சொல்ல மாட்டேங்குறான், எப்படி

போனை பாக்குறது என்ற யோசனையுடன் சூர்யாவின் அருகில் போய் அமர்ந்தான் மனோ.

சூர்யாவின் அருகில் வந்து போனை எட்டி பார்த்த மனோ, "அது யாருடா கே கே" என்றான் கொஞ்சமும் கூச்சம் இல்லாமல்.

பதிலுக்கு சூர்யா, "டேய் இடியட் சத்தியமா சொல்லுறேன், என் பொண்டாட்டி கூட என்னைய இந்த பாடு படுத்த மாட்டா" என்றான் சூர்யா கடுப்பாய்.

"இன்னும் அந்த கேகே யாருன்னு நீ சொல்லல" என்றான் மனோ,

"நான் இனிமேலும் சொல்ல போறேன்னு சொல்லலியே" என்று எழுந்து கதவருகில் போய் விட்டான் மனோ.

எந்த பக்கம் பந்த போட்டாலும் சிக்ஸர் அடிக்கிறானே இவனை எப்படி சமாளிக்கிறது சரி இவனுக்குன்னு ஒருத்தி பொறந்திருப்பா அது அவ வேலை நமக்கென்ன என்று நண்பர்களுடன் கதை யடிக்க போய் விட்டான் மனோ.

"எப்போ பாரு நான் சாப்பிட்டுட்டே இருக்க மாதிரி நீங்க பேசுறதை நான் வன்மையா கண்டிக் கிறேன், ஒரு போளி ரெண்டு வடை வாங்கி தந்ததுக்கு அரிசி மூட்டை, சாப்பாட்டு ராமின்னு சொல்றதெல்லாம் ரொம்ப ஓவர் சொல்லிட்டேன்" என்று பதில் அனுப்பி இருந்தாள் மலர்.

"அப்போ பிரியாணி வாங்கி தந்திட்டு அப்படி கூப்பிடலாம்ன்னு சொல்லுறியா?" என்று கேட்டி ருந்தான் சூர்யா,

அதற்கு மலர் "அப்போ தான் உங்களுக்கு என்னைய அப்படி கூப்புடுறதுக்கு ஒரு தகுதி கிடைச்சிருக்கும்" என்று பதில் அனுப்பினாள் மலர்.

"சரி அப்போ இன்னும் ரெண்டுமணி நேரத்துல திருநெல்வேலி ஸ்டேஷன் வா, பிரியாணி வாங்கி குடுத்திட்டு அரிசி மூட்டைன்னு சொல்லிக்கிறேன்" என்று அனுப்பினான் சூர்யா.

"ஓ ரிட்டர்ன் போறீங்களாக்கும், போறப்ப அப்பாவிகளுக்கு கைகொடுத்து காப்பாத்தின மாதிரி வர்றப்ப பிரியாணி குடுத்து வள்ளல் ஆகாலாம்னு பிளான் போல, ஆனா நான் இதுக்கெல்லாம் அசர மாட்டேன்" என்று எழுதி இருந்தாள் மலர்.

"என்னு நான் சொல்லவா ஏன்னா ஏற்கனவே நீ அங்க இப்போ தான் பிரியாணியை ரவுண்டு கட்டி அடிச்சிருப்ப.." என்று சூர்யாவின் பதிலில் மலருக்கு அப்படி ஒரு கடுப்பு வந்தது, "போங்க உங்ககிட்ட போய் உதவி கேக்க வந்தேன் பாருங்க, என்னைய சொல்லணும்" என்று கடுப்பான பதில் அனுப்பினாள்.

வழக்கமான சூர்யா ஸ்டைலில் அப்போ கேக்காத என்று தான் அவன் சொல்லி இருக்க வேண்டும் ஆனால் அவன் அப்படி சொல்லவில்லை.

13

சூர்யா ட்ரைனின் கதவருகில் நின்றிருந்தான் அருமையான காற்று அவன் கேசம் கலைத்து

விளையாடியது. கவினுடன் உரையாடுவது அவனுக்கு மிக சுவாரஸ்யமாய் இருந்தது. சூர்யா வார்த்தைகளை கவனமாய் பயன்படுத்துவதற்கு மிகுந்த முக்கியத்துவம் கொடுப்பான் யாரையும் காயப்படுத்திவிடுவோமோ என்று கேலிப்பேச்சை கூட தவிர்க்கும் சூர்யா இன்று மலரை கேலி மட்டுமே செய்துகொண்டிருக்கிறான் அவனுக்கே அவன் செய்கை விசித்திரமாய் இருந்தது.

“ஒவ்வொண்ணுக்கும் டைப் டைப்பா முளியை மாத்துறதுல எக்ஸ்பேர்ட்ல நீ, உதவி கேக்குறப்ப எல்லாம் பாவம் போல மூஞ்சியை வச்சிட்டு கேக்குறது, அப்புறம் கழுத்த நெறிக்க வரது. இதெல்லாம் நீ செய்யலன்னு சொல்லு பாக்கலாம்?” என்று மலருக்கு பதில் அனுப்பினான் சூர்யா.

சூர்யாவின் பதிலை பார்த்து மலர் ஒரு நிமிடம் திகைத்து விட்டாள், ஆஹா! உதவி பண்ணினவன் கிட்ட ஓவரா நடந்துக்கிட்டோமோ என்று சிந்தித்து விட்டு அதுக்கெல்லாம் இப்போ சாரி கேட்டா நல்லா இருக்காது என்ன செய்யலாம் என்று யோசித்தாள் கை அதுபாட்டுக்கு டைப் செய்துகொண்டிருந்தது.

“அதான் ஏற்கனவே செஞ்ச உதவிக்கு பலமுறை தாங்க்ஸ் சொல்லியாச்சே, இன்னும் நெத்தில மட்டும் தான் எழுதி ஓட்டிகலை, இப்போ என்ன உதவி கேக்க வரேன்னு சொல்ல விடுவீங்களா மாட்டீங்களா?” என்று மிரட்டல் கேள்வி கேட்டிருந்தாள் மலர் அவளுக்கு சூர்யாவிடம் கேட்க ஏனோ தயக்கமே தோன்றவில்லை, சூர்யாவை பார்த்து முழுசாய் ஒரு நாள் தான் ஆகி இருந்தது என்று நம்ப கூட முடியவில்லை, பல நாட்கள் பழகியது போலத்தான் தோன்றியது.

“உலகத்திலேயே இப்படி மிரட்டி உருட்டி உதவி

கேக்குறது நீ மட்டுமா தான் இருக்கும் உன்னோட எவ்வளவு உசரம் இருக்கேன் என்னையே நீ இந்த பாடு படுத்துற உங்க அப்பா அம்மலாம் பாவம்" என்று பதில் அனுப்பினான் சூர்யா,

"கடவுளே என்னைய இந்த மாதிரி செல்ஃப் டப்பா கிட்ட இருந்து காப்பாத்து, ப்ளீஸ் நான் என்ன கேக்கவரேன்னு சொல்ல விடுவீங்களா? இல்லையா?" என்று அழாத குறையாய் அனுப்பினாள் மலர்.

"சொல்லும் சொல்லித்தொலையும்.." என்று பதில் அனுப்பினான் சூர்யா,

உடனே மலர், "நீங்க ITல தானே இருக்கீங்க? உங்க கம்பெனில எங்களுக்கு ஒரு ப்ராஜெக்ட் வாங்கி கொடுங்களேன் ப்ளீஸ். நிறைய நல்ல நல்ல டாபிக்ஸ் எல்லாம் இருக்கு, ஆனா ஒரு கம்பனிலயும் ப்ராஜெக்ட் செய்ய ஒத்துக்க மாட்டேங்குறான். எங்களுக்கும் தெரிஞ்சவங்க யாருமே இல்லை. உங்க கம்பெனில ஸ்டுடென்ட்ஸ்க்கு ப்ராஜெக்ட் எல்லாம் செய்ய வழி உண்டா அப்படி இருந்தா கொஞ்சம் வாங்கி தாங்களேன்" என்று கேட்டிருந்தாள்.

"இரு, இரு என்னோட பிரண்டு ஒருத்தன் ஹெச் ஆரா இருக்கான் அவன்கிட்ட இதெல்லாம் எங்க கம்பெனில செய்யுறாங்களா என்று கேட்டு சொல்லுறேன்" என்று பதில் அனுப்பினான்.

கொஞ்ச நேரம் சூர்யாவிடம் பதில் வராமல் போகவும் மலர் "என்ன ஆச்சு எஸ் ஆர் நோ தெரிஞ்சுதா?" என்று கேட்டு அனுப்பினாள்.

சூர்யா ஒன்றுமே தெரியாதவன் போல, "நீ எதுக்கு கேக்குற?" என்று கேட்டான்.

மலர் மனதிற்குள் நடத்து நடத்து நீ என்கிட்டே சிக்காமலா போயிருவ என்று கருவிவிட்டு, "ப்ராஜெக்ட் செய்யுறாங்களா மாட்டாங்களான்னு உங்க பிரண்ட் சொன்னாரான்னு கேட்டேன்?" என்று விளக்க..மாய் பதில் எழுதினாள்.

"ஓ அதா, அவன் பதிலே அனுப்பல. இன்னைக்கு அவன் பதில் அனுப்பாட்டி நாளைக்கு கேட்டு சொல்லிர்றேன் அவன் ப்ராஜெக்ட் பண்ணுறதா சொன்னான்னா நீ யாருகூட எல்லாம் ப்ராஜெக்ட் செய்ய போறியோ எல்லாரோட டீடைல்சும் எனக்கு மெயில் அனுப்பு. நான் மூவ் பண்ணி வாங்கி தரேன் கூல் கேகே" என்று பதில் அனுப்பினான் சூர்யா.

"தேங்க்ஸ் எ லாட் ஓஎஸ்" என்று பதில் அனுப்பி இருந்தாள் மலர்.

"நம்மளோட வயசுல பெரியவனாச்சே உதவி வேற கேட்டுருக்கோமே கொஞ்சம் பணிவா பேசு வோம்னு தோணுதா உனக்கு? சரியான அகராதி" என்று அனுப்பினான் சூர்யா.

"அப்போ நடிக்க சொல்றீங்களா? நீங்க என்னோட நல்ல பிரண்டுன்னு தான் நினைக்கிறேன்" என்று பதில் அனுப்பினாள் மலர்.

"ஆனா எப்படியாவது பேசி சமாளிச்சிர்ற, நீ பொழச்சுக்குவ! இங்க டவர் சரி இல்லை, நாளைக்கு பேசுறேன்" என்று பதில் அனுப்பினான் சூர்யா. "பை, குட்நைட் சூர்யா" என்று மலரும் உரையாடலை முடித்தாள். உண்மையில் டவர் எல்லாம் நல்லா தான் இருந்தது மனோ தான் சூர்யாவை வெகுநேரம் காணவில்லையே என்று அவனை தேடி வந்துவிட்டான்

அதனால் சூர்யா இப்படி சொல்லி மலரிடம் பேச்சை முடித்துக் கொண்டான்.

சூர்யாவுக்கே மனோ மற்றும் நண்பர்களுடன் பேசவே இல்லாமல் கவினுடனேயே பேசிக்கொண்டி ருப்பதை போல தோன்றியது. ஆனால் மலர் அவன் கம்பெனியிலேயே ப்ராஜெக்ட் செய்ய கேட்டிருப்பது அவனுக்கு மகிழ்வையே தந்தது அடிக்கடி பாக்கலாம், இவளால மட்டும் எப்படி தான் இப்படி வாய் ஓயாமல் பேசிக்கிட்டே இருக்க முடியுதோ தெரியலை என்று நினைத்துக்கொண்டான்.

மனோ வருவதை தூரத்திலிருந்தே பார்த்து விட்ட சூர்யா வந்துட்டான் கேள்விகேட்டே சாவடிப்பானே என்று யோசித்து நல்ல பிள்ளையாய் மலரிடம் நாளை பேசுவதாய் சொல்லிவிட்டான், அதற்கு மலரிடம் உடனடியாய் பதில் வரவில்லை. சரியாக மனோ சூர்யாவின் அருகில் வந்த போது அவள் "பை, குட் நைட்" என்று அனுப்பி இருந்தாள். மனோவிற்கெல்லாம் பயந்தால் அது சூர்யா இல்லையே "என்னடா?" என்று மனோவிடம் கேட்டுக்கொண்டே போனை எடுத்துக் பார்த்தான் சூர்யா.

சூர்யா பார்க்கும் முன்பே போனை பார்த்தான் மனோ, "பை குட் நைட் சூர்யா" என்று கேகேயிடமிருந்து வந்திருந்தது, அது யாருடா அது கேகே கேட்டாலும் சொல்லி தொலைய மாட்டான். என்னவா இருக்கும் என்று மண்டையை பிய்த்து கொண்டான் மனோ.

சூர்யாவிடம், "டேய் கேகேயோட எக்ஸ்பான்ஷன் என்னடா, எனக்கு மண்டை காயுது சொல்லி தொலையேண்டா?" என்று கேட்டான். "நீ தான் பெரிய சிஐடி ஆச்சே, கண்டுபிடி பாக்கலாம்" என்றான் சூர்யா,

அவனுக்கு மறைக்க வேண்டும் என்ற எண்ணமே இல்லை, ஆனால் மனோ அதை தூண்டி தூண்டி கேட்கவும் அவனிடம் விளையாடவே தோன்றியது.

"இரு இப்போ சரியா சொல்றேன் பாரு நீயே வியந்து போக போற என்று யோசித்தான், கும்பகோணம் காஞ்சனா, கமலா காமேஷ், குணசீலம் கோகிலா பழைய பேர்களா இருக்கோ" என்றான் நிறுத்தி,

"டேய்!" என்று ஒரு நிமிடம் நின்றுவிட்டு வாய் விட்டு சிரிக்க ஆரம்பித்தான் சூர்யா, "என்னடா பல்ல காட்டுற, இரு இப்போ சரியா சொல்லுறேன் பாரு" என்று, "காஞ்சிபுரம் கவிதா, கோடம்பாக்கம் கண்மணி" என்றான் சூர்யாவிற்கு சிரித்து சிரித்து கண்ணில் நீரே வந்துவிட்டது, "டேய் ஆனா ஒண்ணு சொல்லுறேன் உலகத்துல ஒரே ஒரு மனோ அது நீ மட்டும் தான்டா நீ ஒரு அல்டிமேட் பீசுடா, ஏன்டா நீ என்ன ரேடியோல பாட்டா போட போற கோடம்பாக்கம் கண்மணி பொன்மணின்னுகிட்டு" என்றான் சிரிப்பை நிறுத்தாமல்.

இவர்கள் சிரித்தபடியே நண்பர்களுடன் போய் ஜோதியில் கலந்தார்கள், சிரிக்குதே தவிர கேகே யாருன்னு சொல்லமாட்டேங்குதே பயபுள்ள என்று காண்டானான் மனோ. அன்று ட்ரைனில் மனோவே பாடுபொருளானான் அவனை வைத்து கும்மி அடித்து தீர்த்து விட்டார்கள் நண்பர்கள்.

மறுநாள் காலையில் சென்னை வந்து சேர்ந்த போது மீண்டும் அலுவலகத்திற்கு போகவேண்டுமே என்ற சலிப்பு வந்தது சூர்யாவிற்கு மனோவிற்கு அந்த கவலை எல்லாம் இல்லை அவன் வேலை செய்த ப்ரொஜெக்ட்டில் கெடுபிடியான வேலை எல்லாம் இல்லை அதனால் அவன் முக்கால் வாசி

நேரம் பக்கத்தில் அமர்ந்திருக்கும் பெண்களிடம் பேசியே கழிப்பான், ஜானின் கல்யாணம் பற்றி எல்லா செய்திகளையும் ஒளிபரப்ப வேண்டி இருந்தது அதனால் கிளம்பி கொண்டிருந்தான் மனோ.

சூர்யாவும் கிளம்பிக்கொண்டு தான் இருந்தான் அப்போது அவனின் ஹெச். ஆர் நண்பன் சரவணன் கால் செய்தான். உடனே சூர்யா சுறுசுறுப்பானான், "ஹாய் சரவணா, எப்பிடிடா இருக்க? நான் நல்லா இருக்கேன்டா, ஆமா ஆமா ப்ராஜெக்ட் வேலை எல்லாம் டயிட்டா போகுதுடா. ம்ம் ஆமா, நாங்க எல்லாரும் நாகர்கோவில் போயிட்டு தான் வந்தோம். இன்னைக்கு காலைல தான் வந்தோம் கல்யாணம் சிறப்பா நடந்துச்சுடா" என்றான் சூர்யா, "ஹே ஒரு சின்ன உதவிடா நம்ம கம்பெனில இன்ஜினியரிங் பைனல் ஸ்டுடென்ட்ஸ்க்கு ப்ராஜெக்ட் தர்றாங்களாடா?" என்று கேட்டான் சூர்யா.

"தர்றாங்களே சூர்யா, யாருக்கும் வேணுமா?" என்று கேட்டான் சரவணன். "ஆமாடா, என்னோட கசினுக்கும் அவங்க பிரண்ட்ஸுக்கும் வேணுமாம், அப்ளை செய்ய சொல்லவா? பாத்து பண்ணிவிடு, என்னை ரொம்ப பெரிய ஆளுன்னு நினைச்சிட்டு இருக்காங்க வாங்கி குடுத்துரு" என்றான் சூர்யா.

அந்தப்புறம் சரவணன் என்ன சொன்னானோ, "அதெல்லாம் சிறப்பா செஞ்சிரலாம், மச்சான் நீ கவலை படாத, அப்போ அனுப்பிட்டு சொல்லு றேன்டா, பை" என்று போனை வைத்தான் சூர்யா.

மலருக்கு மெசேஜ் அனுப்பினான், "கேகே சீக்கிரம் இந்த மெயில் ஐடிக்கு ஸீவீ(CV) அனுப்பி விடு" என்று அனுப்பிவிட்டு நிமிர்ந்த போது, அவனுக்கு வெகு

அருகில் வந்து, "யாருக்குடா ப்ராஜெக்ட், கேகேக்கா? அது யாரு உன்னோட கசின் எனக்கு தெரியாம?" என்றான் கேள்வியாய் மனோ.

"எனக்கே தூரத்து சொந்தமாம், உனக்கு எப்படி டா தெரியும் மொத ப்ராஜெக்ட் கிடைச்சா பாக்கலாம்" என்று வண்டி சாவியை எடுத்து கொண்டு புறப்பட தயாரானான் சூர்யா.

வண்டியில் போகும் போதும், "டேய் சூர்யா என்னோட பாவம் உன்ன சும்மா விடாதுடா, கேக்கேன்னா என்னன்னு சொல்லிரு ப்ளீஸ் இல்லன்னா, என்னால டெய்சி கிட்ட கூட நிம்மதியா பேச முடியாதுடா" என்றான் மனோ,

பதிலுக்கு சூர்யா, "அப்பாடி இன்னைக்காச்சும் அந்த பொண்ண வேலை செய்ய விடு, அது பிழைச்சு போகட்டும்" என்றான் சூர்யா. "எழுதுங்கள் என் கல்லறையில் இவன் இரக்கமில்லாதவன் என்று..." மனோ உணர்ச்சிவசப்பட்டு நாடக பாணியில் கத்திய போது வண்டியை சிக்கினலுக்காக நிறுத்தி இருந்தான் சூர்யா, எல்லாரும் மனோவை திரும்பி பார்த்தார்கள் சூர்யாவிற்கு இந்த விளையாட்டு ரொம்ப பிடித்தது, ஹெல்மெட்டிற்குள் அவன் சிரிப்பதை பார்த்த மனோ, "இருடி என்கிட்டே நீ சிக்காமலா போயிருவ அப்போ வச்சு செய்யுறேன்" என்றான் மனோ.

புன்னகை உறைந்த உதடுகளுடன் ஆபிஸிற்குள் வண்டியை விட்டான் சூர்யா. "ஓக்கேடா பாக்கலாம்" என்று போய் விட்டான் மனோ (சூர்யாவுடன் போராடி போராடி களைத்துவிட்டான் மனோ). தன்னுடைய லேப்டாப் பையை எடுத்து தோளில் மாட்டியபடியே, கவின் பதில் அனுப்பி இருக்கிறாளா என்று பார்த்தான்

சூர்யா அவள் இன்னும் மெசேஜை பார்க்கவே இல்லை என்று தெரிந்த போது, தூங்குறா போல மணி ஒம்போதரை இன்னும் தூங்குது பாரு. நான் எல்லாம் ரெஸ்ட் எடுக்காம ஆபீஸ் வந்திருக்கேன் இவ மட்டும் நிம்மதியா தூங்குவாளாமா என்று கவினை அழைத்தான்.

கடைசி ரிங்கில் போனை எடுத்த கவின் "ஹெல்..லோ" என்றாள் கொட்டாவி விட்டபடியே,

"என்னைக்கு உன்ன பாத்தேனோ, அதுல இருந்து உன்னைய எழுப்பி விடுறதே எனக்கு வேலையா இருக்கு" என்று சலித்து கொண்டான் சூர்யா, யாராவது தோழிகளாய் இருக்கும் என்று நினைத்து போனை பார்க்காமலே ஹலோ சொன்ன மலர் சூர்யாவின் குரலை கேட்டதும் தூக்கி வாரி போட்டு எழுந்தமர்ந்தாள்.

14

"ஹலோ தூங்கிட்டு இருக்க பிள்ளையை இப்படியா பயம்புருத்தி எழுப்புவாங்க, காலங்காத்தால எவ்வளவு ஸ்வீட்ஆ எழுப்பனும் தெரியுமா?" என்றாள் கவின்,

"ஓய் அவனவன் ட்ரெயின்ல நைட்டெல்லாம் வந்தும், ரெஸ்ட் எடுக்காம ஆபீஸ் வந்திருக்கானாம் உனக்கு ஒம்போதைரை விடிகாலையா? நீ எல்லாம் ஏன் பேசமாட்ட உனக்கு ப்ராஜெக்ட் வேண்டாட்டி போ, நான் சரவணன் கிட்ட வேணாம்னு சொல்லிக்கிறேன், பை" என்று வைப்பது போல நடித்தான் சூர்யா,

"தெய்வமே நீங்க வரம் குடுக்க தான் கூப்டு ருக்கீங்கன்னு தெரியாம பக்தை தப்பா பேசிட்டேன், வேணும்னா கன்னத்துல கூட போட்டுக்குறேன் விஷயத்தை சொல்லுங்க செஞ்சு முடிச்சிட்டு மறு வேலை பாக்குறேன்" என்று பணிவாய் பேசினாள்.

அடிப்பாவி அப்படியே அந்தர் பல்டி அடிச்சிட் டாளே என்று மனதுள் நினைத்துகொண்டு "ஹா ஹா... ரைட் நான் என்னோட ஆபீஸ் மெயில் ஐடி அனுப்பி இருக்கேன் சீக்கிரம் நீயும் உன்னோட பிரண்ட்ஸும் அதுல உங்களோட ஸீவீ அனுப்புங்க காலேஜ் பத்தி எல்லாம் தெளிவா இருக்கணும், நான் ப்ராசஸ் பண்ண அனுப்புறேன். ஒரு வாரத்துல தெரிஞ்சிரும் அப்புறம் நீங்க கிளம்பி வந்து ஸ்டார்ட் பண்ணிக்கலாம், சரியா?" என்றான்,

"சூப்பர் சூப்பர் சூர்யா, ரொம்ப ரொம்ப தேங்க்ஸ். காலைலியே நல்ல செய்தி" என்றாள் குதூகலமான குரலில்.

"தூக்கத்துல இருந்து எழுப்பிவிட்டுடேன்னு குறை சொன்ன வாயி தானே இது" என்றான் சூர்யா,

"அதே வாய் தான் சற்று முன் தங்களை தெய்வம் என்று புகழ்ந்தது அதை மறக்க வேண்டாம் என்பதை தாழ்மையுடன் தெரிவித்து கொள்கிறேன்" என்றாள் கவின்,

"நீ இருக்கியே... சரி சீக்கிரம் எல்லாத்தையும் அனுப்பிவை எனக்கு லேட்டா ஆகுது பை" என்று நிஜமாகவே வைக்க போனான் அதற்குள் கவின், "சூர்யா, சூர்யா ஒரே ஒரு நிமிஷம்.. ஏதாச்சும் டவுட்ன்னா உங்களுக்கு மெசேஜ் அனுப்பலாமா?

ஆபீஸ் நேரத்துல மெசேஜ்க்கு பதில் அனுப்புவீங்களா?" என்றாள் அவசரமாய்,

"ம்ம் பாப்பேன் பிஸியா இருந்தா கொஞ்ச நேரம் கழிச்சு ரிப்ளை செய்வேன்" என்றான் சூர்யா,

"சரி சரி பை பை" என்று வைத்தாள் மலர்.

தன்னுடைய தோழிகள் பிரியா, மீரா மற்றும் விஜியிடம் சொல்லி சூர்யாவின் மெயில் ஐடிக்கு அவர்களுடைய பயோ டேட்டாவை அனுப்பச் சொன்னாள் மலர். "இவர் யாருடி?" என்பது தான் எல்லாருடைய கேள்வியாகவும் இருந்தது ட்ரைனில் பார்த்தவன் என்று சொல்ல அவளுக்கு கொஞ்சம் கூச்சமாய் இருந்தது, அதனால் அப்பாவுடைய நண்பரின் மகன் என்று சொல்லிவிட்டாள்.

அவசரமாய் பேங்கிற்கு கிளம்பிக்கொண்டிருந்த அப்பாவிடம் சென்று "அப்பா ப்ராஜெக்ட் கிடைக்காம இருந்துச்சுல்ல, ட்ரெயின்ல பார்த்த சூர்யா கிட்ட கேட்டேன், கேட்டு பாக்குறேன்னு சொல்லி இருக்காரு, கிடைச்சா போகவாப்பா?" என்றாள்,

கம்பெனி பேரை கேட்டுக்கொண்டு, "பரவா யில்லை பெரிய கம்பெனி தான் கிடைச்சா நல்லது தானே பாப்பா, கண்டிப்பா போ, அப்புறம் சாயங்காலம் அந்த தம்பி சூர்யாகிட்ட நான் பேசுறேன்" என்றார்.

"அம்மாவும் பேசட்டும்ப்பா" என்றாள் மலர்.

"ட்ரெயின்ல எழுந்துக்காம போனதெல்லாம் அம்மாக்கு சொல்ல கூடாதுன்னு என்கிட்ட நீ தானேடா சொன்ன" என்றார் ராகவன்.

"ஆமாம் சொன்னேன் ஆனா என் பொண்டாட்டி கிட்ட பொய் சொன்னா எனக்கு உடம்பெல்லாம் நடுங்கும்ன்னு ஓவர் பில்டப்பு குடுத்தது நீங்க தானே, அதுனால நானே எங்க அம்மா கிட்ட எல்லாத்தையும் சொல்லிட்டேன். மொதல்ல திட்டினாங்க அப்புறம் சில பல வாக்குறுதிகளை குடுத்து அம்மாவை சரிகட்டிட்டேன், சூர்யாவை பத்தியும் சொல்லி இருக்கேன். அதுனால அம்மாவும் அவரோட பேச ணும்ன்னு சொன்னாங்க ரெண்டு பெரும் பேசுங்க" என்றாள் மலர்.

"ஆனா என் மானத்தை வாங்கிறாதீங்க" என்றாள் மலர், "அட இங்க பாருடா! நான் புதுசா உன்னைய பத்தி சொல்லணுமாக்கும் நீ தான் ஏற்கனவே சிறப்பா செஞ்சிருக்கியே" என்றார் ராகவன் இடக்காய்.

"சரிடா மலர்குட்டி, நீ சென்னை போனா எப்பவும் கவனமா இருக்கனும்டா. இவங்களை எல்லாம் நமக்கு இப்போ தான் தெரியும் பார்க்க நல்லவங்களா தான் தெரியுது, ஆனாலும் பெண் குழந்தைகளுக்கு இப்போ என்னவெல்லாமோ நடக்குது அதுனால நீ பத்திரமா இருக்கணும் சரியா?" என்றார் ராகவன் சற்றே கவலையாய்.,

"அப்பா எனக்கு சேப்டி தான் முக்கியம், நீங்க கவலையே படாதீங்க. நான் நேரத்துக்கு ஹாஸ்டல் வந்துட்டு உங்ககிட்ட டெய்லி பேசுவேன் சரியா?" என்று அப்பாவை சமாதான படுத்தினாள் மலர்.

"சரிடா நான் ஆபீஸ்க்கு கிளம்புறேன் அம்மாகிட்ட சொல்லிரு" என்று வாசலுக்கு போனார் ராகவன், அம்மாவிடம் பேசிவிட்டு சூர்யா கேட்ட எல்லாவற் றையும் அனுப்பி விட்டு மெயில் அனுப்பிவிட்டதாய்

மெசேஜ் அனுப்பினாள் மலர் "ஓக்கே" என்று மட்டும் பதில் அனுப்பினான் சூர்யா.

"சூர்யா ஆபீஸ் முடிஞ்சு பிரீ ஆனா சொல்லுங்க, உங்களோட உதவும் உள்ளத்தை எடுத்து சொன்ன உடனே எங்கம்மா யாருயா அது எனக்கே பேசணும் போல இருக்குன்னு சொல்லிட்டாங்க, உங்க கிட்ட என்னோட அப்பா அம்மா பேசணுமாம், அநேகமா என்னைய புகழுவாங்க உங்களுக்கு வேற வழி இல்ல என்னைய எழுப்பிவிட்ட பாவத்துக்கு அதெல்லாம் கேட்டுக்கோங்க" என்று அனுப்பி இருந்தாள். பதிலுக்கு "இதுவேறயா?" என்று பதில் வந்தது.

மலர் ஆபிஸ் நேரமென்று வேறு எதுவும் பேசாமல் விட்டுவிட்டாள். சூர்யாவிற்கு வேலை அதிகமாய் இருந்தது பல மெயில்களுக்கு பதில் அனுப்ப வேண்டி இருந்தது அதனால் அவன் வேலையில் கவனமாய் இருந்தான் இடைஇடையே சரவணனை அப்டேட் என்ன என்று மட்டும் கேட்டுக்கொண்டான் ஆனால் கவினிடம் எதுவும் சொல்லவில்லை.

இரவு எட்டு மணிக்கு தான் வீட்டுக்கு கிளம்பினான் சூர்யா வீடு வந்து சேர 8:45 ஆகி இருந்தது. அப்போது தான் கவின் சொன்னது நினைவு வந்தது கவினுக்கு, "இப்போ பேசலாமா? லேட் ஆகிடுச்சா?" என்று செய்தி அனுப்பினான். உடனே கவினிடமிருந்து இருந்து, "இருங்க இதோ கால் பண்ணுறேன்" என்று பதில் வந்தது. சற்று நேரத்தில் அழைத்தாள், "ஹாய் சூர்யா எப்படி இருக்கீங்க?" என்றாள் மிக அமெரிக்கையான குரலில் கவின், ஆஹா! என்னமா நடிக்குதுப்பாரு என்று நினைத்து கொண்டு "பைன்" என்றான் சூர்யா, "இருங்க என்னோட அப்பா பேசுறாங்க" என்று கொடுத்தாள், "ஹலோ சூர்யா எப்படி

இருக்கீங்க? நலமா? அப்புறம் வேலை எல்லாம் எப்படி போகுது" என்றார் ராகவன்.

"நல்ல நலம் அங்கிள், வேலை கொஞ்சம் ஜாஸ்தியா தான் இருக்கு" என்றான், "தம்பி அன்னைக்கே கேக்கணும்ன்னு இருந்தேன், உங்க அப்பா அம்மாலாம் எங்க இருக்காங்க?" என்றார்.

"அவங்க ரெண்டு பேருமே மதுரைல இருக்காங்க அங்கிள்" என்று அவர்கள் விவரம் எல்லாம் சொன்னான் பொறுமையாய் கேட்டவர், அவசரமாய் "ஸ்டேட் பேங்க் நமச்சிவாயம்ன்னா அவங்க யூனியன் மீட்டிங் எல்லாம் நடத்துவாங்களே.. நானும் மதுரையில வந்து அட்டெண்ட் பண்ணிருக்கேன். எங்களுக்கு நல்ல பழக்கம்லா, கல்லிடை ராகவன்னா அவங்களுக்கு தெரியும், கேட்டு பாருங்க" என்று பேசிவிட்டு, "மலரோட அம்மா பேசணுமாம்" என்று போனை அன்பரசியிடம் கொடுத்தார்.

"ஹலோ சூர்யா நான் அன்பரசி பேசுறேன், ரொம்ப தேங்க்ஸ்ப்பா. அன்னைக்கு மலர் ட்ரைன மிஸ் பண்ண பார்த்தாளாமே. நல்ல வேளை சமயத்துக்கு ஹெல்ப் பண்ணி இருக்கீங்க, ரொம்ப தாங்க்ஸ் தம்பி" என்றார் கடகடவென கூடவே, "இவ எப்பவுமே இப்படி தான் தம்பி கவனக்குறைவா இருப்பா, அதான் இவளை வெளில அனுப்பவே கவலையா இருக்கு" என்றார் அன்பரசி, பதிலுக்கு சூர்யா, "ஆன்ட்டி சின்ன சின்ன கவனக்குறைவெல்லாம் தனியா வெளில இருந்தா தான் மாறும், எப்போ பாரு ப்ரொடெக்ட் பண்ணி பத்திரமா வச்சிருந்தா இப்படியே தான் இருப்பாங்க பரவாயில்லையா, இந்த காலத்துல எங்கெல்லாமோ போறாங்க பெண்கள், நீங்க என்னனா சென்னைக்கு அனுப்ப இவ்வளவு யோசிக்கிறீங்க" என்றான்.

"ஆனா உங்கள ஒரு விஷயத்துக்காக பாராட்டியே ஆகணும் நீங்க எப்படி டெய்லி அவளை எழுப்புறீங்க?" என்றதும் அன்பரசிக்கு அப்படி ஒரு சிரிப்பு வந்தது.

"ஹா ஹா ரொம்ப கஷ்டம் தான் தம்பி அதுக்கு பயந்து தான் நான் அவளை ஹாஸ்டெல்லயே சேர்த்தேன் பாத்துக்கோங்க" என்றார் அன்பரசி.

"ஆனாலும் உங்களுக்கு இவ்வளவு வில்லத்தனம் ஆகாது ஆன்ட்டி நீங்க எஸ்கேப் ஆனா போதுமா, கவின் கூட படிக்கிற பொண்ணுங்க எல்லாம் பாவமில்லையா?" என்றான் சூர்யா.

"ஆமா தம்பி, இவ கிட்ட பிரண்ட் ஆனா, பின்ன மாட்டிகிட்டு முழிக்க வேண்டி தான்" என்றார் அன்பரசி அவரிடமிருந்து அவசரமாய் போனை பிடுங்கிய கவின், "என்னைய டேமேஜ் பண்ணுறதுல உங்க ரெண்டு பேருக்கும் அம்புட்டு மகிழ்ச்சி" என்று கடுப்பாய் கத்தினாள் கவின்,

"அதுக்கில்ல கவின் உங்க அம்மாவோட தியாகங் களை கொஞ்சம் விலாவாரியா கேட்டு தெரிஞ்சிக்க லாம்ன்னு.." என்று சூர்யா சொல்லிக்கொண்டிருக்கும் போதே,

"எதோ புதுசா பேசுறீங்களே, பேசிட்டு போகட்டும்ன்னு விட்டா என்னைய வச்சு வில்லுப் பாட்டே பாடிருவீங்க போல! டேமேஜ் பண்ணுறதுக்கும் ஒரு அளவு இருக்கு, அப்புறம் நான் மனுஷியா இருக்க மாட்டேன்" என்றாள்.

"இப்போ மட்டும் நீ மனுஷியா என்ன? நீ ஒரு குள்ள கத்திரிக்காய் தானே..." என்றான் சூர்யா,

“போதும்.. போங்க போய் உங்க புள்ளகுட்டிய படிக்கவையுங்க..” என்றாள் கடுப்பாய் கவின்,

“ஒரு ஆஞ்சேநேய பக்தனை பார்த்து என்ன பேச்சு பேசுற?” என்றான் சிரித்தபடியே, “இந்த கதையெல்லாம் நாங்க ஏற்கனவே பீ கே எஸ்லேயே பாத்தாச்சு, ஆனா நீங்க ஆஞ்சநேயர் பக்தர்ங்கிறது வாஸ்தவம், உங்களுக்கு வாலு ரொம்ப நீளம் தான், போங்க போய் சாப்பிடுங்க தெய்வமே இன்னைக்கு வேண்டிய மட்டும் செஞ்சாச்சு கொஞ்சம் ரெஸ்ட் எடுத்திட்டு நாளைக்கு பாத்துக்கலாம்” என்றாள் கவின்.

“சங்கதி சாக்குல நீ என்னைய குரங்குன்னு சொல்லுற..” என்றான் எடுப்பாய், “சேச்சே, உங்கள அப்படி சொல்லுவேனா நீங்க எங்களுக்கு ப்ராஜெக்ட் வாங்கி குடுக்க போற வள்ளல்” என்றாள், அப்போது அவளிடமிருந்து போனை வாங்கிய அன்பரசி, “தம்பி சென்னைல எங்களுக்கு நிறைய சொந்த பந்தம் இருக்காங்க ஆனா யாரும் கம்பெனியில தெரிஞ்சவங்க கிடையாது. இவங்க எல்லாமே சின்ன பொண்ணுங்க, கொஞ்சம் பாத்துக்கோங்கப்பா” என்றார் கவலை குரலில்.

அதற்கு சூர்யா, “இவங்கள நான் பாத்துக்கணுமா ஆன்ட்டி இவங்க எல்லாம் என்னைய டேமேஜ் பண்ணாம இருந்தா போதாதா, உங்க பொண்ணு ஒருத்தி போதும் ஊரையே வித்துருவா” என்று விட்டு, “அதெல்லாம் பாத்துக்கலாம் கவலையே படாதீங்க..” என்று போனை வைத்துவிட்டு நிமிர்ந்தால் மனோ நின்று இருந்தான். ஆஹா! விதம் விதமா வேஷம் போட்டோம், மண்டையில இருக்க கொண்டையை மறந்துட்டோமே மொமென்ட், இவன் எப்போ வந்தான் என்னென்ன கேட்டானோ தெரியலியே. “ஆனாலும்

கேகேனா குள்ள கத்திரிக்காயாடா, இத தான் சொல்லாம என்னைய படுத்தினியா நீ?" என்று கொலைவெறி பார்வை பார்த்தான் மனோ.

"ஒண்ணுமில்லாத பிஸ்கோத்து மேட்டரை நீ தான் ஊதி ஊதி பெருசாக்கின, இத கூட கண்டுபிடிக்க தெரில பெரிய சி ஐ டின்னு நினைப்பு" என்று கெத்தாய் சொல்லிவிட்டு போய்விட்டான் சூர்யா.

அடப்பாவி தூள் படத்துல விடிய விடிய விவேக் கஷ்டப்பட்டு வெட்டி ஒட்டின டம்பலை அசால்ட்டா காலால உதைச்சிட்டு போகுமே தட் பாட்டி அந்த மாதிரி நம்மள பண்ணிட்டானே இவன். ஆமா குள்ள கத்திரிக்காயோட நிஜ பேரு என்னவா இருக்கும் என்று யோசிக்க ஆரம்பித்தான் மனோ.

இவன் திருந்தாத கேஸு எம்புட்டு பட்டாலும் திருந்த போறது இல்ல.

15

கவின் குடும்பத்துடன் பேசி முடித்த சூர்யா சாப்பிட்டு விட்டு தன்னுடைய தனி மெயில்களை பார்த்தான். அவனுக்கு ஆனந்தமான அதிர்ச்சியாய் இருந்தது. வாழ்க்கை எதையெல்லாமோ நமக்கு கொண்டு தருகிறது, சில நேரம் மலர்களை பல நேரம் முட்களை எனினும் எப்படியோ அன்பின் முடிச்சு இறுகி கொண்டே போவது போல் தான் தோன்றியது. அவன் ஆதவன் என்ற பெயரில் எழுதி வந்த கடிதங்களுக்கெல்லாம் பதில் அனுப்பியது

கவின்மலர் தான் என்று சூர்யாவிற்கு தோன்றியது.
ரயில் பயணங்களை பற்றி எழுதிய நறுமுகை அவள்
வெகுவாக ரசித்த ஊஞ்சலை பற்றி எழுதி இருந்ததை
பார்த்ததும் அவள் கவினாக தான் இருக்க வேண்டும்
என்று நம்பத்தொடங்கி விட்டான். இவ்வளவு நாட்கள்
வேறு வேறு திசைகளில் பயணித்தவர்கள் எப்படி
மெயில் வழி பேசி நேரிலும் சந்தித்திருக்கிறார்கள்
என்று ஆச்சர்யம் ஏற்பட்டது அவனுக்கு.

அந்த துறு துறு வாயாடிக்குள் இப்படி ஒரு
முதிர்ந்த ரசனைகள் கொண்ட பெண் ஒளிந்திருப்பது
அவனுக்கு மிகுந்த மகிழ்வையே தந்தது. அவளை
கண்ட நாள் முதல் ஏதோ ஒரு வகையில் அவனை
ஈர்த்தபடியே இருக்கும் கவினை, அவள் தான் நறுமுகை
என்று அறிந்த தருணம் மிகவும் பிடித்தது. எனினும்
அவன் அறிவு அவள் தான் நறுமுகை என்று ஊஞ்சலை
பற்றிய அவளின் ஒரு மெயிலை மட்டும் வைத்து
எப்படி உறுதிசெய்ய முடியும் என்று எச்சரித்தது,
உறுதி செய்ய சில பல கேள்விகளை கேட்டு தான்
தெளிவடைய வேண்டும். அப்படி தெரிந்தால் இதை
வைத்து அவளிடம் விளையாடலாம் என்று தோன்றியது.
இதை எண்ணி பார்க்கும் தருணம் சூர்யா சட்டென்று
ஒரு விஷயத்தை உணர்ந்தான் அவனுக்கு கவினிடம்
விளையாட பேசிக்கொண்டே இருக்க எதாவது ஒன்று
தேவைப்படுகிறது.

கவின் தன் கம்பெனியில் ப்ராஜெக்ட் செய்ய
கேட்டபோது எப்படியாவது வாங்கி கொடுத்துவிட
வேண்டும் என்று ஏன் இவ்வளவு முயல்கிறான்?
வெறும் ரயில் சிநேகத்திற்கு இவ்வளவு மதிப்பு தர
வேண்டுமா? என்றெல்லாம் யோசித்தவன் அவள்
நறுமுகையாய் இல்லாமல் போனால் கூட தனக்கு
அவள் மனதிற்கு நெருக்கமானவளாக மாறிக்கொண்டி

ருப்பதை அறிந்தான்.

சரி இன்னைக்கு அனுப்புற மெயிலுக்கு வர்ற பதிலை வச்சு கவின் தான் நறுமுகையான்னு பாத்துக்கலாம் என்று மெயிலை டைப் செய்ய தொடங்கினான்.

அன்பின் நறுமுகை,

அற்புதமான அனுபவமாக இருந்தது எனது பயணம். இயற்கையை அருகில் பார்க்கும் வாய்ப்பும் அமைந்தது நாங்கள் சென்றிருந்த கீரிப்பாறை என்ற மழை காடு மனதை குளுமை படுத்தியது, சில புகைப் படங்களை இத்துடன் அனுப்பி உள்ளேன். மனம் அலுவலக அழுத்தம் இல்லாமல் இறகை போல லேசாக இருந்தால் தான் மென் சாரலில் நனையும் மகிழ்ச்சி கூட மனமெங்கும் பரவுகிறது அல்லது அது வெற்று தண்ணீர் தான் போல.

தொடர் மழையால்

பாசி படர்ந்த தரைகளில்

மெல்லமாய் நடக்கும் நத்தைகள்

போல அவசரமில்லா ஒரு

வாழ்க்கை வேண்டுமெனக்கு...

நறுமுகை நாம் ஏன் இன்னும் நம்மை அறிமுக படுத்திக்கொள்ளவேயில்லை. நான் ஐடி துறையில்... கம்பெனியில் பணியில் இருக்கிறேன். ஆதவன் என்பது என் நிஜ பெயரல்ல புனைப்பெயர் தான். என் அப்பா அம்மாவுக்கு என் அண்ணன் உதயமூர்த்தி மற்றும் நான் என்று இருவர் மட்டுமே. அண்ணன் வெளிநாட்டில்,

நான் சென்னையில், பெற்றோர் மதுரையில் என்று போகிறது வாழ்க்கை. உங்களை பற்றியும் பகிர நினைத்தால் எழுதுங்கள்.

Stay tuned stay cool...

நட்புடன் ஆதவன்.

இது மட்டும் கவினா இருந்தா, மணி என்ன இப்போ தானே பத்து இன்னைக்கே ரிப்ளை செய்வா.. ஏன்னா அவ ஒரு ராப்பாடி, காலைல தான் அதுக்கு தூக்கம் வரும் என்று நினைத்து கொண்டு மெயிலை அனுப்பி வைத்தான்.

சூர்யாவுடன் போனில் பேசிவிட்டு அம்மாவுடன் வழக்காடிகொண்டு இருந்தாள் மலர், “சூர்யாவோட சேர்ந்து எப்படி நீங்களும் என்னைய டேமேஜ் பண்ண லாம்? காக்கைக்கும் தன் குஞ்சு பொன் குஞ்சுன்னு சொல்வாங்க, ஒரே ஒரு பொண்ணு கருவேப்பில்லை கொத்து மாதிரி இருக்கேன், என்னைய கேலி செஞ்சு சிரிக்கீங்க, என்ன கொடுமைடா சாமி” என்றாள் மலர். அன்பரசி அதற்கு மலரின் கன்னத்தை பிடித்து கிள்ளிக்கொண்டே, “அடி என் செல்லக் குட்டி, நீ தான்டி எனக்கு முக்கியம், சும்மா ஒரு விளையாட்டுக்கு செஞ்சேன்டா. சூர்யா நல்லா பேசினாரா அதான் நானும் விளையாண்டேன். நிஜமாவே உனக்கு கோவமா?” என்றார் பரிவுடன் அன்பரசி,

“இல்லம்மா எனக்கு தெரியாதா, உண் மையா சொல்லப்போனா சந்தோசம் தான். ஏன்னா என்னைய சந்தேக படாமல் நான் நண்பன் அப்டின்னு கைகாட்டினவர் கிட்ட நீங்களும் அப்பாவும் பேசினது எனக்கு பெருமையா தான் இருந்தது.

உங்க நம்பிக்கையை காப்பாத்துற மாதிரி எப்பவும் இருப்பேன்மா" என்றாள் நெகிழ்ச்சியாக மலர்.

"சரிடா சாப்பிடலாம்" என்று சொல்லி இரவு உணவுக்கு தேவையானதை எல்லாம் தயார் செய்தார்கள் அன்பரசியும் மலரும். ஒரு வேளை சீக்கிரமே ப்ராஜெக்ட் கிடைத்து சென்னைக்கு போக வேண்டி வந்தால் யாரிடம் டிக்கெட் எடுக்க சொல்லலாம் என்னென்ன கொண்டு போகலாம் என்றெல்லாம் அம்மாவுடன் கலந்தாலோசித்து கொண்டே உணவை தயார் செய்துவிட்டு, பின்பு இருவருடனும் அமர்ந்து சாப்பாட்டுக் கடையை முடித்து விட்டு தன் தனி யறைக்கு வந்தாள் மலர்.

இவ்வளவு சீக்கிரம் தூங்கினால் அது மலரல்லவே அதனால் மெயில் செக் செய்யலாம் என்று லேப்டாப்பை எடுத்து கொண்டு அமர்ந்தாள். முதலில் வேலை மற்றும் ப்ரொஜெக்ட்க்கு அப்ளை செய்ய தன் முழு பெயரைக்கொண்ட மெயில் ஐடியை வைத்திருந்தாள் அதை திறந்து பார்த்து, அதில் சூர்யாவிடம் இருந்து எந்த மெயிலும் வரவில்லை என்பதை பார்த்து கொண்டு, பின்பு நறுமுகை மெயில் ஐடியை திறந்து பார்த்தாள் ஆதவனிடமிருந்து மெயில் வந்திருந்தது.

ஆஹா இவனும் அதே கம்பெனியில தான் வேலை செய்யுறான் போல என்று நினைத்தவள், ஆனா நிஜ பேரை சொல்லலியே அப்போ நாமளும் சொல்ல கூடாது என்று நினைத்தவள் கண்டு பிடிக்கட்டும் என்று யோசித்துவிட்டு பதில் அடித்தாள்.

அன்பின் ஆதவன்

தங்களின் கீரிப்பாறை புகைப்படங்களை

பார்த்தேன் இயற்கையை அதன் அழகுகளோடு அற்புதமாய் படமெடுத்திருக்கிறீர்கள் அந்த படங்களின் துல்லியம்.. பாராட்ட எழுத்துகள் இல்லை, மிக அருமை. எனக்கும் இதை போன்ற மலை பயணம் வாய்க்குமா என்று ஆசை பிறக்கிறது. என் அப்பா அம்மாவிற்கு ஒற்றை பெண் நான். பெற்றோர் பேங்க் பணியில் இருக்கிறார்கள். தாமிரபரணி கரையில் இருக்கிறது எங்கள் ஊர். நீங்கள் பணிபுரியும் கம்பெனியில் தான் நானும் என் தோழிகளும் ஒரு சிறிய பணிக்காக வரவிருக்கிறோம். உங்கள் பெயரை குறிப்பிடவே இல்லையே. பணிச்சுமை உங்களை எவ்வளவு அழுத்து கிறது என்பதை என்னால் புரிந்து கொள்ள முடிகிறது. உங்கள் கவிதை அருமை அதை பார்த்ததும் எனக்கும் இப்படி எழுத தோன்றியது:

சாரலுக்கு முகம் காட்டும்

மனிதர்களை எல்லாம்

பன்னீர் பூவாக்கி விட்டு

போகிறது மழை..

நட்புடன் நறுமுகை

அவளின் பதிலுக்காக காத்திருந்தான் சூர்யா தேவை இருந்தாலொழிய பதினோரு மணிக்கு மேல் அவன் உறங்காமல் இருப்பதில்லை, இன்று அவனுக்கு உறக்கமே வரவில்லை பரபரப்பாய் இருந்தான் கையில் ஒரு புத்தகத்தை வைத்திருந்தான் மெயிலையும் திறந்தே வைத்திருந்தான் ஐந்து நிமிடத்திற்கு ஒருமுறை மெயிலை ரெபிரெஷ் செய்து கொண்டே இருந்தான். அவனையே பார்த்துக்கொண்டு டிவி ரிமோட்டை நோண்டிக்கொண்டிருந்த மனோ, "சூர்யா என்னடா

பண்ணுற தூங்க போலியா..?" என்றான், "ம்ம்.. தூக்கம் வரலடா" என்றான் சூர்யா அமைதியாய்.

"அப்போ எப்பவும் போல புத்தகம் வாசிக்க வேண்டி தானே? எதுக்காக லேப்டாப் ஓபன் பண்ணி வச்சிருக்க? நான் வேணா ஏதாச்சும் புது படம் வந்திருக்கான்னு பாக்கவா? நம்ம படம் பாக்கலாம்." என்றான் மனோ,

"டேய், எனக்கு முக்கியமான ஒரு மெயில் வர வேண்டி இருக்குடா, இப்போ படமெல்லாம் பாக்க வேணாம். அப்புறம் தூங்க ரொம்ப லேட் ஆகிரும்" என்றான் சூர்யா பொறுமையை இழுத்து பிடித்த குரலில், முழுதாய் ஐந்து நிமிடங்களில் சூர்யா இரண்டு முறை ரெப்பிரேஷ் பட்டனை அமுக்கி இருந்தான். மனோ ரிமோட்டை தூக்கி வைத்துவிட்டு இவன் என்ன தான் பண்ணுறான்னு பாப்போம் என்று சூர்யாவை பார்க்க ஆரம்பித்தான்.

மனோவின் குறுகுறு பார்வையால் அவனை திரும்பி பார்த்த சூர்யா, "என்னடா?" என்றான், "இல்ல நீ எத்தனை தடவை அமுக்கினாலும் அங்கிட்டு அனுப்பினா தான் இங்க மெயில் வரும். அந்த பட்டனுக்கு வாயிருந்தாலும் அழும்" என்றான் மனோ நக்கலாய், வந்ததே சூர்யாவிற்கு கோவம்.

"டேய்! ஏன்டா என்னைய நோண்டிகிட்டே இருக்க, பேசாம ஏதாச்சும் பொண்ணுட்ட கடலையை போட்டுக்கிட்டு இருக்க வேண்டி தானே. என்னைய ஏன் தான் படுத்துறியோ, ஆனா ஒண்ணு சொல்லு றேன்டா எங்க வீட்ல கூட என்னைய இவ்வளவு கேள்வி கேட்ருக்க மாட்டாங்க. உன்கூட இருந்துட்டா உலகத்துல எந்த பொண்ணையும் சமாளிச்சிறலாம்டா,

நீ ஒரு பொண்ணா பொறந்து தொலைச்சிருக்கலாம்டா" என்றான் கடுப்பான குரலில் சூர்யா.

"ஆமா நானும் ஒரு பொண்ணையாச்சும் கரெக்ட் பண்ணி கடலையை போடலாம்ன்னு தான் பாக்குறேன் எவளுமே சிக்க மாட்டேங்குறாளுக, ஒண்ணு வத்தலும் தொத்தலுமா இருக்காங்க. இல்லாட்டி அழகா இருக்காளேன்னு நம்ம பாத்தாலே எனக்கு ஆள் இருக்குன்னு உஷாரா சொல்லிருறாங்க. அப்புறம் என்னைய மாதிரி ஒரு கன்னி பையன் என்னடா பண்ணுவான்? நான் மட்டும் பொண்ணா பொறந்திருந்தா உன்னைய விடாம தொறத்தி இருப்பேன்டா. அந்த திமிரு இருக்குப்பாரு ஐ அட்மயர் இட் டா" என்று ரசித்து சொன்னான் மனோ,

"டேய் என்னடா இப்படி பேசுற? அவனா நீ?" என்றான் சூர்யா கேலிக்குரலில், "சீ.. சீ.. ஏன்டா மானத்தை வாங்குற? ஆமா யாருகிட்ட இருந்து மெயில் எதிர்பார்த்திக்கிட்டு இருக்க கேகே கிட்ட இருந்து தானே, எங்க நான் அதை பத்தி கேட்ருவே னோன்னு பேச்சை மாத்துற, அப்டி தானே" என்றான் கண்டுபிடித்து விட்ட பெருமிதத்துடன்,

"பெரிய சிஐடின்னு நினைப்பா? நான் ஒண்ணும் கேகேயோட மெயிலுக்கு காத்திருக்கல, இது வேற" என்றவன் பேசிக்கொண்டே ஒரு முறை ரெபிரெஷ் பட்டனை அழுத்தினான். நறுமுகையிடமிருந்து பதில் வந்திருந்தது. சட்டென்று அதை திறந்து வாசித்தவன் அது கவின் தான் என்று உறுதி செய்தான் அவனுக்குள் குமிழ் குமிழாய் மகிழ்ச்சி பிரவாகமெடுத்தது. சூர்யாவின் முகம் பிரகாசமாவதை பார்த்து அவன் அருகில் மனோ வரும் போது அவசரமாய் அந்த மெயிலை மூடி விட்டான் சூர்யா இவன் என்னத்தையோ மறைகிறான்,

என்னவா இருக்கும் என்று இன்பாக்ஸை பார்த்தால் புதிதாய் ஒன்றும் தெரியவில்லை. என்னவா வேணா இருக்கட்டும் கண்டு பிடிப்பான் இந்த மனோ. "சரி கேகேயோட பேரு என்னடா?" என்றான், "கவின்மலர்" என்றான் சூர்யா,

"அப்படின்னா கேஎம்ன்னு தானேடா கூப்ட்டு இருக்கனும், ஏன்டா கேகேன்னு கூப்பிடுற?" என்றான் மனோ, "அவ குள்ளமா இருப்பாடா, அதான் அப்படி கூப்பிட்டேன். போதுமா? ஆனா கேள்வி கேட்டே சாவடிகிற நீ, இப்போ மட்டும் நீ உன் ரூமுக்கு போல, உன்னை கொலை பண்ணவும் தயங்க மாட்டேன் பாத்துக்கோ" என்றான் சூர்யா உச்ச பட்ச கடுப்பில், நிம்மதியா ஒரு மெயிலை வாசிக்க விடுறானா பாரு என்று மனதிற்குள் சொல்லிக்கொண்டான். உடனே அப்படியா சரி இங்க தானே வரப்போகுது பாத்திரலாம் என்று நினைத்துக்கொண்டு தன்னுடைய அறைக்கு படுக்க போய் விட்டான் மனோ.

அவன் அந்தப்புறம் போன உடன் சூர்யாவிற்கு மிகுந்த நிம்மதியாய் இருந்தது மீண்டும் ஒருமுறை நறுமுகையின் மெயிலை பார்த்தவன் இதற்கு இப்போது பதில் அனுப்ப வேண்டாம் எதையாவது உளறி வைத்து விடுவோம் என்று நினைத்து நாளை பதில் அனுப்பி கொள்ளலாம் என்று லேப்டாப்பை மூடி வைத்தான்.

வெகு நேரம் தூக்கமே வரவில்லை சூர்யாவிற்கு. மறுநாள் அலுவலகம் போன போது சரவணன் அழைத்து கவின் மற்றும் குழுவிற்கு ப்ராஜெக்ட் கிடைத்துவிட்டது எனினும் வரும் வெள்ளி அன்று நேர்காணலுக்கு பின் உறுதி செய்யப்படுமென்று சொன்னான். உடனே செய்தியை சொல்லி டிக்கெட் எடுத்து வரும்படி சூர்யா சொல்லவும் மலரும் துரிதமாய்

செயல்பட்டாள். அவள் ஒரு நாளுக்கு முன்பே கிளம்பி வந்து ஹாஸ்டலில் தங்கி விட்டு எல்லாவற்றையும் தயார் செய்துவிட்டு மறுநாள் நேர்காணலில் கலந்து கொள்வது என்று முடிவெடுத்து தன் தோழிகளுடன் பேசி முடிவெடுத்தாள்.

மலருடைய பெற்றோரால் அவளுடன் வர முடிய வில்லை எனினும் பழகிய ஹாஸ்டல் என்பதாலும் ஹாஸ்டல் வார்டனிடம் பேசிவிட்டு அவளை தனியே அனுப்ப முடிவு செய்தனர். ஆயிரம் பத்திரம் சொல்லி மகளை அனுப்பிய போதும் அவர்களுக்கு கவலையாக தான் இருந்தது. கவின் தாம்பரம் ஸ்டேஷனில் வந்து இறங்கிய போது அவளுக்காக காத்திருந்தான் சூர்யா கூடவே மனோவும்.

இவனை கழட்டி விடவே முடியலைல பாவம் தான் சூர்யா.

16

கவின்மலர் தான் நாளை நெல்லை எக்ஸ்பிரஸில் கிளம்பி வரப்போவதாக சூர்யாவிற்கு செய்தி அனுப்பி இருந்தாள். அவள் நாளை கிளம்பி நாளை மறுநாள் வந்து ஹாஸ்டலில் சேர்ந்து தோழிகளுடன் மறுநாள் கம்பெனிக்கு வரும் போது பார்த்து கொள்ளலாம் என்று சூர்யாவால் இருக்க முடியவில்லை. அவளை தனியாக பார்த்தால் தான் அவள் தோழிகளிடம் என்ன சொல்லி இருக்கிறாள் தான் தன் தோழர்களிடம் அவளை என்னவென்று அறிமுக படுத்துவது என்பதை எல்லாம் பேசி வைத்து கொள்ளலாம் என்று ஒரு சாக்கை கண்டு

பிடித்திருந்தான் சூர்யா. அவனுக்கு அவளை பார்க்கும் ஆவல் அதிகரித்தபடியே இருந்தது. இவளை எந்த நேரத்தில் பார்த்தோமோ நம்மள ரெஸ்ட்லெஸ் ஆக்குறா என்று அவளை மனதிற்குள் கடிந்துகொண்டான்.

கவினை கிளம்பி சென்னைக்கு வர சொன்ன அன்றே நறுமுகைக்கு ஒரு மெயில் அனுப்பினான் சூர்யா, அவள் அதை கிளம்பும் பரபரப்பில் பார்ப்பாளா மாட்டாளா என்ற சந்தேகம் வந்த போதும் எப்போது பார்த்தாலும் அது நன்றாக வேலை செய்யும் என்றே நம்பி இருந்தான். அவளுக்கு ஆதவன் தான் சூர்யா என்று தெரியவரும் போது எப்படி உணர்வாள் என்று பார்க்க ஆசை வந்தது.

அன்பின் நறுமுகை

கிட்ட தட்ட இரு மாதங்களாக நாம் இருவரும் பேசி வருகிறோம் என்ற போதும் நம் சுய விவரங்களை பகிரும் எண்ணம் இல்லாமல் நல்லதொரு நட்பை தேடும் ரசனைகளை பகிரும் ஆவல் மட்டுமே நமக்கு இருந்திருப்பது வியப்பையும் மகிழ்வையும் ஏற்படுத்துகிறது. சட்டென்று நிகழ்ந்துவிடும் எதிலுமே அவ்வளவு லயிப்பு இருப்பதில்லை நம் பெயர்களை கூட ஏன் நாம் வித்யாசமான வழியில் கண்டு பிடிக்க கூடாது? என் பேரை கண்டு பிடிக்கும் போது நிகழும் சுவாரஸ்யங்களை நீங்களும், உங்கள் பெயரை கண்டு பிடிக்கும் போது நிகழ்ந்த சுவாரஸ்யத்தை நானும் பின் நாட்களில் நாம் சந்தித்துக் கொள்ளும் போது பகிர்தல் மிகுந்த மகிழ்ச்சியை ஏற்படுத்தும் அல்லவா!. ஆதவன் என்கிற பெயருக்குள்ளோ அல்லது அதன் அர்த்தமாகவோ இருக்கலாம் எனது நிஜ பெயர். இதை நீங்கள் கண்டுபிடிக்கும் நாளில் நான் உங்கள் முன் இருப்பேன்.

Stay tuned stay cool.

நட்புடன் ஆதவன்.

கவினுக்கு இந்த கம்பெனியில் தெரிந்தது நம்மை மட்டும் தான் ஆதவனின் அர்த்தமாக வரும் பெயர் சூர்யா அதனால் அவள் சுலபமாய் கண்டு பிடித்து விடுவாள் என்று தான் இப்படி பட்ட புதிரை ஆரம்பித்து வைத்தான் சூர்யா. அது எப்படி வேலை செய்ய போகிறதென்று பார்க்கவே அவன் கவினை பார்க்க இன்னும் ஆவல் கொண்டான். கவினுடன் அவளது அப்பாவோ அம்மாவோ வரப்போவதில்லை என்பதை அறிந்திருந்ததால் நாளை கவினை பார்த்து பேசலாம் என்று முடிவெடுத்தான் சூர்யா.

"டேய், நாளைக்கு காலையிலேயே நான் வெளில போயிருவேன். என்னை தேடாத" என்றான் சூர்யா மனோவிடம்,

"எங்கடா போக போற? எத்தனை மணிக்கு கிளம்புற?" என்று கேட்டான் மனோ,

"ஒரு 7 மணிக்கு கிளம்பனும்டா" என்றான் சூர்யா,

"டேய் அது மிட் நைட் இல்லையா? நான் எல்லாம் இழுத்து போத்தி தூங்குற நேரம், சரி நீ போயிட்டு வா" என்றவன் சற்று நேரம் சிந்தித்து, "ஆமா நீ எங்க போக போறான்னு சொன்ன..?" என்றான் மனோ,

"வெளில.." என்றான் சூர்யா மொட்டையாக,

"அதான் எங்க வெளில.." என்றான் மனோ விடாமல்,

"வர வர எனக்குன்னு ஒரு பிரைவசியே இருக்க மாட்டேங்குது நீ எல்லாத்துக்கும் கேள்வி கேக்குற. நீ சமைச்சு குடுகுறங்கிறதுக்காக எல்லாத்தையும் பொறுத்து போக வேண்டி இருக்கு" என்று கடுப்பானான் சூர்யா, இவன் பயங்கரமா கோவ படுறான் அப்போ ஏதோ விஷயமிருக்கு விட்றாத மனோ என்று மனதுள் சொல்லிக்கொண்டவன்,

"சரிடா அப்போ நாளைக்கு ஏழு மணிக்கு நானும் கிளம்பி வரேன் உன் வேலையை முடிச்சிட்டு நம்ம வெளிலேயே சாப்பிட்டுட்டு வந்திறலாம் சரியா?" என்றான் மனோ,

"டேய் நீ எதுக்கு வரணும் எல்லாம் நான் பாத்துக்குவேன் உனக்கு வேணா சாப்பிடுறதுக்கு நான் வாங்கிட்டு வரேன்" என்றான் சூர்யா,

"நீ எங்க போக போறேன்னு சொல்லு நான் வரலை" என்றான் மனோ,

"நாளைக்கு ரயில்வே ஸ்டேஷன்ல ஒரு வேலை இருக்கு சொல்லிட்டேன் போதுமா, நீ மூடிகிட்டு தூங்கு நான் வேலையை பாக்குறேன்" என்று எழுந்து போக போனான் சூர்யா, ஆஹா அந்த கேகே நாளைக்கு வருது போல அதான் மச்சான் நம்மள கழட்டி விட்டுட்டு கிளம்புறேன் இவன் இப்படிலாம் பண்ண பண்ண நமக்கு யாருய்யா அது எனக்கே பாக்கணும் போல இருக்கு பீல் வருது எப்படியாவது இவன் கூட போயிரணும் என்று முடிவெடுத்தான் மனோ.

"மச்சான் மச்சான் ஸ்டேஷன்னா நானும் கண்டிப்பா வருவேண்டா" என்றான் சூர்யாவிற்கு, தாங்கமுடியல

இவனை என்ன தான் பண்ணுறது என்றவன், “டேய் நாளைக்கு டிரைன்ல வரபோறது கவின்டா, அவகிட்ட நான் தனியா பேசணும்னு போறேன், ஏன்டா என் கழுத்த அறுக்கிற?” என்றான் சூர்யா, “ஐ அப்போ நீ அவகிட்ட ப்ரொபோஸ் பண்ண போறியா, டேய் டேய் நான் இந்த மாதிரி விஷயங்கள் எல்லாம் நேர்ல பாத்தது இல்லடா. நானும் கூட வரேனே” என்றான் மனோ,

“டேய் தனியா பேசணும்னாலே ப்ரோபோசல் தானா அதெல்லாம் ஒண்ணுமில்ல இது வேற. அதுனால அவ ஆபீஸ் வர்றப்ப உனக்கு இன்ட்ரோ கொடுக்குறேன் விட்ரு” என்றான் கடுப்பாய்,

“சரிடா நான் வரலை” என்றான் மூஞ்சியை தொங்க போட்டபடி மனோ. அவனை அதிகமாய் திட்டுகிறோமோ என்று சூர்யாவிற்கு தோன்றிவிட்டது, “சரிடா வந்து தொலை ஆனா கொஞ்சம் அவகிட்ட சிலதை பேசிட்டு இன்ட்ரொ பண்ணுறேன். அது வரைக்குமாச்சும் அமைதியா இரு” என்றான் சூர்யா.

“சரிடா சரிடா” என்று மகிழ்வுடன் தலையாட்டி னான் மனோ.

கவினிடம், “நீ எந்த கோச்சுல என்ன சீட் நம்பர்ல வர்ற கேகே, எதுக்கும் சொல்லிவை. ஒரு வேளை சரியா தாம்பரத்துல எழுந்துக்காம தூங்கிட் டன்னுவை நான் எக்மோர்ல வந்து எழுப்ப வசதியா இருக்கும் பாரு?” என்று அனுப்பி இருந்தான்,

“சூ....ர்யா நான் S5, 56ல வர்றேன் ஆனா நான் ஒழுங்கா இறங்கிருவேன் யாரும் வந்து எங்களை எழுப்ப வேணாம்” என்றாள் ரோஷமாய், “எங்களைன்னு

அனுப்பி இருக்க கூட்டமா நிறைய பேர் வரீங்களா என்ன?" என்று கேட்டான் அசால்டாய், "இல்ல நான் மட்டும் தான் வரேன்" என்று ஆங்கிரி பேர்ட் மூஞ்சி அனுப்பி இருந்தாள் கவின். அவள் கோவமாகும் போது அவள் மூக்குநுனி சிவந்து கண்ணில் கடுப்புடன் இருக்கும் கோலம் அவன் நினைவில் வந்து போனது அப்படியே இருக்கட்டும் என்று விட்டுவிட்டான் சூர்யா.

காலையில் நேரமே எழுந்து கிளம்பிக்கொண்டிருந்த போது மனோவின் அறையில் விளக்கு எறியவே இல்லை, சரி பய தூங்குறான் போல என்று கிளம்பி வாசலுக்கு வந்தால் வாசல் படியில் தயாராய் காத்திருந்தான் மனோ. ஒரு நிமிடம் அவன் நின்று இருந்த கோலம் கண்டு சூர்யாவிற்கு சிரிப்பே வந்து விட்டது, குளித்து நல்ல டிரஸ் எல்லாம் போட்டு தலையில் துண்டுடன் படியில் அமர்ந்திருந்தான். "டேய் ஏன்டா மண்டைல துண்டு?" என்று கேட்டான் சூர்யா,

"அதில்லைடா மிட்நைட் ஆறுமணிக்கே எழுந்து ரெடி ஆகிட்டேன்டா, எங்க என்னை விட்டுட்டு போயிருவியோன்னு வாசலுக்கு வந்தேன். பயங்கர குளிர் அதான் முக்காட போட்டுட்டு உக்காந்திருக்கேன்" என்றான் மனோ.

"சரி துண்டை உள்ள போட்டுட்டு கதவை சாத்திட்டுவா போகலாம்" என்றான் சூர்யா மென் புன்னகையுடன்.

"கோச் நம்பர் என்னடா?" என்றான் மனோ, "S5" என்றான் சூர்யா,

அரைமணி நேரம் காத்திருத்தலுக்கு பின் நெல்லை எக்ஸ்பிரஸ் தாம்பரம் ரயில் நிலையத்திற்குள்

நுழைந்தது சூர்யாவிற்குள் மலரை பார்க்கும் இன்ப பரபரப்பு வந்தது. எதையும் காட்டிக்கொள்ளாமல் அமைதியாய் நின்றான். மனோ அவனிடம் இருந்து சற்று தள்ளி நின்றிருந்தான். சூர்யாவையே அசைக்குதே இந்த பொண்ணு அதை கண்டிப்பா பாத்திரனும் என்று நின்றிருந்தான்.

ட்ரைன் வந்து நின்ற நொடி சூர்யா, கவின் வாசலருகில் நின்று கொண்டிருப்பதை பார்த்து விட்டான், இறங்கட்டும் பேசிக்கலாம் என்று அவன் நின்ற இடத்தை விட்டு நகராமல் பார்த்திருந்தான். இதற்குள் மனோ அந்த கோச்சின் இன்னொரு வாசல் அருகில் போய் மலரை தேடிக்கொண்டிருந்தான். இவன் எங்க அங்க போய் தேடுறான்? சரியான கூத்துல கோமாளி தான் இவன் என்று புன்னகைத்து கொண்டான் சூர்யா.

அந்தப்புறமிருந்து இறங்கிய குள்ளமான ஒரு பெண்ணை பார்த்து "நீங்க தானே கவின்?" என்று கேட்டு, "யோவ் காலங்காத்தால வேற வேலை இல்ல...!" என்று வாங்கி கட்டியபடி திரும்பி வந்தவன், சூர்யாவும் கவினும் பேசியபடியே நிற்பதை பார்த்தான். அட பாவி இந்த பிள்ளையை பார்த்தா குள்ளகத்திரிக் கான்னு சொல்லுறான் இது என்னோட ஒசரத்துக்கு இருக்கே என்று வியந்து கொண்டான்.

ட்ரைனில் நின்றபடியே சூர்யாவை பார்த்துவிட்ட கவினுக்கு அவ்வளவு சந்தோஷம் வந்தது, முகமெல் லாம் மலர்ந்த புன்னகையுடன் கீழ் இறங்கி வந்தவள், ஆழ்ந்த மெரூன் வண்ண சுடிதார் டாப்பும் சந்தன நிறத்தில் ஆங்காங்கே மெரூன் கீற்றுகளுமாக இருந்த பாண்ட் ஷாலுமாய் கவினுக்கு அந்த உடை அவ்வளவு அழகாய் பொருந்தி இருந்தது. லேசாக கலைந்திருந்த

தலைமுடியை அவள் சரி செய்திருந்த போதும் ஓரிரு முடிகள் அவள் நெற்றியில் புரண்டு அவளது மேக் அப்பில்லாத முகத்தை அழகு படுத்தியது, அவளையே பார்வையில் பருகியபடி இருந்த சூர்யா அவசரமாய் தன் பையை தூக்கியபடி வந்தவளின் கைகளில் இருந்து பையை வாங்கினான். "ஹாய் கவின்" என்று அவன் சொல்லி முடிப்பதற்குள், "ஹாய் சூர்யா, வருவேன்னு சொல்லவே இல்ல, என்னடா இது வரலாறு காணாத விதமா நம்ம தனியா வரோம் இந்த சென்னை மாநகரத்துல ஒரு பயலும் நம்மள வரவேற்க வரலியேன்னு சோகமா வந்தேன், தேங்ஸ் போர் கமிங். எப்படி இருக்கீங்க? உங்களுக்காக அம்மா சில பொடிகள் எல்லாம் குடுத்து விட்ருக்காங்க" என்று மூச்சு விடாமல் பேசினாள் மலர்.

"நீ தாம்பரத்துல ஒழுங்கா இறங்கலைன்னா அடிச்சு புடிச்சு எக்மோர் வரமுடியுமா? அதான் இப்போவே வந்து இறங்கலைன்னா, எழுப்பலாம்னு வந்தேன்" என்றான் சாவாதானமாய், "அட பாவி வாயை தொறந்தாலே, என்னைய வம்பிழுக்குறதுக்கு தான் பேசுவீங்களா?" என்றாள் கவின் கடுப்பாய், "உன்னைய பாத்தா அப்படி தான் பேசவருது" என்றான் சூர்யா உண்மை உரைக்கும் குரலில். கவின் ஒரு முக்கியமான விஷயம், "நான் என்னோட பிரண்ட்ஸ் கிட்ட எல்லாம் நாம தூரத்து உறவுன்னு சொல்லி வச்சிருக்கேன்" என்றான் சூர்யா, "ஐய்யய்யோ! நான் எங்க அப்பாவோட பிரண்டு பையன்னு உங்கள சொல்லி வச்சிருக்கேனே, என்ன பண்ணறது?" என்றாள் கவின் கவலையாய்.

"ஒன்னும் பிரச்சனை இல்லை, எங்க அப்பாவும் உங்க அப்பாவும் ரொம்ப கிளோஸ் பிரண்ட்ஸ் தூரத்து சொந்தமும் கூட, இப்படி சொல்லிக்கலாம். என்ன சரியா?" என்றான் சூர்யா, "ஓக்கே, டன்" என்றாள்

கவின் கட்டை விரலை உயர்த்தி காட்டி.

“என்ன ஆன்ட்டி பொடி எல்லாம் குடுத்திருக் காங்க?” என்றான் ஆச்சர்யம் காட்டி, “அதா, நீங்க எங்க அப்பாகிட்ட ஆன்ட்டி நல்லா சமைப்பாங்களான்னு கேட்டுடீங்களாம் உடனே ஒரு பார்ஸலை போடு, அப்போ தான் சூர்யாவுக்கு என் பொண்டாட்டி கைமணம் தெரியும்ன்னு எங்க அப்பா ஒத்தகாலுல நின்னாங்களா, கால் வலிக்கும் பாவம் கொண்டு போவோம்ன்னு எடுத்திட்டு வந்தேன்” என்றாள் கேலி குரலில் அப்போது மனோ இவர்கள் அருகில் வந்தான்.

“கவின் இதான் மனோ, என்னோட ரூம் மேட்” என்றான் சூர்யா சுருக்கமாய், “ஹாய் கவின்” என்று அவளை பார்த்து சிரித்தவன் சூர்யாவை பார்த்து, “டேய் இந்த பொண்ணையா நீ குள்ளக்கத்திரிக்காய்ன்னு சொன்ன, கவின் கிட்டதட்ட என் உசரத்துக்கு இருக்காங்களேடா” என்று சூர்யாவை பார்த்து தொடங்கி மலரை பார்த்து சிரித்தபடியே முடித்தான்.

“ஹா! அப்படி சொல்லுங்கஜி, இவரு ஒவர் உயரமா இருந்திட்டு என்னைய பாத்து குள்ளம்ன்னு சொல்லுறாரு என்னதான் மனோ உங்க பிரண்ட்னாலும் இவரு நியாய வாதியா இருக்காரு. சூப்பர்ஜி நீங்க” என்று பாராட்ட வேறு செய்தாள்,

கிழிஞ்சுது நல்ல நாளுலேயே இவன் டான்ஸ் ஆடுவான் இப்போ கெரகம் எடுத்துல்லா ஆடுவான் என்று மனதிற்குள் நினைத்தபடி மனோவை பார்த்தால், அவன் வாவ்! வாட் எ பியூட்டி என்று மலரை தான் பார்த்துக்கொண்டிருந்தான்.

“உங்க பிரண்ட்ஸ் எல்லாம் வரலியா இன்னும்?”

என்று கவினிடம் பேச ஆரம்பித்தான் மனோ, அவன் என்ன பேசினாலும் பதில் சொன்னபடியே சூர்யா வையும் உள் இழுத்தாள் கவின்.

சூர்யாவிற்கு சிரிப்பு வந்தது ஓவரா சந்தோஷப் படுறான் இந்த பய, மொத்தமா இவ ஆப்பு வைக்க போறா என்று நினைத்து கொண்டான்.

17

மனோவிடம் பேசிக்கொண்டிருந்த கவினையே பார்த்திருந்தான் சூர்யா கையை ஆட்டியபடியே பேசும் போது அவள் விழிகளில் வந்துபோகும் உணர்வுகளை ரசித்திருந்தான், அவனுக்கு ஏனோ அவள் கன்னங்களை தன் கைகளில் தாங்க ஆசை வந்தது. என்னடா இது விபரீத ஆசை என்று தலையை குலுக்கிக் கொண்டான்.

“என்ன திடீர்னு உங்க அம்மா எங்களுக்காக பொடி எல்லாம் குடுத்து விட்ருக்காங்க?” என்று கேட்டான் மனோ, “அதுவா சூர்யா எங்க அம்மாகிட்ட நாங்க பிரண்ட்ஸ் சேர்ந்து தங்கி இருக்கோம்னு சொல்லி இருக்காரு, எனக்கு சமைக்க வராதுன்னு வேற சொன்ன உடனே, எங்கம்மா பாவம் நல்ல சாப்பாடு இல்லாம கஷ்ட படுது தம்பி, நீ இதெல்லாம் கொண்டு போய் குடுமான்னு” சொன்னாங்க என்றாள் கவின்,

“ஆன்ட்டி அவ்வளவு பீல் பண்ணுற அளவுக்கு இல்லங்க கவின், நான் நல்லாவே சமைப்பேன்” என்றான் மனோ பெருமையாய், “நாள பின்ன உங்க மனைவிக்கு பிரச்சனை இல்ல, கண்டிப்பா பொண்ணு

தேடும் போது உங்களுக்கு சமைக்க தெரியும்ன்னு சொல்லுங்கஜி வேற எந்த காரணத்துக்காக ரிஜெக்ட் செஞ்சாலும் இதுக்காக சரி சொல்லிருவாங்க பொண் ணுங்க" என்றுவிட்டு "அப்போ இந்த பொடிகளை எல்லாம் நீங்க சாப்பிடாதீங்க, சூர்யா மட்டும் சாப்பிட்டுக்கட்டும்" என்றாள் கவின்,

"ஏங்க இப்படி சொல்லுறீங்க?" என்றான் மனோ பாவம் போல, "இல்ல ஜி இதெல்லாம் என்னை மாதிரி சூர்யா மாதிரி சமைக்க தெரியாத கேசுகளுக்கு நீங்களோ ஒரு கிச்சன் கிங் உங்களுக்கு எதுக்கு இதெல்லாம்?" என்றாளே பாக்கலாம் கேட்டுக்கொண்டி ருந்த சூர்யாவிற்கு சிரிப்பு பொத்து கொண்டு வந்தது.

மனோ சூர்யாவை பார்த்து முறைத்தான் சூர்யா அதை பொருட்படுத்தவேயில்லை. கவின் தங்க தேர்தெடுத்திருக்கும் ஹாஸ்ட்டல் இவர்கள் தங்கி இருக்கும் அதே பகுதி தான் என்பதால் அவளை ஆட்டோவில் ஏற சொன்னான் சூர்யா. "நாங்க வாசல் வரை வரோம்" என்றான் சூர்யா,

"அதெல்லாம் தேவையில்லை சூர்யா, அவங்க தெரிஞ்சவங்க தான்" என்றாள் கவின், "பரவாயில்லை நாங்க உன்னைய விட்டுட்டே போறோம், நீ ஆட்டோல ஏறு நாங்க பின்னால வண்டில வர்றோம்" என்றான் சூர்யா,

ஹாஸ்ட்டல் வந்ததும் மலருடன் தானும் உள்ளே போன சூர்யா வார்டனை பார்த்து, "மேடம் இவங்க என்னோட மாமா பொண்ணு, எங்க அப்பா அம்மாலாம் ஊருல இருக்கதால தான் இவங்கள ஹாஸ்டெல்ல சேக்குறோம். கொஞ்சம் பத்திரமா பாத்துக்கோங்க, நல்ல ரூமா குடுங்க" என்று பொறுப்பாய் பேசினான்

சூர்யா, மனோ எதோ பேச வாய் திறந்தபோது அவனை செய்கை மூலம் தடுத்துவிட்டான் சூர்யா, வார்டனிடம் பேசி முடித்துவிட்டு "நாங்க கிளம்புறோம்" என்று சொல்லிக்கொண்டு மனோவும் சூர்யாவும் வெளியில் வந்த நொடி, கவின் அவசரமாய் ஓடி வந்து, "கொஞ்சம் வெயிட் பண்ணுங்க அம்மா கொடுத்ததை எல்லாம் தரேன்" என்று உள்ளே போய்விட்டு கையில் பெரிய கேரி பேக்குடன் வந்தாள்.

"தாங்க்ஸ் கவின், நாளைக்கு பாக்கலாம் எல்லாத்தையும் பத்திரமா எடுத்திட்டுவா, இல்ல அதுக்கும் ஏதாச்சும் ரிமைன்டர் கால் தேவைப்படுமா?" என்றான் நக்கலாய் சூர்யா, "இப்படி நக்கல் பேச்சு பேசாம உங்களுக்கு சாப்பிட்ட சோறு உள்ள இறங்காது போல?" என்றாள் மலர் கடுப்பாய் எதுவும் பேசாமல் தோளை குலுக்கினான் சூர்யா, "அப்போ நாளைக்கு பாக்கலாம்ங்க" என்று விடைபெற போன மனோவை பார்த்து கவின், "நீங்க என்னோட விஜயண்ணா மாதிரியே இருக்கீங்களா, உங்களை ஜீன்னு கூப்பி டுறது ரொம்ப கஷ்டமா இருக்கு, அவங்க என்னோட பெரியம்மா பையன் பேசாம அண்ணான்னு கூப்பிடவா" என்றாள் அப்பாவியாய், அட பாவமே! மனோவிற்கு ஹார்ட் அட்டாக்கே வந்து விடும் போல இருந்தது, "சரிங்க சிஸ்டர்" என்று பாவம் போல சொல்லிவிட்டு வந்தான். சத்தமாய் சிரித்தான் சூர்யா, இவன் எதுக்கு சிரிக்கிறான் என்று புரியாமல் பார்த்த கவினிடம் "அது ஒண்ணுமில்ல, தட்ஸ் எ பாய்ஸ் திங், நீ உள்ள போ. நாளைக்கு பாக்கலாம்." என்று அனுப்பி வைத்தான் சூர்யா. இவன் இருக்கானே என்னைத் தவிர எல்லார் கிட்டயும் நல்லா பேசுவான் என்னைய மட்டும் தான் நக்கல் செய்வான் "வெவ்வே.." என்று அழகு காட்டினாள், சூர்யா அதை பார்க்கவில்லை.

கவினின் தோழி மீரா ஏற்கனவே வந்திருந்தாள், அதனால் மலரும் போய் அவளுடன் அதே அறையில் தங்கிக்கொண்டாள். சில நாட்கள் கழித்து பார்த்ததால் விடாமல் பேசி கதையடித்தபடி இருந்தனர், ஒரு மணி நேரம் கழித்து ப்ரியாவும் வந்து ஜோதியில் ஐக்கியமானாள். விஜி மட்டும் இவர்களுடன் தங்க வில்லை அவளின் சித்தி வீடு அருகிலேயே இருப் பதால் தான் அங்கேயே தங்கி கொள்வதாய் சொல்லி விட்டாள். நாளை நேர்கானலுக்கு எதை எல்லாம் எடுத்து போக வேண்டும் என்று பட்டியலிட்டுவிட்டு சாப்பிட்டு நன்றாக உறங்கி எழுந்தனர் தோழிகள்.

சிரித்து கொண்டே வண்டியை எடுத்த சூர்யாவை பார்த்து மனோவிற்கு காதில் புகை வந்தது, "அது எப்படிடா அழகா இருக்க பொண்ணுங்க எல்லாம் என்னைய அண்ணன்னு சொல்லிருதுக?" என்றான் ஆதங்கமாய், "என்கிட்ட கேட்டா..?" என்றான் சூர்யா.

"நீ ஏன் பேசமாட்ட, உனக்கு மட்டும் அழகான மாமா பொண்ணு கிடைக்குது எனக்கு மட்டும் அழகா இருக்கவங்க எல்லாம் பெரியப்பா பொண்ணாகிடுது. என்ன கொடுமை சார் இது" என்றான் கடுப்பாய், "டேய்! கவினுக்கு மூணு பிரண்ட்ஸ் இருக்காங்க" என்றான் சாலமன் பாப்பையா ஸ்டைலிலில் போன உயிர் கொஞ்சமாய் திரும்பி வந்தது மனோவிற்கு. "அவங்க கண்ணுக்காவது நான் மாமன் மகனா தெரிஞ்சா சரி" என்றான் வராத கண்ணீரை துடைத்தபடி.

மறுநாள் தோழிகளுடன் வந்த கவினையும் எல்லா தோழிகளையும் பார்த்து ஸ்னேக புன்னகையுடன் "ஹாய்" சொன்ன சூர்யா, அவர்களிடம் பதட்டம் இல்லாமல் பொறுமையாய் பதில் அளிக்கும்படி அறிவுறுத்தினான், மேலும் வெற்றிபெற எப்படி பட்ட

பதில்களை சொல்லலாம் என்று சில பல ஆலோசனைகளுடன் அவர்களை தன் நணபன் சரவணனுக்கு அறிமுக படுத்தினான். பின்பு "ஆல் தி பெஸ்ட்"டுடன் நேர்காணல் முடிந்தபிறகு பார்ப்பதாய் சொல்லிவிட்டு, கவினிடன் கால் பண்ணு என்ற செய்கையுடன் தன் இருக்கைக்கு சென்று விட்டான்.

இரண்டு மணி நேரம் கழித்து, சூர்யா வேலையில் மூழ்கி இருந்த தருணம் அவனுக்கு கவினிடமிருந்து அழைப்பு வந்தது, "தேங்கியூ சோ மச் சூர்யா, நீங்க ப்ராஜெக்ட் தான் வாங்கி குடுப்பீங்கன்னு நினைச்சோம், ஆனா இன்டெர்ன்ஷிப்பே கிடைச்சிருக்கு. உங்களுக்கு எப்படி நன்றி சொல்லன்னே தெரியலை, சேலரி கூட உண்டுன்னு சொல்லி இருக்காங்க. ஐ யம் சோ எக்ஸ்சைடட் சூர்யா" என்றாள் குதூகலமாய், "கங்கிராட்ஸ்" என்றான் சூர்யாவும் மகிழ்ச்சியாய்.

"கொஞ்சம் வெளில வரீங்களா? என்னோட பிரண்ட்ஸ் எல்லாரும் உங்ககிட்ட பேசணும்ன்னு சொல்றாங்க" என்றாள் கவின், "ஒரு பத்து நிமிஷம் வெயிட் பண்ணுங்க நானே அங்க வரேன்.." என்று சொல்லிவிட்டு வைத்தவன், தன்னுடைய வேலைகளை அவசரமாய் முடித்து கொண்டு அவர்கள் இருந்த தளத்திற்கு சென்றான்.

சரவணனும் இவனுக்காக காத்திருந்தான், சூர்யா அனைவரையும் பார்த்து, "கங்கிராட்ஸ்" என்றவன், தன் நணபனை பார்த்து, "கலக்குறடா மச்சி" என்றான் சந்தோஷமாய், "டேய் இவங்க எல்லாருமே நல்ல பண்ணினாங்க, டெக்னிக்கல் பானல் தான் செலக்ட் செஞ்சிருக்காங்க, மேற்கொண்டு இவங்க குடுக்குற ப்ராஜெக்ட்டை நல்லா செஞ்சா அப்புறம் ஒரு இன்டெர்வியூ வச்சு இவங்கள இங்கேயே வேலைக்கு

எடுத்துப்பாங்களாம். இதெல்லாம் எனக்கே ஆச்சர்யம் தான் போ" என்றான் சரவணன்.

"சூப்பர், சூப்பர்டா மச்சான். உனக்கு சிறப்பான ட்ரீட் காத்திருக்கு" என்றான் சூர்யா, "சரிடா, எனக்கு ஒரு வேலை இருக்கு, நான் உன்ன அப்புறம் கூப்பிடுறேன்", என்றவன், "பை கேர்ள்ஸ்" என்றுவிட்டு கிளம்பினான் சரவணன்.

சரவணன் சென்றவுடன் கவினிடம் திரும்பிய சூர்யா, "எப்போத்துல இருந்து ஜாயின் பண்ண சொல்லி இருக்காங்க?" என்றான், "வர்ற திங்கள்ல இருந்து" என்று கவினை முந்திக்கொண்டு சொன்ன ப்ரியா, "ரொம்ப ரொம்ப தாங்க்ஸ் அண்ணா" என்றாள் சந்தோஷமா, "இது ஒரு சின்ன விஷயம் இதுக்கு இவ்வளவு பில்டப்பா..?" என்றவன், "ஆனா நீங்க இங்க நல்லா பெர்போர்ம் பண்ணி, எப்படியாச்சும் இங்கேயே வேலைய எடுத்திருங்க அதான் முக்கியம்" என்றான், தலையாட்டி கொண்டு மீராவும் விஜியும் கூட இவனுக்கு நன்றி சொன்னார்கள்.

"ஆடரெல்லாம் குடுத்தாச்சா? இல்லையா?" என்றவன், "இல்ல ஒரு மணி நேரம் இருக்க சொல்லி இருக்காங்க" என்றவுடன் "சரி அப்போ வாங்கிட்டு நீங்க கிளம்புங்க, எனக்கு வேலை இருக்கு... பாக்கலாம்.." என்று கிளம்ப போனான், அப்போது அவன் பின்னோடே ஓடி, "ஒரு நிமிஷம் சூர்யா" என்று அவனை நிறுத்தியவள், "ரொம்ப ரொம்ப தாங்க்ஸ்" என்றாள் நெஞ்சார, "உனக்கென்னப்பா பெரியாளா ஆகிட்ட எங்களை எல்லாம் இனிமேல் கண்டுகுவியா" என்றான் கேலிக்குரலில், "சூர்....யா" என்று கவின் சிரித்துக்கொண்டே முறைத்த போது, "கூல்... பை" என்றபடி போய்விட்டான் சூர்யா.

ரூமுக்கு போனதும் கவினின் தோழிகள் அவளை கலாய்த்தனர், "ஹே! என்னடி, சூர்யா உனக்கு முறை பையனாம், அப்படியா?" என்று, "அடிபாவிகளா ஆரம்பிச்சுடீங்களா, அவர் என்னோட பெஸ்ட் பிரண்டு, வேற எதுவுமில்லை சும்மா கிளப்பி விட்றாதீங்கடி, அப்புறம் யாரு மூலமாச்சும் அவருக்கு தெரிஞ்சா, என் மானம் தான் போகும்" என்றாள் கவின் சாதாரணமாய், இதற்காகவெல்லாம் கவலை படும் ஆள் இல்லை சூர்யா என்று அவளுக்கு தெரியாதா என்ன, இதுகள் கிட்ட இருந்து தப்பிக்க வேற வழியில்லை என்று மனதுள் சொல்லிக்கொண்டாள்.

திங்களில் இருந்து இவர்கள் இன்டெர்ன்ஷிப்பை தொடங்கி இருந்தார்கள். இதற்கிடையில் தோழிகளை மனோவிற்கு அறிமுக படுத்திய சிறப்பான சம்பவமும் நடந்து முடிந்தது. இன்னைக்கு நாம பேசுற பேச்சுல அப்படியே இம்ப்ரெஸ் ஆகிரணும் அந்த மூணு பொண்ணுகளும் என்று கிளம்பி வந்தவன், ப்ரியாவை பார்த்ததும் ஹோசானா பாடியது இதயம், ஒரு நிமிடம் ஸ்தம்பித்து விட்டான். எதுவும் பேசாமல் இவர்கள் எல்லாரையும் பார்த்து தலையாட்ட மட்டுமே முடிந்தது அவனால்.

"அண்ணா என்ன ஆச்சு? உங்களுக்கு உடம்பு எதுவும் சரி இல்லையா?" என்றாள் கவின், "அப்படியெல்லாம் இல்லையேம்மா" என்றான் மனோ மிகவும் சிரமப்பட்டு, "இல்ல ஒரு நிமிஷத்துக்கு நூறு வார்த்தை பேசுவீங்களே.. இன்னைக்கு அமைதி ஆகவும், ஒரு சந்தேகம்" என்றவள், "இது எத்தனை சொல்லுங்க?" என்றாள் கை விரல்களில் இரண்டை காட்டி, மனோ அதை பார்த்துவிட்டு "விரல்" என்றான், "சூப்பர்ண்ணா.. இன்னைக்கு நீங்க ஃபுல் பார்ம்ல இருக்கீங்க நாளைக்கு பாக்கலாம்" என்று அனுப்பி

வைத்தாள், ப்ரியாவை பார்த்தபடியே யோசனையுடன் போய் விட்டான் மனோ.

கிட்ட தட்ட ஒரு வாரம் போயிருந்தது, "சூர்யா உங்ககிட்ட முக்கியமான ஒரு விஷயம் பேசனும், என்னைய உங்க பிளேசுக்கு கூட்டிட்டு போங்க.. ப்ளீஸ்" என்று செய்தி அனுப்பி இருந்தாள் கவின், ஹை! நான் தான் ஆதவன்னு கண்டுபிடிச்சிட்டாளோ என்று ஒரு சந்தோசம் வந்தது அவனுக்குள். "ஹே! கவின் வேற இடமே கிடைக்கலையா, என்னோட சீட்டுக்கு ஏன் வரணும்ங்கிற? நீ எங்க இருக்க சொல்லு நானே அங்க வரேன்" என்று அனுப்பினான், பதிலுக்கு அவள், "இப்போ உங்க சீட்டுக்கு என்னைய கூட்டிட்டு போவீங்களா? இல்லாட்டி நானே வரவா?" என்று கேட்டு அனுப்பி இருந்தாள்.

அவளை நன்றாய் அறிந்திருந்ததால் எதுவும் வில்லங்கமா பண்ணிட்டாளோ என்ற சந்தேகம் வந்தது சூர்யாவிற்கு..

18

எதுக்காக கவின் நம்ம சீட்டுக்கு வரணும்ங்கிறா என்று ஒரே குழப்பமாய் இருந்தது சூர்யாவிற்கு, ஆண்களும் பெண்களுமாய் வேலை பார்க்கும் அந்த நிறுவனத்தில் ஒரு பெண் இவன் சீட்டுக்கு வந்தால் யார், என்ன என்று யாரும் கேள்வி கேட்க போவதில்லை. இதெல்லாம் வெகு சகஜம் தான், என்றபோதும் பேசிக்கொள்ள ஆயிரம் இடம் இருக்கும் போது இங்கு ஏன் வரவேண்டும்? சிந்தித்து கொண்டே

அமர்ந்திருப்பதற்கு பதில் அவளை போய் பார்ப்பது நல்லது என்று நினைத்து, “எங்க இருக்க நீ?” என்று அனுப்பி இருந்தான், “உங்க சீட் இருக்குற மூணாவது மாடியில் தான் லிப்ட் கிட்ட” என்று பதில் அனுப்பி இருந்தாள்.

சூர்யா அவசரமாய் எழுந்து போனான், அவனுக்கு இப்போதே முடித்து குடுத்தாக வேண்டும் என்று எந்த வேலையும் அப்போது இல்லை லிப்ட் அருகில் நின்றிருந்த கவினை பார்த்தவன், அவள் அருகில் வந்து, “என்ன மேடம் திடீர்னு, என் சீட்டுல எதுவும் வெடிகுண்டு இருக்கான்னு செக் பண்ண போறியா?” என்றான் நக்கலாய், “உங்ககிட்ட ஒரு முக்கியமான விஷயம் சொல்லனும், கேன்டீன் போனா பிரண்ட்ஸ் எல்லாரும் இருப்பாங்க. அதான் உங்க இடத்துக்கு போலாம்ன்னு சொன்னேன், அது போக எங்க அப்பா அம்மா ஆபீஸ்க்கு அவங்க கூட போறப்ப அவங்க சீட்டுக்கு போய் பக்கத்துல உக்காந்து பாக்குறப்ப, ரொம்ப நல்ல ஃபீலா இருக்கும் தெரியுமா? இவ்வளவு பெரிய ஆபீஸ்ல, உங்கள தான முதல்ல தெரியும், பின்ன உங்க சீட்டுக்கு வந்து பாக்க வேணாமா?” என்று தலையை சரித்து கொண்டு கேட்டவிதம் அவனுக்கு பிடித்திருந்தது,

புன்னகைத்தபடியே “வா” என்று அழைத்து போனான், அங்கு போய் அமர்ந்தவள், “சூப்பரா இருக்கே உங்க பிளேஸ், ஐ! இந்த சின்ன தொட்டியும் இந்த மணி பிளான்டும் அழகு, இது வெயில் இல்லாம வளருமா சூர்யா” என்று சலசலத்தவளை, “உக்காரு” என்று தன் அருகில் ஒரு இருக்கையில் அமரச் சொன்னான் சூர்யா. “எனக்கு ஒரு பிரண்ட் இருக்காரு, அவர் பேரு ஆதவன், அவரும் இதே கம்பெனில தான் வேலை செய்யுறாராம். நானும் அவரும் எந்த

ஊர், பேரு எல்லாம் கேட்டுக்கிட்டதே கிடையாது. நல்ல ரசனையான விஷயங்களை மட்டும் மெயில் அனுப்பிக்குவோம், அவரை கண்டு பிடிக்க க்ளு அனுப்பி இருக்காரு", எஸ்! பக்கத்துல வர்றா ஆனா கண்டுபிடிச்ச மாதிரி தெரியலியே, "ஆதவன்ங்கிற பேருல பாதி, இல்லாட்டி அதன் அர்த்தமாகவும் இருக்க லாம்னா, ஆதின்னு இருக்கலாம்ல அதான் இங்க உங்க பிளோர்ல ஆதின்னு யாராச்சும் இருக்காங்களான்னு மனோ அண்ணாகிட்ட கேட்டேன்",

"சிறந்த பணி அப்போ நீ இங்க இன்டெர்ன்ஷிப் செய்ய வரல ஆதவனை கண்டுபிடிக்க தான் வந்திருக்க?" என்றான் கடுப்பான குரலில், தத்தி தத்தி உன் அறிவை கொண்டு மியூசியத்துல வைடி வந்து வாச்சிருக்கா பாரு என்று மனதுள் வைதான். "என்ன சூர்யா இப்படி கேக்குறீங்க.. அவர் ஜஸ்ட் நண்பர் தான், வேற எந்த தப்பான இன்டென்ஷனும் இல்ல" என்றாள் கவின் முகம் வாட,

"ஹே லூசு! நான் அதுக்கு கேக்கல, நீ என்னனு மனோகிட்ட கேட்ட", "சும்மா பேரை வச்சு பேச்சு வந்துச்சு, எனக்கு ஆதிங்கிற பேர் பிடிக்கும்ன்ன உடனே, அண்ணா தான் சொன்னாரு, உங்க பக்கத்து பேல(bay) ஆதி நாராயணன்னு ஒருத்தர் இருக் காருன்னு, உங்களுக்கு அவரை தெரியுமா சூர்யா? ஒருவேளை அவரா இருப்பாரோ?" என்றாள் குரலில் ஆவல் தொனிக்க,

"யார் கண்டா, அவருக்கு இப்போ தான் கல்யாணம் ஆகி மூணு மாசம் ஆகுது", என்றான் அஸ்வாரஸ்யமாய், "கமான் சூர்யா அவருக்கு கல்யாணம் ஆனா என்ன இல்லாட்டி தான் எனக்கென்ன, நீங்களும் சத்யா மாதிரி பேசினீங்கன்னா கடுப்பா வருது. ஹி எஸ் ஜஸ்ட் மை

பிரண்ட் தட்ஸ் ஆல்" என்றாள் கவின் தீர்மானமாய்.

"சோ! நீ ஆதியை பாக்க தான் வந்திருக்க, என்னைய பாக்க இல்ல அப்படித்தானே, அப்போ பாத்திட்டு போ" என்றான் விட்டேத்தியாய், "உண் மையா நான் முதல்ல சொன்னது நிஜம், உங்க சீட்டை பாக்கணும்னு நினைச்சு தான் வந்தேன் உங்ககிட்ட இந்த மெயில் பிரண்ட் விஷயம் சொல்லணும் போல இருந்துச்சு அதான் சொன்னேன். நீங்க இப்படியே பேசிட்டு இருந்தீங்கன்னா, நான் போறேன்" என்று எழுந்துகொள்ள போனாள் கவின், சட்டென்று அவள் கையை பிடித்து அமரவைத்தவன், "கூல்! கூல்! இப்போ என்ன உனக்கு அந்த ஆதி நாராயணனை பாக்கணும் அவ்வளவு தானே, இங்க இருந்து எதிர் வரிசையில மூணாவதா உக்காந்திருக்கான் பாரு, அவன் தான் ஆதி" என்றான் சூர்யா, கண்ணாடி தடுப்பு தான் என்பதால் தெளிவாக தெரிந்தது.

ஆதியை பார்க்கிறேன் என்று கவின் சூர்யாவிற்கு மிக நெருங்கி வந்திருந்தாள், "மூணாவது ஆளா" என்று கேட்டுக்கொண்டே திரும்பியவளின் நெற்றி ஒரு நிமிடம் சூர்யாவின் நாடியை உரசி சென்றது, அந்த ஆதியை பார்க்கும் ஆவலில் இதை கவனிக்கவில்லை கவின். "ஹே! என்ன பண்ணுற நீ" என்று கத்தபோன சூர்யா ஒரு நிமிடம் அப்படியே உறைந்து விட்டான், அவனுக்கு வெகு அருகில் தெரிந்த கவினின் முகம் அவனை ஈர்த்தது. அவளின் செழுமையான கன்னங் களை கடிக்க தோன்றியது அவனுக்கு. அப்போது கவின், "அய்யய்யோ இவனா ஆதவன்? சத்தியமா இவன் இருக்க மாட்டான், சுத்த மாக்கான் மாதிரில்ல தெரியுது" என்று தலையில் அடித்து கொண்டு திரும்பி சூர்யாவை பார்த்தவள், அவனுக்கு வெகு அருகில் தான் வந்திருப்பதை பார்த்து வெட்கி, "சாரி சூர்யா" என்றாள்

கன்னங்களில் இன்னும் ரோஜாக்கள் கூடி இருந்தன, இப்போது சூர்யா அவசரமாய் இன்னொருபக்கம் திரும்பி 'கொல்றாளே' என்று மனதிற்குள் சொல்லி கொண்டு, "இட்ஸ் ஓக்கே" என்றான் ஒரு மாதிரி குரலில்.

தன்னை ஆசுவாச படுத்திக்கொண்டு கவினை லகுவாக்க அவளை பார்த்து கேட்டான் சூர்யா, "இவன் அந்த ஆதவனில்லன்னு எப்படி சொல்லுற" என்று, "அதுவா அது கவின்மலர் இன்ஸ்டிக்ண்ட், இந்த ஆளோட மேனெரிசத்தைப் பார்த்தா, இவருக்கும் தமிழுக்கும், ரசனைக்கும் ஸ்னான பார்ப்தியே கிடை யாது போல இருக்கு" என்றாள் கவின், "ஹா ஹா ஹா" என்று சிரித்தவன், "நீ சொல்லுறது சரிதான் அவன் ஒரு கன்னடகாரன் அவனுக்கு தமிழ் சரியா பேச கூட வராது" என்றான் கேலி குரலில்.

"போச்சா! இப்போ இவ்வளவு பெரிய ஆபிசுல நான் இன்னும் எத்தனை ஆதியை தேடுவேன்?" என்று தலையில் கைவைத்தாள் கவின்,

"நீ ஏன் இப்படி நினைக்கிற ஆதவன்ங்கிற பேரின் அர்த்தம்ன்னா வேற ஏதாச்சும் பேர் வரலாம்ல" என்றான் சூர்யா இவளே ஆதவனை கண்டுபிடிக் கிறதுக்குள்ள உனக்கு தலை நரைச்சு போயிரும் போலயேடா சூர்யா என்று நொந்துகொண்டான்.

"இரண்டு நிமிடம் தலையை தட்டி யோசித்தவள் கண்டுபிடிச்சிட்டேன் ஆதவனோட ஆர்த்தம்னா சூரியன்னு பொருள், அவங்க அண்ணன் பேரு உதய மூர்த்தியாம். அப்போ இவரு பேரு சூர்யமூர்த்தி, கலக்கிட்டடி மலரு" என்று அவளே சொல்லிக் கொண்டாள், "முடியலை" என்று தலையில் கைவைத்து அமர்ந்துவிட்டான். "மொத இதுதான் அவர் பேரான்னு

கேட்டு கன்பார்ம் பண்ணு தாயே, அப்புறம் அது வேற பஞ்சாயத்தாக போகுது" என்று வெறுத்து போய் சொன்னான்.

"ஆஹா! ஐடியா செம சூர்யா! இதுக்கு தான் உங்ககிட்ட கேட்டேன் இனி நாம சூர்யமூர்த்தியை தேடலாம், உங்களுக்குள்ள இப்படி ஒரு ஐடியா மணி ஒளிஞ்சிருக்கது தெரிஞ்சிருந்தா நான் என்னைக்கோ இந்த விஷயத்தை உங்ககிட்ட சொல்லி இருப்பேன்" என்று ஆதங்கப்பட்டாள் கவின்.

"ஆனா சத்தியமா சொல்லுறேன் உன்னைய மாதிரி ஒரு புத்திசாலியை பாத்ததே இல்ல, என்ன அறிவு! என்ன அறிவு!" என்று தலையில் அடித்து கொண்டான் சூர்யா, "ஏன் சூர்யா தலையில அடிச்சுக் குறீங்க, நான் தான் சரியா சொல்லிட்டேனே.." என்றாள் புரியாமல் கவின்,

"சரி வா நாம வெளில போய் சாப்பிடலாம், ஆதவனை தேடி தேடி களைச்சு போயிருப்ப, உன்னோட நான் டயடாகிட்டேன் கிளம்பு" என்று கேன்டீன் அழைத்து போனான் சூர்யா.

கேன்டீனில் கவினின் தோழிகள் அமர்ந்திருந்தனர் கூடவே மனோவும் அமர்ந்திருந்தான், ஆஹா சிறப்பா வேலை செய்யுறான், சைக்கிள் கேப்பை கூட விட மாட்டேங்குறான் நல்லா வருவான் என்று மனதிற்குள் சொல்லிக்கொண்டான் சூர்யா. இவர்களை பார்த்ததும், "ஹே மச்சான் வாடா உங்க ரெண்டு பேருக்கும் தான் வெயிட்டிங், உன்னைய கூப்புடுறேன்னு வந்த கவின் இவ்வளவு நேரம் ஆகியும் வரலியேன்னு இப்போ தான் கால் பண்ணலாம்ன்னு நினைச்சேன், இவங்ககிட்ட பேசிகிட்டு இருந்ததுல நேரம் போனதே தெரில"

என்றான் மனோ.

"நீ என்னைய எவ்வளவு தேடி இருப்பன்னு புரியுதுடா" என்றான் சூர்யா ஒன்றுமறியாதவன் போல, ஒரு வாரமாய் ப்ரியாவை கவர் செய்வதற்காய் இவன் செய்யும் அலப்பறைகளை எல்லாம் பார்த்து கொண்டு தானே இருக்கிறான், ஆனால் ஏனோ ப்ரியா மனோவுடன் ஒரு வார்த்தை கூட பேசவில்லை. அவனும் மறைமுகமாய் எவ்வளவோ அவளை பேச்சில் இழுத்து பார்த்தும், அவள் கண்டுகொள்ளாமல் இருந்தாள். என்னடா இது, இதுவரைக்கும் எல்லா பொண்ணுங்களும் பேசியே கொல்லும் இந்த பொண்ணு நம்ம கிட்ட பேசவே மாட்டைக்குதே, என்ன ஒரு சோதனை என்று ஒவ்வொரு நாளும் ஒவ்வொரு விதமாய் முயன்று கொண்டிருந்தான் மனோ பிடி கொடுக்காமல் நழுவியபடி இருந்தாள் ப்ரியா. ஆனால் சூர்யாவிடம் மட்டும் "அண்ணா அண்ணா" என்று நன்றாக பேசுவாள்.

சூர்யாவும் கவினும் அங்கு போனதும் சூர்யா ப்ரியாவிடம், "ஆனாலும் உங்க பிரண்டுக்கு ரொம்ப அறிவுமா, எதோ கொஞ்சம் புத்திசாலின்னு நினைச் சேன் ஆனா இவ்வளவு அறிவாளின்னு இன்னைக்கு நேர்ல பார்த்து தான் வியந்து போனேன்" என்றான் சூர்யா, அவனுக்கு அருகில் அமர்ந்திருந்த கவின் "வேணாம் சூர்யா நா யாருகிட்டயும் எதுவும் சொல்லல, ப்ளீஸ் சொல்லாதீங்க" என்றாள் யாரும் கேட்காத வண்ணம், சற்றே நெருங்கி அமர்ந்து. சூர்யாவிற்கு உல்லாசமாய் இருந்தது இந்த விளையாட்டு. அப்போது மீரா, "ஏன் சூர்யா? மலர் என்ன செஞ்சா அப்படி புத்திசாலித்தனமா" என்றாள் அறிந்து கொள்ளும் ஆர்வத்தோடு, "அது வந்து.." என்று அவன் ஆரம்பிக்கும் போதே, டேபிளுக்கு கீழ் இருந்த அவன்

கைகளில் கிள்ளினாள் கவின், ஏதாச்சும் சொன்னீங்க கொன்னுருவேன் என்று அவசரமாய் செய்கை காட்டினாள்.

“சொல்லுங்க” என்று ப்ரியாவும் மீராவும் ஒரு சேர கேட்கவே, நான் ஒரு இஷ்ஷூக்காக கஷ்டப்பட்டு மூளையை கசக்கி கோடிங் போட்ருக்கேன், இந்த மேடம் வந்து நின்னுட்டு நான் வந்ததால தான் உங்களுக்கு இஷ்ஷூ பிக்ஸ் ஆகிருக்குன்னு சொல்றா, கண்ணாடியை திருப்புனா ஆட்டோ ஓடுமா என்ன?” என்று சொல்லிவிட்டு கவினை பார்த்து புருவத்தை உயர்த்தினான், சட்டென்று கவினின் கன்னங்கள் சூடானது போல ஒரு உணர்வு அவள் அவசரமாய் பார்வையை திரும்பிக் கொண்டாள்.

இன்னொரு பக்கமாய் திரும்பி இருந்த போதும் ஒரு பக்கமாய் தெரிந்த அவளின் சிவந்த கன்னங் களையே பார்த்து கொண்டிருந்தான் சூர்யா, “என்ன இருந்தாலும் நீங்க இப்படி சொல்ல கூடாதுண்ணா, கவின் நிஜமாவே புத்திசாலி தெரியுமா? எங்களுக்கே நிறைய கான்செப்ட்ஸ் அவ தான் சொல்லி தருவா” என்றாள் ப்ரியா, “அப்படியா கவின், எனக்கும் சொல்லி தாயேன்” என்றான் ஒன்றுமே அறியாதவன் போல சூர்யா, “தெய்வமே என்னைய விட்ருங்க. உங்க இஷ்ஷூ உங்க அறிவால தான் பிக்ஸ் ஆச்சு போதுமா?” என்றாள் கவின்.

சூர்யாவின் மேல் மட்டுமே தோழிகளின் பார்வை இருந்ததால் அவர்கள் கவினை கவனிக்கவில்லை. சூர்யா, கவினை பார்த்த போதும் அனைவரையும் அடிக்கடி பார்த்து வைத்ததால் அவர்களுக்கு சந்தேகம் தோன்றவில்லை. இவர்கள் இருவரை மட்டுமே பார்த்துக்கொண்டிருந்த மனோ, என்னடா நடக்குது இங்க என்று வியந்து போனான்.

19

அனைவருடனும் பேசிவிட்டு தன்னுடைய இடத்திற்கு போக கிளம்பிய சூர்யாவை தனியாக பிடித்த மனோ, "என்னடா நடக்குது இங்க?" என்றான் சூர்யாவை பார்த்து, "என்னக் கேட்டா... ஆடு, மாடு, நீ, நான் எல்லாரும் தான் நடக்குறோம்". "நான் எத கேக்குறேன்னு உனக்கு தெரியவே தெரியாது அப்படி தானே" என்றான் மனோ, "நிஜமாவே புரியலடா" என்றான் சூர்யா அப்பாவியாய்.

"உலக நடிப்புடா சாமி, சரி ஓபனா கேக்குறேன் உனக்கும் கவினுக்கும் நடுல என்னடா நடக்குது?" என்றான் மனோ ஆர்வமாய்,

"ஒன்னும் நடக்கலியேடா" என்றான் சூர்யா, "அவ என்னடான்னா உன்கிட்ட ரகசியமா பேசுறா, நீ என்னடான்னா அவளை குறுகுறுன்னு பாக்குற, சம்திங் சம்திங் ஓடுது போல" என்றான் மனோ, "அப்டியா என்ன?" என்றான் சூர்யா அசால்டாய்,

"டேய் டேய் அவளை பாத்தாலே உன் முகத்துல பல்பு எரியுது, என்கிட்டே மறைக்க பாக்காத" என்றான் மனோ பொறுமையின்றி, "மனோ, அவளை வம்பிழுக்குறது ரொம்ப பிடிச்சிருக்குடா.." என்றான் சூர்யா. "சூப்பர் மச்சி, அவ்வளவு தானா?" என்றான் மனோ, "ம்ம்ம், அவ கூட சண்டை போடுறது லைவ்லியா இருக்கு..." என்றான் சூர்யா ரசித்து, இன்னும் சொல்லுடா என்பதை போல அவனை பார்த்த

மனோவிடம், "நான் என்ன கதையா சொல்லிட்டு இருக்கேன்? அவ்வளவு தான்" என்றான் சூர்யா. "டேய், அவள லவ் பண்ணுறியா என்னன்னு சொல்லவே இல்லையே?" என்றான் மனோ,

"ஆமா சொல்லலைன்னு தானே நானும் சொல்லுறேன்" என்றான் சூர்யா, "ஏன்டா இப்படி குழப்புற, தெளிவா சொல்லேன்டா" என்றான் மனோ, "ஓய்! அதான் சொல்லலன்னு தெளிவா சொன்னேன்ல, பின்ன திரும்ப திரும்ப கேட்டா, உனக்கு வேணா வேலை இல்லாம இருக்கலாம். ஆனா எனக்கு வேலை இருக்கு சும்மா கேட்டதையே கேட்டு டார்ச்சர் பண்ணாத" என்று சொல்லிவிட்டு போய் விட்டான் சூர்யா.

"இவன் இப்போ எதை சொல்லலைன்னு சொல்லுறான், இவன் லவ் பண்ணுறதை மலர் கிட்ட சொல்லலைன்னு சொல்லுறானா இல்லாட்டி லவ் பண்ணுறானா இல்லையான்னு நான் கேட்டதுக்கு பதில் சொல்லலைன்னு சொல்லுறானா தெளிவா கொழப்பிட்டு போய்ட்டான்" தலையை பிய்த்து கொண்டான் மனோ.

இரவு வரை காத்திருந்து, "ப்ளீஸ்டா மச்சான், தயவு செஞ்சு நீ மத்தியானம் சொன்னதுக்கு விளக்கம் சொல்லு, ஆனா புரியுற மாதிரி சொல்லு" என்றான் மனோ அதற்கு சூர்யா, "இப்போதைக்கு நான் இதுக்கு எந்த பேரும் வைக்க விரும்பல, லிவ் தி மொமெண்ட்ன்னு ஒவ்வொரு மணித்துளியையும் சந்தோஷமா வாழ ஆசை படுறேன்" என்றான். இவன் கிட்ட பேசுறதுக்கு சும்மா இருந்திட்டு போயிரலாம் என்று கடுப்புடன் எழுந்து போய் விட்டான் மனோ..

இன்டெர்ன்ஷிப் தொடங்கி கிட்ட தட்ட இரண்டு மாதங்கள் போய் இருந்தது மலர் மற்றும் தோழிகளுக்கு சென்னை வாழ்க்கை ஓரளவுக்கு பழகி இருந்தது. இடைஇடையே சென்னையை சுற்றி பார்க்கவும் செய்தனர். மலருக்கு தான் படித்த புத்தகங்களில் கற்பனை செய்த சென்னையை நேரில் பார்க்க ஆசை, அதெல்லாம் 80களின் அழகிய சென்னை, இப்போது போல கசகசப்புகள் இல்லாத அழகியல் நிறைந்த இடங்கள். ஆனாலும் சில இடங்கள் அதே அழகோடு இருந்தன அவற்றில் ஒன்றை அந்த வார இறுதியில் பார்க்க போனாள். கவின். அவள் மிகவும் ஆசைப்பட்டு சென்னையில் முதலில் பார்க்கவேண்டும் என்று நினைத்த இடம் கன்னிமாரா நூலகம். அங்கு போகவேண்டும் என்று மலர் ஆசைப்பட்ட போது தோழிகள் பெரிதாய் ஆவல் காட்டவில்லை, “அடியே! ஊர்ப்பாட்ட மால்கள் இருக்கு அதுல சினிமா கூட பாக்கலாம், நீ என்னடான்னா இந்த பழைய லைப்ரரிக்கு போகனும்னு ஆசைப்படுற, உன்னைய வச்சுக்கிட்டு..” என்றாள் மீரா, “ஹே! நீங்க யாரும் வரலேன்னா கூட நான் போவேன்” என்று தீர்மானமாய் சொன்னாள் மலர்.

அவளுக்கு சூர்யாவை கூப்பிடலாம் என்று தோன்றியது அவனுடைய சீட்டுக்கு போய் இருந்த போது அங்கு அவன் சில புத்தகங்கள் வைத்திருந்தான் அவை அவளுக்கு, அவனும் நிறைய வாசிக்க கூடியவன் என்ற நம்பிக்கையை விதைத்திருந்தது. அதனால் வெள்ளி இரவு கவின் சூர்யாவை அழைத்தாள், “சூர்யா நாளைக்கு நீங்க பிரீயா? என்னோட ஒரு முக்கியமான இடத்துக்கு வர முடியுமா?” என்றாள் உடனே சூர்யா, “முதல்ல இடத்தை சொல்லு அப்புறம் வரேனானு சொல்லுறேன்” என்றான், “கன்னிமாரா லைப்ரரி” என்றாள்.

“கூல்! சூப்பர் இடம் கவின், நானே போய் ரொம்ப நாள் ஆச்சு, அந்த இடமே மனசை அப்படி அமைதிப்படுத்தும். அந்த அடர்வான மரங்களும், புத்தக வாசமும் சான்ஸே இல்ல. நீ கண்டிப்பா போக வேண்டிய இடம் தான், நாளைக்கா சரி நான் வர்றேன்” என்றான் தன்னை மீறிய மகிழ்வுடன்.

“ஆமா எப்படி போறது இங்க இருந்து பஸ் இருக்குமா சூர்யா?” என்றாள் கவின் பொறுப்பாய், “ஏன் மேடம் எங்க கூட எல்லாம் வண்டில வர மாட்டீங்களா?” என்றான் கோபமாய், இவன் ஒருத்தன் எந்த நேரத்தில் எப்படி இருப்பான்னே தெரியலை, சட்டு சட்டுன்னு கோவம் வந்து தொலைக்கும் என்று நினைத்துவிட்டு, “சூர்யா நான் டூ வீலர்ல போய் ரொம்ப வருஷம் ஆச்சு, அப்பா கார் வச்சிருக்கதால எங்க போனாலும் கார்ல தான் போவோம். அம்மா கூட மட்டும்னா பஸ், இப்போ நீங்க பைக்ல போகனும்னு சொன்ன உடனே எனக்கு விழுந்து கிழுந்து வச்சிர கூடாதேன்னு பயமா இருக்கு” என்றாள் உண்மையாய்.

“நீ என்ன சொல்லுற கேகே, உனக்கு பைக்குல உக்காந்து வர தெரியாதா நம்புற மாதிரியா இருக்கு” என்றான் கேலியாய்.

“நம்பாட்டி போங்க, நான் பஸ்ல வந்துர்றேன். நீங்க வண்டில வாங்க. நேரம் சொல்லுங்க? அந்த நேரத்துக்கு அங்க இருப்பேன்” என்றாள், “கூல் கேகே, நானே உன்னைய கூப்டுகிட்டு போறேன், பயப்படாம வா. நான் பாஸ்ட்டா எல்லாம் ஓட்ட மாட்டேன், அதனால நம்பி வரலாம்” என்றான் சூர்யா,

“சரி சூர்யா காலைல பத்து மணிக்கு கிளம்பி இருக்கேன், நீங்க வந்துட்டு சொல்லுங்க என்று

போனை வைக்க போனவளை, ஆமா உன்னோட சூர்யமூர்த்தி தேடும் படலம் என்ன ஆச்சு?" என்றான் ஒன்றுமே அறியாதவன் போல,

"அத ஏன் கேக்குறீங்க, மொத்தம் 5 சூர்யமூர்த்தி இருக்காங்களாம், அதுல மூணு பேரு வயசான தாத்தாஸ், ரெண்டு பேரு வேற மொழிகாரங்க" என்றாள் சோகமாய், "ஆமா இந்த டீடைல் எல்லாம் உனக்கு யாரு எடுத்து குடுக்குறது" என்றான் வேகமாய், "வேற யாரு என்னோட பாசமலர் மனோ அண்ணன் தான், பிரியா கூட அவங்கள பேச வைக்கணும்னு ஐடியா கேட்டாங்க, சோ எங்களுக்குள்ள ஒரு பண்டமாற்று" என்றாள் ஜாலியாய், லூசு பய இவளுக்கு உதவு றேன்னு இன்னும் இழுத்து விட்டுட்டு இருக்கான். "நான் உன்கிட்ட மொத பேரு சரியான்னு கேக்க சொன்னேன், அத செஞ்சியா?" என்றான் சூர்யா, "ஆமால்ல, இன்னைக்கு கேட்டு வைக்கிறேன்" என்றவள், "நாளைக்கு பாக்கலாம்" என்று போனை வைத்தாள் கவின்.

மறுநாள் பத்துமணிக்கெல்லாம் ரெடியாகி காத்தி ருந்தாள் மலர், தோழிகளிடம் சூர்யாவுடன் லைப்ரரி போறேன் என்று சொல்லிவிட்டுத் தான் கிளம்பினாள். வெளிர் நீல நிறத்தில் ஜீன்ஸ்சும், கருப்பு டீ ஷர்ட்டும் அணிந்திருந்தான் சூர்யா. கையில் அணிந்திருந்த வாச்சும், கண்ணை மறைத்த கூலிங்க்ளாஸுமாக ஸ்டைலாக இருந்தான். கருப்பில் சிவப்பு வண்ணம் தீட்டப்பட்டிருந்த பேஷன் பிளஸ் வண்டியை சூர்யா கொண்டு வந்து நிறுத்திய விதம் ரசிக்க கூடியதாய் இருந்தது. எப்போதுமே அவனை அலுவலக உடையிலேயே பார்த்து பழகிய அவள் கண்களுக்கு அவனின் இந்த தோற்றம் மாற்றத்தை ஏற்படுத்தியது. அவனை ரசிக்க தொடங்கி நல்லா ஹேண்ட்சமா தான்

இருக்கான் என்று மனதுள் நினைத்தவள் ஹே! நீ அவனை சைட் அடிக்கிறியா மலர் இதெல்லாம் தப்பு என்று சொல்லிக்கொண்டாள்.

கவின் நெருங்கி வருவதை பார்த்த சூர்யா, "ஹாய் கேகே ஏன் இவ்வளவு பதட்டமா இருக்க?" என்று கேட்டபடி, "சரி உக்காரு பேசிட்டே போகலாம்" என்றான். மை ப்ளூ கலரில் ஆங்காங்கே டிசைன் நூல் வைத்து தைத்த சுடிதார் அவளை அழகாய் காட்டியது அதிலிருந்த சின்ன காலர் வைத்த கழுத்து மலருக்கு சரியாக பொருந்தி அவளுக்கே செய்தது போல இருந்தது, தளர்வாய் பின்னிய நீண்ட கூந்தலில் முல்லைப்பூவை சூடி இருந்தாள், அவளை பார்த்தவுடன் சூர்யாவிற்குள் ஊதா ஊதா ஊதாப்பூ பாடல் வந்தது மனதில். காதில் சூடி இருந்த தொங்கட்டான்கள் ஆட வேகமாய் தலையாட்டியவளை பார்த்து சிரித்தவன். வண்டில வரதுக்கு என்ன பயம் பயப்படுறா பாரு, வாயில இருந்து வார்த்தையே வரமாட்டேங்குது என்று நினைத்தவன்,

"ஹே! ஒண்ணுமே இல்ல கவின், ஜஸ்ட் அந்த கம்பியை பிடி ப்ரீயா உக்காரு, வேடிக்கை பாத்துட்டே வா. சரியா போயிரும்" என்றான், அதற்கும் தலையை மட்டுமே ஆட்டினாள். "சரி உக்காரு" என்றவுடன், ஏறி அமர்ந்தவள் கம்பியை தேடி அதை பிடித்துக்கொண்டு, "போலாம்" என்றாள் பதட்டத்துடன். "கேகே காலைல நீ சாப்பிட்டியா?" என்றான் சூர்யா, "ஏன் கேக்குறீங்க சாப்ட்டேனே" என்றாள் யோசனையுடன், "இல்ல உன்ன பாத்த நாளுல இருந்து இவ்வளவு அமைதியா நீ இருந்து நான் பாத்ததே இல்ல, அதான் வரலாறு காணாத விதமா ஒருவேளை நீ பட்டினியா பசிக் கொடுமையில இருக்கியோன்னு கேட்டேன்" என்றான் சூர்யா.

"சூர்யா நானே டென்ஷனா இருக்கேன், எப்போ பாரு கேலி பண்ணிட்டே இருக்கீங்க" என்று சிணுங்கினாள் கவின்,

"சரி நான் கேக்குற கேள்விக்கெல்லாம் சரியா பதில் சொல்லு பாக்கலாம், நீ வண்டி ஓட்டப்போறியா?"

"இல்ல" என்றாள் கவின்,

"பின்னால உக்காந்து வரதுக்கு எதுக்கு பயம், ரிலாக்ஸ் ஆகு" என்றவன், அவள் அறியாவண்ணம் அவளுக்கு பிடித்த புத்தகங்கள் பற்றி கேள்விகேட்டபடி வந்தான், அவளும் சுவாரஸ்யமாய் பதில் சொல்வதில் முனைந்ததால் வண்டியில் அமர்ந்திருக்கிறோம் என்ற பயம் இல்லாமல் லைப்ரரி வந்து சேர்ந்தாள்.

"வாவ் எவ்வளவு பழமையான மரங்கள் பாக்கவே நிறைவா இருக்கு" என்றவள் உள்ளே போய் எதை தேட எதை வாசிக்க என்று திக்குமுக்காடி ஒருவழியா பழைய கல்கியின் புத்தகம் ஒன்றை எடுத்து வாசித்து பார்த்துவிட்டு கொஞ்ச நேரத்தில் அதை வைத்துவிட்டு வெளியில் வந்தாள், சூர்யா எந்த புத்தகத்தையும் எடுக்கவில்லை வெளியில் நின்றவன் அவள் வெளியில் வரவும், "இங்க ஒரு மரத்துக்கு கீழ மேடை மாதிரி இருக்கும் வா, அந்த இடம் நல்லா இருக்கும்" என்று கூட்டி போனான்.

"எதை வாசிக்கன்னே தெரியலை தானே, முதல் முறை இங்க வந்தப்ப எனக்கும் இதே மாதிரி ஒரு பிரமிப்பு தான் இருந்துச்சு" என்றான் சூர்யா, இப்படி எல்லாம் பேசுவானா என்று ஆச்சர்யமாய் பார்த்துக் கொண்டிருந்தாள் மலர். "அப்புறம் இங்க வந்தா கிடைக்கிற நல்ல உணர்வுக்காக தான் வருவேன், நானே எனக்கு பிடிச்ச புத்தகத்தை இங்க கொண்டு

வந்து வச்சு வாசிப்பேன்" என்றான், "சூப்பர் சூர்யா, எவ்வளவு நாளா இங்க வரணும்னு ஆசைப்பட்டேன் தெரியுமா? நிறைய சினிமாக்கள்ல அப்புறம் புக்குல எல்லாம் படிச்சு கற்பனை பண்ணி வச்சிருந்தேன், நான் கற்பனை செஞ்சு வச்சிருந்த மாதிரியே இருக்கு சூர்யா, ரொம்ப பிரமிப்பா இருக்கு" என்று சலசலத்தபடி வந்தாள், ஆங்காங்கே பெரிய பெரிய மரங்களின் நிழல்களின் ஊடே தன் மனதிற்கு பிடித்த விஷயங் களை சூர்யாவுடன் பேசி கொண்டே நடந்து போனது கவினுக்குள் இனிமையான உணர்வை ஏற்படுத்தியது.

வெளியே வந்த போது ஒரு ஐஸ்கிரீம் விற்பவர் அங்கு நின்று கொண்டிருந்தார், கவின் ஆசையாய் பார்க்கவும், "வேணுமா, எந்த் பிளேவர்" என்றான், "பட்டர்ஸ்காட்ச்" என்றாள் வேகமாய். அவளுக்கு ஒன்றை வாங்கிவிட்டு அவனும் ஒன்றை வாங்கி சாப்பிட தொடங்கினான், கவின் ஐஸ்கிரீமை மிக மெதுவாக சாப்பிடுவதை பார்த்து, "ரைட்டு இம்புட்டு ஸ்லோவா சாப்பிட்டேனா நாளைக்கு தான் திரும்பி போகணும்" என்றான் நக்கலாய்,

"யாராச்சும் ஐஸ்கிரீமை அவசரமா சாப்பிடு வாங்களா, எல்லாத்தையும் அவசரமாவே செஞ்சிட்டு இருந்தா எதை தான் ரசிக்கிறது, ஐஸ்கிரீமை துளி துளியாய் உருகவச்சு சாப்பிட்டா தான் நல்லா இருக்கும்" என்று சொல்லிக் கொண்டே தன் இதழில் ஒட்டி இருந்த ஐஸ்கிரீமை நாக்கால் சுவைத்தாள், அவளின் அந்த சிவந்த உதடுகளையே குறுகுறுவென்று பார்த்து கொண்டிருந்தான் சூர்யா, ஒரு நிமிடம் அந்த இதழ்களில் ஒட்டி இருந்த ஐஸ்கிரீமை உடனடியாய் துளித்துளியாய் தானும் சுவைத்து பார்க்க வேண்டும் என்ற பேராவல் வந்தது அவனுக்கு, ஐஸ்கிரீமில் கவனமாய் இருந்த மலர்,

“என்ன ஆச்சு அமைதியா ஆகிட்டீங்க?” என்று புருவத்தை உயர்த்தியபடி கேட்டாள்,

“இதெல்லாம் விண்ணானமா கேளு, வண்டில வரத்துக்கு மட்டும் என்ன பயம் பயந்தே” என்று கேலி செய்வதை போல தன்னை சரி செய்து கொண்டவனை முறைத்துக்கொண்டே நடந்தவள், மரவேரில் கால் தடுக்கி விழப் போனாள், சட்டென்று அவளை பிடித்து நிறுத்தியவன் “இங்க என்ன இங்கே கீழே விழுந்தால் தூக்கி நிறுத்துவோம்ன்னு போடு போட்ருக்கா, சும்மா சும்மா கீழ விழுந்துட்டே இருக்க, உனக்கு விழாம நடக்கவே தெரியாதா?” என்றான் குரலில் சிரிப்புடன், “பெரிய ஜோக்கு சிரிச்சிட்டேன்.. அதான் கையில ஒண்ணுமில்லைல, விழுந்தா பிடிக்கவேண்டி தானே. என் கைலயாச்சும் ஐஸ்கிரீம் இருக்கு” என்றாள் சர்வ சகஜமாய்,

“ஆமா ஆமா நீ எவ்வளவு கடினமா உழைக்குற, இன்னொருக்க வேணும்னா விழு தாயே பிடிச்சு நிறுத்துறேன், ஆனா பாத்துக்கோ எங்க வீட்ல எனக்கு அரிசி மூட்டை தூக்குறதுக்கெல்லாம் ப்ராக்ட்டிஸ் தரலை” என்றான் பாவம்போல முகத்தை வைத்தபடி, “சூர்.....யா” என்று கத்தியவளை, “கவின் அங்க பாரேன் உங்க அப்பா மாதிரி சாயலோட ஒருத்தர் வர்றார் அநேகமா சென்னைல இருக்க உங்க சித்தப்பாவா இருக்குமோ?” என்றான், பயத்துடன் திரும்பி பார்த்தவள் அப்படி யாரும் வராததை உணர்ந்து, “என்னைய ஏமாத்தவா பாக்குறீங்க, உங்களை...” என்று அவனை கையில் இருந்த ஹேண்ட் பேக்கை கொண்டு இரண்டு மொத்து மொத்தினாள்.

“பாத்தியா உன்ன கீழ விழாம பிடிச்சதுக்கு நியாயத்துக்கு நீ என்கிட்டே தேங்க்ஸ் சொல்லி

இருக்கனும், ஆனா நீ என்னடானா அடிக்கிற" என்றான், "சூ...ர்...யா" என்று சிணுங்கிக்கொண்டே நின்றிருந்தவளை பார்க்க பார்க்க அவளை அள்ளி எடுக்க தோன்றியது. "சரி வண்டில ஏறி உக்காரு, எனக்கு மத்தியானம் ஒரு வேலை இருக்கு" என்றான் பார்வையை அவளிடமிருந்து வலுக்கட்டாயமாய் பிரித்து கொண்டு.

சூர்யாவிற்குள் பல வேதியல் மாற்றங்கள் நிகழ்ந்து கொண்டிருந்தன கவினை தூக்கி நிறுத்திய போது அவன் உணர்ந்த அவளின் வாசம் அவனை பித்தம் கொள்ள வைத்தது, இதிலிருந்து மனதை மாற்றவே அவளை கேலி செய்து கொண்டிருந்தான். திரும்பி போகும் போது மலர் பயப்படவில்லை ஏதேதோ பேசியபடி வந்தாள், இவன் தான் மயக்கத்திலிருந்து மீளாமலே இருந்தான், என்ன பதில் சொல்கிறோம் என்று அறியாமலே பதில் சொல்லி கொண்டிருந்தான்,

ஒரிரு இடங்களில் வந்த ஸ்பீட் பிரேக்கர்களால் கவின் கம்பியை மறந்து சூர்யாவின் தோள்களை பற்றி இருந்தாள் என்றபோதும் அதை பற்றிய பிரஞை யில்லாமல் அவனுடன் பேசிக்கொண்டிருந்தாள்..

சில நேரங்கள் அவள் பேசுவதை கவனிக்காமல் அவன் "என்ன.." என்று திரும்பி கேட்ட போது, அவள் அவனுக்கு காதில் விழவில்லை என்று நினைத்து அவனை நெருங்கி வந்து அவன் காதில் பேசிய போது, என்னை இந்த கொடியவளிடமிருந்து ரட்சியும் பிதாவே, அநியாயத்துக்கு படுத்துறடி கவின் குட்டி என்று மனதிற்குள் சொல்லிக்கொண்டான். ஒரு வழியாக அவளை அவள் விடுதி வாசலில் வந்து சேர்த்த போது சூர்யாவுக்கு தெள்ள தெளிவாய் புரிந்து போனது "ஷி இஸ் ட்ரைவிங் மீ மேட்".

இப்படி பல இனிமையான நினைவுகளை மட்டுமே எதிர்கொண்ட அவர்கள் வாழ்வில் எதிர்பாராத சில திருப்பங்களும் நிகழ்ந்தது அடுத்து வந்த நாட்களில்...

20

நான்கு மாதங்கள் ஓடி இருந்தது, சூர்யாவிற்கும் கவினுக்கமான நெருக்கம் அதிகரித்திருந்தது என்ற போதும் நான் உன்னை காதலிக்கிறேன் என்று சூர்யா தன்னை வெளிப்படுத்தி கொள்ளவில்லை. ஆதவனிடம் நறுமுகையாய் பேசிய போதும் இன்னும் மலர் அது சூர்யா தான் என்பதை கண்டுபிடிக்கவில்லை, அதை கண்டுபிடிக்க அவசரமும் படவில்லை. சென்னையில் பல இடங்களை அவள் தோழிகளுடன் சுற்றி பார்த்தாள் அவர்கள் வர மறுத்த சில முக்கியமான இடங்களுக்கு சூர்யாவுடன் போய் வந்தாள். சூர்யாவுடன் கழிக்கும் பொழுதுகளை மலர் மிகவும் விரும்பினாள், அவன் பால் இவள் ஈர்க்கப்பட்டாலும் அதை முழுவதுமாய் உணராமலேயே இருந்தாள், அதை உணரும் தருணமும் வந்தது.

மலருக்கு புராதான கோவில்களுக்கு போவ தென்பது மிகவும் பிடிக்கும் அவள் அப்பா அம்மாவுடன் சின்ன வயதில் ஒரு முறை ட்ரிப்ளிக்கன் பார்த்தசாரதி கோவிலுக்கு போயிருக்கிறாள், திருப்பாவை மற்றும் சில ஆழ்வார்களின் பாசுரங்களை தெரிந்து கொண்ட பிறகு இப்போது மீண்டுமொருமுறை கோவிலுக்கு போக ஆசை பட்டாள். ப்ரியாவும் இசைந்திடவே அவர்கள் இருவரும் கோவிலுக்கு கிளம்பினர்.

கோவிலுக்கு போனதிலிருந்து எல்லாமே ஒழுங்காய் தான் நடந்து கொண்டிருந்தது அந்த உயரமான கம்பீரமான பெருமாளும் அவரின் மீசையும் மனதிற்குள் மிகுந்த பக்தியையே ஏற்படுத்தியது. பிரகாரத்தில் புளி சாதமும் மிளகு வடையும் வாங்கி சாப்பிட்ட போது, அதன் சுவை எல்லை இல்லாததாய் இருந்தது. "என்ன சொல்லு, பெருமாள் கோவில் புளி சாதம் என்ன டேஸ்ட்! ஹெவன்லி!" என்றாள் மலர் ப்ரியாவிடம், "ஆமாடி, பெருமாளுக்கு சரியா இந்த புளிசாதமும் டேஸ்ட்டா இருக்கதால தான், மீரா, விஜி கூட எங்கேயும் போகாம உன் கூட வந்துருக்கேன் வந்ததுக்கு சிறப்பாவே இருக்கு போ" என்று மெச்சிக் கொண்டாள் அவளும்.

கோவிலுக்கு வெளியில் நிறைய கடைகள் இருந்தன, அதில் இருந்த கண்ணாடி வளையல் கடை மலரை மிகவும் கவர்ந்தது. "ஹே! ப்ரியா கண்ணாடி வளையல் வாங்கலாமா? எவ்வளவு நாள் ஆச்சு தெரியுமா அதெல்லாம் போட்டு, சின்ன வயசுல போட்டது. இப்போல்லாம் எதுக்குமே நேரமில்லாமல் அலையுறோம்" அழகழகான கலர்களில் இருந்த வளையல்கள் அவளை வசீகரித்தன.

அவளுக்கு சின்னவயதில் அணிந்து மகிழ்ந்த கல்யாண வளையல்கள் என்று சொல்ல கூடிய பொன் வண்ண வளையல்களை போடும் ஆசை வந்தது. இரண்டு கடைகளில் தேடியும் அது மட்டும் இல்லை. விதவிதமான வண்ணங்களில் இருந்த போதும் பொன் வண்ணத்தில் உள்ள வளையல், அவள் எதிர்பார்த்ததை போல அமையாததால் ஒவ்வொரு கடையாய் பார்த்துக் கொண்டு வந்தாள். பிரியா அவளுக்கு பிடித்த பிங்க் மற்றும் பச்சை கலரில் இரண்டு டஜன் வளையல்களை வாங்கிவிட்டாள். "இன்னும் ஒரு கடை மட்டும்

பாப்போம் இல்லாட்டி நானும் உன்னைய மாதிரியே வாங்கிக்கிறேன்" என்று சொன்னபடி நடந்தாள் மலர். கடைசி கடையில் இவள் கேட்டது போலவே வளையல் இருந்தது, அதை வாங்கியவள் அதை அப்போதே போடும் ஆவல் கொண்டாள், அது தான் பெரிய தப்பாய் போனது.

மலரையும் ப்ரியாவையுமே பார்த்து கொண்டு வந்தான் ஒரு பிட்பாக்கெட், அவன் நேரம் பார்த்து மலரின் ஹேன்பாகிலிருந்து பர்ஸை அடிக்க அவளை பார்த்து கொண்டே வந்தான். ப்ரியா வெறும் பர்ஸ் மட்டுமே வைத்திருந்தாள், மலர் தான் பேக் வைத்தி ருந்தாள். வளையலை வாங்கிய மலர் அதை அப்போதே போட எண்ணி, தன் கையில் இருந்த தங்க பிரேஸ்லெட்டை கழட்ட போனாள். ப்ரியா, "வேணாம்டி மலர், இங்க வேணாம் ஹாஸ்டெல்ல போய் போட்டுக் கோவேன், இங்கேயே ஏன்?" என்றாள் உஷாராய்.

மலர் கேட்டால் தானே, "இல்லடி இப்போவே போட்டுக்குறேனே" என்றாள் ஆசையாய், "அப்போ இதையும் சேர்த்து போடு ப்ரேஸ்லேட்டை கழட்டாத" என்றாள் பிரியா, "ப்ரேஸ்லெட்டுடன் வளையலை போட்டு பார்த்து அது நல்லாவே இல்லை, என்று சொல்லி ப்ரேஸ்லெட்டை கழட்டி பர்சில் போட்டாள் மலர்", "இது திருந்தாத கேசு, சரி கவனமா வா" என்று கூறி மலரை அழைத்து போனாள் ப்ரியா.

இதை பார்த்து கொண்டிருந்த அந்த திருடனுக்கு ஆஹா வெறும் காசு மட்டும்னு நினைச்சேன், இப்போ நகையுமா என்று ஒரே குஷி. இவர்களையே பின் தொடர்ந்து வந்து இவர்கள் ஏறிய பஸ்ஸில் ஏறிய திருடன் மலருக்கு அருகில் வந்தான். இதை எதையுமே அறியாத மலர் கீழே விழாமல் இருக்க கெட்டியாய்

கம்பியை பிடித்திருந்தாள்,

அவளுடைய ஹேண்ட் பேகை பற்றி அதிக கவனமில்லாமல் இருந்த சில நொடி பொழுதில் திருடன் அழகாக பர்ஸை அடித்துவிட்டு இறங்கி விட்டான். ஹேண்ட் பேகை யாரோ இழுத்த உணர்வில், அதை பார்த்த மலருக்கு பகீர் என்றது. அவசரமாய் ப்ரியாவை அழைத்தாள் மலர், "யாரோ பர்ஸை அடிச்சிட்டாங்கடி" என்று பதறி பஸ் ஓட்டுநர் மற்றும் நடத்துனரிடம் விவரம் சொல்லி பஸ்ஸை நிறுத்தி பார்ப்பதற்குள் திருடன் எங்கேயோ போயிருந்தான், மலருக்கு மிகுந்த குற்றஉணர்வாய் இருந்தது. பத்து ரூபாய்க்கு கண்ணாடி வளையல் வாங்க போய் பத்தாயிரம் ருபாய் பொருளை தொலைத்து விட்டோமே என்று ஒரே ஆற்றாமையாய் இருந்தது.

பஸ்சில் இருந்த பலர் மலருக்காக பரிதாப பட்டது வேறு அவளுக்கு கண்ணை கரித்துக்கொண்டு வந்தது, அடுத்த நிறுத்தத்தில் இறங்கி ஆட்டோவில் ஹாஸ்டலுக்கு வந்து சேர்ந்து விட்டார்கள். பர்சில் ஆயிரம் ரூபாயும் பிரேஸ்லெட்டும் தான் இருந்தது, நல்ல வேளை அவளது கார்டு எதுவும் பர்சில் வைக்காமல் விட்டாள். ஆட்டோவில் வரும் வழி பூர மலர் புலம்பி தவித்து விட்டாள், "நீ சொல்லியும் கேக்காம இப்படி தொலைச்சிட்டேனேடி, எனக்கே என்னைய மன்னிச்சிக்க முடியலை. ரொம்ப கஷ்டமா இருக்கு" என்றாள் பரிதாபமாய்.

"சரி விடுடா, இனிமேல் பத்திரமாய் வச்சுக்கோ. இப்போ அழாத" என்று சமாதான படுத்தினாள் ப்ரியா, ஹாஸ்டலுக்கு வந்து கொஞ்ச நேரம் அமைதியாய் அமர்ந்துவிட்டு அப்பா அம்மாவிற்கு அழைத்தாள், தான் பர்ஸுடன் தங்க ப்ரேஸ்லெட்டையும் தொலைத்ததை

அழுகையுடன் சொன்னாள். முதலில் கவன குறைவாய் பிரேஸ்லெட்டை பர்சில் வைத்ததற்காய் திட்டிய போதும், அவளே மிக வருந்த கூடும் என்று உணர்ந்து அவளையே சமாதப்படுத்திவிட்டு வைத்தனர் இருவரும்.

வெளியில் போயிருந்த மீரா திரும்பி வந்த உடன் அவளிடமும் எல்லாக் கதைகளையும் சொல்லி மிகவும் வருந்தினாள் மலர், அவளது எண்ணத்தை மாற்ற எதையெதையோ பேசி அவளை சிரிக்க வைத்தனர் ப்ரியாவும் மீராவும்.

சரி அது தொலையனும்னு இருக்கு தொலைஞ்சு போச்சு அதுக்காக மூஞ்சியை தூக்கியே வச்சிட்டு இருந்தா நல்லாவா இருக்கு என்று தன்னை தானே தேற்றிக்கொண்டு மனதை திசை திருப்பினாள் மலர், இது தான் அவள் இயல்பும் கூட.

மலருக்கு சூர்யாவிடம் பேசவேண்டும் போல தோன்றியது, இவள் அழைப்பெடுத்ததும், “சொல்லு கேகே” என்றான் சூர்யா, “சூர்யா நீங்க பிஸியா எனக்கு ஒண்ணு உங்ககிட்ட சொல்லணும்” என்றாள் சாதாரண குரலில், “சொல்லு எப்பவும் செய்யுற வேலை தான், புதுசா எதுவும் இல்லை” என்றான் யதார்த்தமாய் சூர்யா.

“இன்னைக்கு நானும் ப்ரியாவும் கோவிலுக்கு போனோம் திரும்பி வரும்போது ஒரு விஷயம் நடந்து போச்சு” என்றாள் கவின், சூர்யாவிற்குள் பரபரப்பு தொற்றி கொண்டது “என்ன செஞ்ச நீ, சட்டுன்னு சொல்லு” என்றான் கூர்மையாய், “என்னோட பர்ஸை ஒருத்தன் அடிச்சிட்டான் சூர்யா” என்றாள் கவின், “உனக்கு ஒண்ணுமில்லையே” என்றான் அவசரமாய், “இல்ல இல்ல நான் நல்லா தான் இருக்கேன்” என்றாள்

கவின், "இதுலாம் சிட்டி வாழ்க்கையில ரொம்ப சகஜம் கவின் நிறைய காசு வச்சிருந்தியா என்ன?" என்றான் ஆசுவாசமாய்,

"இல்ல, ஆனா என்னோட தங்க பிரேஸ்லெட்டை வச்சிருந்தேன்" என்றாள் பிடிபட்ட குழந்தையின் மனோநிலையுடன்,

ஒரு நிமிட மௌனத்திற்கு பின், "என்ன சொல்லுற நீ? அதை கையில தானே போட்டுருந்த, எதுக்கு கழட்டி பர்சில் வச்ச?" என்றான் கோபமாய், ஏதாச்சும் பிரச்சனையில மாட்டிக்கிறதே இவளுக்கு வேலையா போச்சு,

"அதில்லை சூர்யா, கண்ணாடி வளையல் வாங்கினேனா, அதை போட.." என்று அவள் இழுத்த நொடி சூர்யா, "உனக்கு கொஞ்சமாச்சும் பொறுப்பிருக்கா கவின்? நீ இப்போ ஒரு கம்பெனில வேலை பாக்குற, பத்து ரூபா கண்ணாடி வளையல் வாங்க தங்கத்தை தொலைச்சிருக்க, உனக்கு தெரியுமா இந்த சின்ன தங்கத்தை தர முடியாம எத்தனையோ ஏழைகளுக்கு கல்யாணமே நடக்காம நின்னு போயிருது. இந்த மாதிரி நீ செய்யலாமா? உன்னைய தனியா விட சொல்லி உங்க அம்மாகிட்ட பேசினேன், ஆனா அவங்க சொன்னது தான் சரி. இவ்வளவு கேர்லெஸ்ஸா இருந்தா நீ எங்க தேற போற" என்று கொட்டி தீர்த்து விட்டான்.

மௌனமாய் அவன் பேசுவதை கேட்டு கொண்ட கவின் "எனக்கே நான் செஞ்சது தப்புன்னு தோணுச்சு, என்னைய யாருமே திட்டலை. எனக்கே கொஞ்சம் திட்டு வாங்கணும் போல இருந்துச்சு, அதான் உங்களை கூப்பிட்டேன் தேங்ஸ்" என்று வைக்க போனவளை,

"இரு என்னைய பாத்தா உனக்கு காமடியன் மாதிரி இருக்கா?" என்றான் கடுப்பாய்.

"லூசு மாதிரி கத்திட்டு இருக்கேன், நீ ஜாலியா திட்டு வாங்க தான் கூப்பிட்டேன்னு வைக்க போற" என்றான் சூர்யா, "வேற என்னதான் பண்ண சூர்யா" என கேட்டாள் கவின் பாவம்போல, "சும்மா இருந்த என்னைய எதுக்காக கூப்டு கோபப்படுத்தின, நீ தொலைச்சா என்ன இல்லாட்டி தான் எனக்கென்ன, நீ எப்போ, என்ன பண்ணபோறன்னு காத்திட்டே இருக்க நான் என்ன வேலை வெட்டி இல்லாம இருக்கேனா? எனக்கே இங்க தலைக்கு மேல வேலை இருக்கு, கூப்பிட்டு நல்லா பீக்ல ஏத்திவிட்டுட்டு அப்புறம் நான் பேசிட்டு இருக்கும் போதே வச்சிட்டு போற?" என்றான் கோபமாய், "சாரி சூர்யா, உங்களை கூப்பிட்டிருக்க கூடாது தான்" என்றவள் அவன் எதையோ பேச வரும் முன்பு வைத்து விட்டாள்.

அவன் முதலில் திட்ட தொடங்கிய போது கூட கவின் ஆறுதலாய் தான் உணர்ந்தாள், ஆனால் கடைசியில் நீ தொலைச்சா என்ன இல்லாட்டி தான் எனக்கென்ன என்று விட்டேத்தியாய் பேசியது அவளை மிகவும் காயப்படுத்தியது.

போனை வெறித்து பார்த்துக்கொண்டிருந்த சூர்யாவுக்கே நாம் அதிகமாய் பேசிவிட்டோம் என்று தோன்றியது, ச்சே! கோவம் வந்தா இப்படி தான் பேச ணுமா என யோசித்து கொண்டு உக்காந்திருந்தான். அவன் அருகில் வந்து அமர்ந்த மனோ, "என்ன ஆச்சுடா? யார்கிட்ட இவ்வளவு கோபமாய் பேசின?" என்றான், "கவின்" என்றான் மொட்டையாய் சூர்யா,

ஒரு நிமிடம் மனோவிற்கே பாவமாய் போனது,

“என்னது கவினா, டேய் நீ திட்டின திட்டுக்கு நானே கொலை நடுங்கி போய்ட்டேன். அந்த பிள்ளயெல்லாம் தாக்கு பிடிக்குமாடா, பாவம் இன்னைக்கு அது முழிச்ச மூஞ்சி சரியில்லை” என்றான் ஆற்றாமையுடன்.

“இல்லடா கண்ணாடி வளையலுக்காக பிரேஸ்லெட்டை தொலைச்சிட்டேன்னு சொன்னா, தொலைச்சது கூட பரவாயில்லை இதை அவ சொல்லி முடிக்குறதுக்குள்ள அவளுக்கு என்ன ஆச்சோ ஏது ஆச்சோன்னு பதறிட்டேன்டா” பதிலுக்கு, “உங்ககிட்ட திட்டுவாங்க தான் கூப்பிட்டேன், தாங்ஸ்ன்னு சொல்லி நக்கல் பண்ணினா, எனக்கு கோபம் வந்துருச்சு. பட் நான் இப்படி பேசி இருக்க கூடாது, இவ இருக்காளே என்னைய ஏதாச்சும் செஞ்சு ரெஸ்ட்லெஸ் ஆக்கிட்டே இருக்கா” என்றான் சத்தமாய்.

திட்டினதெல்லாம் இவனாம் அதுக்கும் அந்த பிள்ளையை கொற சொல்றான் பாரு, இவனுக்கெல்லாம் திட்டுறதுக்கு கூட பொண்ணு கிடைக்குது நமக்கு லவ் பண்ணவே ஒன்னும் சிக்க மாட்டேங்குது என்ன கொடுமைடா இது என்று நொந்து கொண்டான் மனோ.

“ஆனாலும் நீ இப்படி பேசி இருக்க கூடாதுடா பாவம் மலர்” என்றான் மனோ, “டேய் நீ வேற கடுப்ப கிளப்பாத, அவளை கூப்டா எடுத்து தொலைக்க மாட்டேங்குறா” என்றான் சூர்யா டென்ஷனாய்.

சூர்யா கவினை மறுபடி அழைத்த போது அழைப்பு எடுக்கப்படாமலே இருந்தது. சூர்யாவுக்கு தன் மேலேயே கோபம் வந்தது, சே! இந்த கோபத்தால் பாவம் அவளை ஹர்ட் பண்ணிட்டேன் என்று மிகவும் வருந்தினான். அவனுக்கு தூக்கமே வரவில்லை, அவளுடைய தோழிகள் நம்பர் எதுவும் இல்லாததால்

மனோவை அழைத்து ப்ரியாவின் நம்பர் கேட்டான், உடனே மனோ, “என்கிட்ட ப்ரியா நம்பர் இருக்கு, ஆனா அவ நான் கூப்டா எடுக்க மாட்டா, ப்ளீஸ்டா உன் போனில் இருந்து நான் பேசுறேன், பேசிட்டு உன்கிட்ட தரேன்” என்று சூர்யாவிடம் கேட்டான். சூர்யாவின் போனிலிருந்து அழைத்தால் கண்டிப்பாக ப்ரியா பேசிவிடுவாள் என்ற ஐடியா அவனுக்கு, “இந்த ரணகளத்துலயும் உனக்கு ஒரு குதூகலம்” என்று போனை அவன் கையில் கொடுத்தான் சூர்யா.

“இரு இரு லைன் போகுது” என்றவன், ப்ரியா எடுத்து, “என்ன அண்ணா இப்படி பண்ணிடீங்க, ரொம்ப திட்டிடீங்களா?” என்று அவசரமாய் கேட்டாள் ப்ரியா.

“ஹாய் ப்ரியா! நான் மனோ பேசுறேன்” என்றான் பதிலுக்கு “நீங்க ஏன் அண்ணா போனில இருந்து கூப்பிடுறீங்க?” என்றாள் ப்ரியா, “இப்போ என்கிட்டே பேசிட்டல்ல, இதுக்கு தான். வெற்றி.. வெற்றி.. அஞ்சு மாசமா எத்தனையோ முயற்சி பண்ணியும் நீ வாயவே திறக்கலைல, ஆனா இப்போ பேசிட்டியா.. சோ! இத்தோட நம்ம கேம் முடிஞ்சது, இனிமேல் நீ என்கிட்டே பேசியே ஆகணும்” என்றான் மனோ பிடிவாதமாய்.

இந்த புறம் இவன் இருக்கானே என்று மெல்லிசாய் சிரித்தபடி ப்ரியா, “நான் உங்ககிட்ட பேச மாட்டேன்னு ஏதாச்சும் பெட் வச்சேனா என்ன? இல்லையே. இங்க மலர் அழுதிட்டு இருக்கா நீங்க என்னனா இந்நேரத்துல விளையாண்டுக்கிட்டு இருக்கீங்க? இதுல பெரிய பாசமலர்ன்னு சீன் எல்லாம் வேற போடுவீங்க?” என்றாள் ப்ரியா நக்கலாய்,

"என்ன நீ இப்படி சொல்லிட்ட, இப்போ தான் என் தங்கச்சிய எப்படி நீ திட்டலாம்ன்னு கேட்டு சூர்யாவை செம வாங்கு வாங்கினேன் தெரியுமா, அதான் சூர்யா மலர் கிட்ட பேச போன் போட சொன்னான்" என்றான் கோர்வையாய், "ஆமா ஆமா நீங்க எப்படி வாங்கு வாங்குன்னு வாங்கி இருப்பீங் கன்னு எனக்கு தெரியாதா என்ன?" என்றாள், இப்படி டேமேஜ் பண்ணிட்டாளேடா மனோ என்று நினைத்து கொண்டு, "நீ பேச மாட்டியான்னு காத்திருந்தது தப்பு தான் தாயே, என்னைய டேமேஜ் பண்ணினது போதும், உங்க அண்ணன் கிட்டயே பேசு" என்று போனை சூர்யாவிடம் கொடுத்தான் மனோ.

கவின் சூர்யாவின் பிணக்குகள் தீருமா பாக்கலாம்..

21

மனோவிடமிருந்து தொலைபேசியை வாங்கிய சூர்யா அவசரமாய், "ப்ரியா கவின்க்கிட்ட கொஞ்சம் போனை தர்ரியா?" என்றான்.

"இருங்கண்ணா" என்றவள் மலரின் அருகில் போய் அவளை எழுப்பினாள், கண்கள் நிறைய கண்ணீருடன் படுத்திருந்த மலர், "வேணாம் ப்ளீஸ்! எனக்கு ரொம்ப டயடா இருக்கு" என்றாள் பரிதாபமாய், அவளை விட்டு தூரம் வந்த ப்ரியா, "அண்ணா நீங்க என்ன சொன்னீங்கன்னு தெரியலை, ஆனா ரொம்ப வருத்தப்படுறா. நான் அவளை இப்படி பாத்ததே இல்லை. பேச மாட்டேங்குறா பேசாம விட்ருங்க இன்னைக்கு, நாளைக்கு ஆபிஸ்ல பாத்துக்கலாம்"

என்று வைத்துவிட்டாள்.

சூர்யாவிற்குள் பயங்கரமான குற்றவுணர்வு வந்தது, எல்லாத்தையும் ஜாலியா எடுத்துக்குற ஸ்போட்டிவான குணம் உள்ள கவினையே நாம ரொம்ப புண்படுத்திட்டோம். ஆனா எதையுமே உடனே சரி பண்ண முடியாது அதுக்குன்னு ஒரு நேரத்தை குடுத்து தானே ஆகனும், அவனும் நாளை பார்க்கலாம் என்று போனை வைத்து விட்டான், மனதில் தவிப்பு அப்படியே இருந்தது.

பொதுவாய் பத்து மணிக்கு அலுவலகம் கிளம்பும் சூர்யா அன்று ஒன்பது மணிக்கே கிளம்பி கொண்டிருந்தான், "என்னடா?" என்று கேட்ட மனோவிடம், "அவங்க எல்லாம் 9.30க்கு வந்துரு வாங்கல்லடா, நான் கவின்கிட்ட பேசணும்" என்றான் அவசரமாய் கிளம்பிக்கொண்டே.

"சரிடா பாத்து பேசு, திரும்பவும் கோவப் பட்டுறாத ரொம்ப செல்லமா வளத்திருக்காங்க, ஒரு பிரேஸ்லெட்டை தொலைச்சதுக்கு இந்த பாடா" என்றான் மனோ,

"டேய் நீ புரிஞ்சிக்காம பேசுற, நான் நகைக்காக கோபப்படலை. ஒரு நிமிஷம் அவளுக்கு என்னவும் ஆகிருச்சோன்னு பதறி போய்ட்டேன். அதுனால தான் கோபப்பட்டேன்" என்றான் சூர்யா, "சரிடா எனக்கு புரியுது அவளுக்கு புரியவை" என்றான் மனோ. "ம்ம்ம்" என்று தலையாட்டிவிட்டு சென்றான் சூர்யா.

ஒன்பது இருபத்துக்கே அலுவலகம் சென்று கவினுக்காக காத்திருந்தான், ஒன்பதரைக்கு உள்ளே நுழைந்த மீரா ப்ரியாவுடன் அவள் வரவில்லை. ஒரு வேளை தூரத்தில் நம்மள பாத்திட்டு அவாய்ட்

பண்ணுறாளோ என்ற சந்தேகம் வந்தது அவனுக்கு. ப்ரியாவிடம், "கவின் வரலியாமா?" என்றான் "இல்ல அண்ணா, அவளுக்கு தலை வலிக்குதாம். அதுனால வரலன்னு சொல்லிட்டா.. நீங்க வேணா பேசி பாருங்க" என்று சொல்லிவிட்டு போய் விட்டாள். சூர்யாவையே பார்த்துக்கொண்டிருந்த மீரா, "ஏற்கனவே அவ ரொம்ப பீல் பண்ணினா, நாங்க கஷ்டபட்டு அவளை சமாதான படுத்தினோம். நீங்க என்ன சொன்னீங்கன்னு தெரில ரொம்ப அழுத்திட்டா, பாவமா இருந்துச்சு. உங்களுக்கு என்ன உரிமை இருக்கு அவளை திட்ட. அவங்க அப்பா அம்மாவே அவளை இவ்வளவு திட்டலை தெரியுமா?" என்றவள் கிளம்பி போய் விட்டாள்.

உங்களுக்கு என்ன உரிமை இருக்கு அவளை திட்ட என்று மீரா கேட்டது அவனை மிகவும் பாதித்தது. ஆமா எனக்கில்லாத உரிமை வேறு யாருக்கு இருக்காம், இப்போ என்ன அவகிட்ட நான் சொல்லலை அதுக் காக அவளை லவ் பண்ணாமலா இவ்வளவு கோபம் வருது, இத கூட அவளால புரிஞ்சிக்க முடியாதாமா.. என்று நினைத்து கொண்டு, எத்தனை நாள் ஓடுறான்னு பாக்குறேன் என்னைய பாத்து தானே ஆகனும், என்கிட்டே பேசி தானே ஆகனும் என்று நினைத்து கொண்டு தன் சீட்டிற்கு போனான்.

மலருக்கு இரவெல்லாம் அழுதது தலைவலியை ஏற்படுத்தியது, அவனுக்கு நான் தொல்லையா போய்ட்டேன், எதுக்கு இவனை பாத்தேன்? எதுனால அவன்கிட்ட போனை போட்டு திட்டு வாங்குறேன்னு இப்படி வாங்கி கட்டிகிட்டேன் என்று நொந்து போனாள் மலர். நீ எக்கேடும் கேட்டு போ என்பதை போல அவன் பேசியது மனதை மிகவும் வருத்தியது எப்போப்பாரு பல்ல பல்ல காட்டி பேசுறதால எனக்கும்

மனசுன்னு ஒன்னு இருக்கும்னு அவனுக்கு தோணலை போல என்று நினைக்கும் போது கண்ணீர் தாரை தாரையாய் பெருகி வழிந்தது. விடிய விடிய அழுதவள் விடிய கொஞ்ச நேரம் இருக்கும் போது தூங்கி போனாள். ஆபிஸ்க்கு வரலியாடி என்று எழுப்பிய மீரா ப்ரியாவிடம் இன்று ஒரு நாள் விடுப்பு சொல்லும்படி கேட்டுக்கொண்டு அப்படியே உறங்கி போனாள்.

கிட்டதட்ட 12 மணிக்கு தான் எழுந்தாள், எழுந்தவள் எந்த எண்ணத்திற்கும் இடம் கொடுக்காமல் தன்னை சீர்பண்ணி கொண்டு குளித்து சாப்பிட்டு விட்டு வந்தாள். மீண்டும் அவளை பலவீனப்படுத்தும் நினைவுகளில் இருந்து தப்ப ஒரு புத்தகத்தை எடுத்து கொண்டு வாசிக்க ஆரம்பித்தாள். ஆரம்பத்தில் அதில் கவனம் சிதறிய போதும், போக போக கதையில் மூழ்கினாள். கொஞ்ச நேரத்தில் அப்படியே உறங்கி போனாள் கண்களில் இருந்து கோடாய் கண்ணீர் வழிந்திருந்தது. இடையில் லஞ்ச் பிரேக்கில் அவளுக்கு மூன்று முறை அழைத்து பார்த்தான் சூர்யா, அவள் எடுக்கவே இல்லை. ஓவரா பண்ணுறடி கையில சிக்குன கைமா தான் என்று கடுப்புடன் நினைத்துக் கொண்டான் சூர்யா. அவனால் நிம்மதியாய் வேலை செய்யவே முடியவில்லை கவனம் சிதறிக்கொண்டே இருந்தது, ச்சை என்று கடுப்பில் அரை நாள் விடுப்பில் வீட்டிற்கு போய் விட்டான்.

ப்ரியா அலுவலகத்தில் இருந்து திரும்பி வந்து, “சூர்யா அண்ணா கூப்பிட்டாங்களாடி? உன்ன ரொம்ப விசாரிச்சாங்க” என்றாள், “ஆமா உங்க நொண்ணன் கூப்பிட்டிருக்காரு, நான் தான் தூங்கிட்டேன்” என்றாள் விட்டேத்தியாய், “திரும்ப கூப்பிட வேண்டி தானே” என்றாள் ப்ரியா, “எதுக்கு? வாங்கி கட்டவா, நேத்து வாங்குனதே போதும். அதுக்கே இங்க டேமேஜ்

ஜாஸ்தியா இருக்கு, இதுல புதுசா வேற வாங்குறதுக்கு தெம்பில்லை சாமி" என்றாள் மெல்லிதாய் புன்னகைத்தபடி மலர்.

"அப்போ பேசவே போறதில்லையா மலர்?" என்றாள் ப்ரியா ஆற்றாமையுடன், "நான் எங்க அப்படி சொன்னேன், முதல்ல என்னைய நான் சரி பண்ணிக்க வேணாமா? அப்படின்னா தானே, எனக்கு எப்படி நடந்துக்கணும்னு தெரியும்" என்றாள் மலர்,. ப்ரியாவால் எதுவுமே சொல்ல முடியவில்லை. இரவு தன் அப்பா அம்மாவுடன் பேசிவிட்டு மொபைலை சைலண்ட்டில் போட்டதால் சூர்யாவின் இரு அழைப்புகளும் ஏற்க படாமலேயே போனது.

கவின் தன் அழைப்புகளை ஏற்காமலே இருந்தது சூர்யாவை எரிமலையாக்கி இருந்தது, எதற்கெடுத் தாலும் மனோவிடம் கோவப்பட்டான். சாப்பிட அழைத்தால், "இது ஒன்னு தான் இப்போ கேடு" என்றான், அழைக்காமல் விட்டால், "இங்க ஒருத்தன் தனியா பினாத்திக்கிட்டு இருக்கேன், நீ என்னடான்னா உன் வேலையை பாத்திட்டு இருக்க, யாருக்குமே நான் முக்கியமில்லாதவனா போய்ட்டேன்" என்று காய்ந்தான். இந்த பிள்ளை ஒரு பிரேஸ்லெட்டை தொலைச்சுப் போட்டு நம்ம உசுரை வாங்குது, காசு போட்டு ஒரு பிரேஸ்லேட் கூட வாங்கி குடுத்துறேன், என்னைய இவன்கிட்ட இருந்து யாராச்சும் காப்பாத்தி விடுங்க, ஒரு நாள் ஒரு பொழுதே இந்த பாடு படவேண்டி இருக்கே என்று நொந்து போனான் மனோ.

மறுநாள் அலுவலகம் வந்த கவின் நேராய் வந்தது அவளுக்காக காத்திருந்த சூர்யாவிடம் தான். சிகப்பு வண்ண சுடிதார் அணிந்திருந்தாள் முகமெல்லாம் வாடி இருந்தது, ஒரு நாளிலேயே

ஓய்ந்து போயிருந்த அவளின் தோற்றம் அவனை வதைத்தது. அவன் வாயடைத்து நின்ற நொடி, அவன் அருகில் வந்திருந்த மலர், “சாரி சூர்யா, ட்ரெயின்ல நீங்க ஹெல்ப் பண்ணுனீங்ககிறதுக்காக எப்போ பாரு உங்க உயிரை வாங்கினது தப்பு தான். இனிமேல் உங்க டயத்தை வேஸ்ட் பண்ண மாட்டேன். நான் சரியா தான் இருக்கேன், என்னைய சமாதான படுத்தணும்னு நீங்க கூப்டுட்டே இருக்க வேணாம். இனிமேல் நான் என்னோட லிமிட் என்னனு தெரிஞ்சு அதுக்குள்ள இருப்பேன் சரியா” என்று பேசியவள் விழியோரத்தில் பெருகிய நீரை அவனிடமிருந்து மறைக்க எண்ணி ஓடிவிட்டாள். தான் என்ன பேச வருகிறோம் என்று கேட்க கூட இல்லாமல் ஓடும் அவளை பார்த்து அவனுக்கு ஆற்றாமையாய் இருந்தது, நான் சொல்றத கொஞ்சம் கேளேண்டி கேக்காமலே நீயே முடிவு பண்ணிக்கிட்டா என்ன தான் பண்ணுறது என்று நொந்து போனான் சூர்யா. ஆனால் அவளை பார்த்தது அவனுக்கு சற்றே ஆறுதலாய் இருந்தது.

இவர்களுக்குள் நடக்கும் உரையாடலை தூரத்தில் இருந்து பார்த்த மனோவிற்கு வருத்தமாய் இருந்தது, அவன் அருகில் நின்ற ப்ரியாவிடம், “மலரை நான் இவ்வளவு சீரியசா பாத்ததே இல்ல, எதையாச்சும் செஞ்சு என் தங்கச்சியை சிரிக்க வைக்கணும் நீ தான் எனக்கு ஹெல்ப் பண்ணனும் ப்ரியா” என்றான் சீரியசாய், “நான் ஹெல்ப் பண்ணுறது இருக்கட்டும் அங்கிட்டு மீரா இருக்காளே அவகிட்ட கேக்க வேண்டியது தானே உண்மையா ஹெல்ப் பண்ண னும்ன்னு நினைச்சா யார்கிட்ட வேணும்னாலும் கேக்கலாம்” என்றாள் நக்கலாய்,

எவ்வளவு சீரியசா மூஞ்சிய வச்சிருந்தாலும் கண்டுபிடிச்சிர்றாளே என்ன பண்ணலாம் என்று

யோசிக்க ஆரம்பித்தான் மனோ.

கவின் ஓடி போகும் போது அவள் கண்களில் நிறைந்திருந்த கண்ணீர் சூர்யாவை என்னவோ செய்தது, இவ எதுக்கு இதை இவ்வளவு பெருசு படுத்தி அழுறா? இவ சண்டை போட்டா கூட தாங்கிக்கலாம் போல, அழுதா பாக்கவே முடியலை என்று யோசித்தபடி அமர்ந்திருந்தான். இவகிட்ட அமைதியாவே இருந்தா வேலைக்கு ஆகாது அதிரடியா ஏதாச்சும் செஞ்சு தான் சமாதான படுத்தனும் என்ற முடிவுக்கு வந்தான்.

வேலை அதிகம் இல்லாததால் மனதை திசை திருப்ப வேண்டி நறுமுகையின் மெயில்களை வாசித்து கொண்டிருந்தான் கடைசியாய் அவள் அனுப்பி இருந்த மெயில் இப்படி இருந்தது:

அன்பின் ஆதவனுக்கு,

நலம்தானே? வெகு நாட்கள் தங்களுக்கு ஒரு மெயிலும் அனுப்பவில்லை உங்களை கண்டுபிடித்து நேரில் பார்த்து பின் பேசலாம் என்றால் அது இயலாத காரியமாய் இருக்கிறது. உங்கள் பெயர் சூர்யமூர்த்தியா, சரி தான் எனில் மகிழ்ச்சி அல்லது கண்டு பிடிக்க எளிதான வழியை சொல்லுங்கள். ஏனெனில் அதிக நாட்கள் புதிர் விலகாமல் இருந்தால் விளையாட்டின் சுவாரஸ்யம் குறைந்து போய் விடும் என்று தோன்று கிறது. எனது பெயரை நீங்கள் கண்டுபிடித்தீர்களா நறுமுகையும் எனது நிஜ பெயரில் அடங்கும் என்று நான் எழுதி இருந்ததை வைத்து நீங்கள் கண்டு கொண்டீர்கள் போல எழுதியுள்ளீர்கள், எனில் என் நிஜ பெயர் என்ன என்று சொல்லுங்களேன்.

கன்னிமாரா   நூலகம்   போயிருந்தேன்,

நூலகத்திற்கென்று ஒரு பிரத்யேக மணம் உண்டு. அந்த சீரான அடுக்குகளும், தூரத்தில் கரையும் காக்கையின் ஓசையும், அரிதாக நாற்காலி இழுபடும் சத்தத்தையும் தவிர நிசப்தம் குடிகொள்ளும் அற்புதமான இடம் நூலகம். அந்த பழுப்பு நிற புத்தகங்களை தடவி திருப்பி நடுப்பக்கத்தை விரித்து ஆழமாக நுகர்ந்து விட்டு பின் வாசிக்க தொடங்கும் தருணம் அலாதியானது. அப்படி ஒரு புத்தகத்தை வாசித்து விட்டு வந்தேன் தொடர்ந்து பகிர்வோம் ரசனைகளை எழுத்தால் மட்டுமல்ல மொழியாலும்....

நட்புடன் நறுமுகை

இதற்கு சூர்யா இப்படி பதில் அனுப்பி இருந்தான்:

அன்பின் நறுமுகை,

நான் இங்கு நலம். உங்களை நான் கண்டு பிடித்து பல நாட்கள் ஆகிவிட்டது தங்களின் பெயர் கவின்மலர் என்பதிலிருந்து, வீட்டு முகவரி வரை தெரியும். என்று நீங்கள் என்னை கண்டு பிடிக்கிறீர்களோ அன்று உங்கள் முன் இருப்பேன் என்று சொன்னது பொய்யில்லை. எனது பெயர் நீங்கள் ஏற்கனவே கண்டுபிடித்திருந்த பெயரில் பாதி, எனக்கும் நீங்கள் சொன்னது போல நூலகத்தின் மேல் தீராத காதலுண்டு. அவசியம் பகிர்வோம் ரசனையின் ரகசியங்களை... Stay tuned stay cool.

அன்புடன் ஆதவன்.

இதை அனுப்பி நாலு நாட்களுக்கு மேல் ஆகி விட்டது அவள் அதை வாசிக்கவே இல்லை போல வாசித்திருந்தால் கண்டு பிடித்திருப்பாள்.

மதிய இடைவேளையின் போது மனோ கவினிடம் பேசிக்கொண்டிருந்தான், "எம்மா இந்தா பாத்துக்கோ லிஸ்டு.." என்று குடுத்தான், "என்னண்ணா இது?" என்று கேட்டாள் மலர், "படிச்சு பாரு உனக்கே புரியும்" என்றான்.

இரண்டு தட்டுகள்

ஒரு ஹெல்மெட்

ஒரு சேர்

ஒரு டம்ப்ளர் நெளிந்த நிலையில்

அபாயமான நிலையிலிருந்து தப்பிய என்னுடைய போன் என்று எழுதி இருந்தது.

"புரியலை" என்றாள் மலர் நிஜமாகவே திருத் திருத்தபடி, "இதெல்லாம் இதுவரைக்கும் நீ சூர்யாகிட்ட பேசாம இருக்கதால அவன் கோபத்துல உடைச்சது, இதே ரீதில நீ தொடர்ந்து பேசாம இருந்தேன்னா, என்னையவே இந்த லிஸ்ட்ல சேத்துருவான்மா" என்று கண்ணீர் குரலில் அவன் கூறிய விதத்தில் பயங்கரமாய் சிரிக்க தொடங்கினாள் மலர். தான் அங்கு போனால் சிரிப்பை நிறுத்தும் அபாயம் இருப்பதால் தூரத்தி லிருந்தே இதை பார்த்து கொண்டிருந்தான் சூர்யா. "அண்ணா யூ ஆர் அல்டிமேட்.." என்றாள் சிரித்த படியே, "ஏன்மா என்னோட சோக கதையை சொல்லு றேன், நீ விழுந்து விழுந்து சிரிக்கிற?" என்றவன், "இதெல்லாம் கூட பரவைல்லைமா, கஷ்டப்பட்டு சமைச்சு வச்சத, சாப்பிட விடாம இவன் அடிக்கிற கூத்து இருக்கே... எனக்கெல்லாம் கோபம் வந்தா நான் என்ன பண்ணுவேன் தெரியுமா? (சற்று நிறுத்தி விட்டு திரும்ப தொடர்ந்தான்) சாப்பிட்டுட்டு

திரும்ப கோபப்படுவேன்..." என்று மனோ பேசிக் கொண்டிருத்ததையே ரசித்து பார்த்து கொண்டிருந்தாள் ப்ரியா, சிரித்து சிரித்து கண்ணில் நீரே வந்து விட்டது மலருக்கு.

இரவில் சூர்யா கவினுக்கு மெசேஜ் அனுப்பி இருந்தான்,

"ஏய் குள்ளச்சி! போன் பண்ணினா ஒழுங்கா போனை எடுத்திரு, இல்லாட்டி உங்க வார்டன் கிட்டப் பேசி நானே உன்ன வெளில வரவச்சு பேசுவேன், எப்படி வசதி?" என்று அனுப்பி இருந்தான்.

"என்ன பயபுறுத்துறீங்களா?" என்று உடனே பதில் அனுப்பினாள் மலர்.

சிக்கிட்டா இனிமேல் எப்படி ஓடுறான்னு பாக்குறேன்.. என்று சிரித்து கொண்டான் சூர்யா...

22

சூர்யாவிடமிருந்து வந்திருந்த மெசேஜ் ஒரே நேரத்தில் கவினுக்குள் கோபத்தையும் சிரிப்பையும் ஏற்படுத்தியது சரியான ரௌடி என்று நினைத்து கொண்டாள். என்னைய என்ன திட்டு திட்டி, அழவச்ச உன்ன என்ன பாடு படுத்துறேன் பாருடா என்று மனதிற்குள் வைது கொண்டாள்.

என்ன பயபுறுத்துறீங்களா என்று மலர் கேட்ட கேள்விக்கு "இல்லையே, என் பேச்சே அப்படி தான் எனக்கு கோபம் அதிகமா வரும்னு தெரிஞ்சு

தானே என்கிட்டே பேசிட்டு இருக்க? அப்படி பேச வேணாம்ன்னு தோணுச்சுன்னா.. எனக்கு உங்கள கண்டா பயம், நான் உங்ககூட பேசவிரும்பலைன்னு சொல்லிட்டு போ" என்றான் சூர்யா, மறுபடியும் ஒரண்டை இழுக்கிறான், இவன என்று பல்லை கடித்து கொண்டு, "இங்கிட்டு யாரும் உங்கள கண்டு பயப்படலை" என்று பதில் அனுப்பினாள் மலர்.

"எத்தனை தடவ கூப்பிட்டேன் எடுத்து பேச மாட்டீங்களோ மேடம்? எனக்கு அக்கறைய இப்படி தான் காட்ட தெரியுது, ஆனா நீ போனை எடுக்காம இருந்த மாதிரி நானும் இருந்தா உனக்கு எப்படி இருக்கும்? உன்னை தவிர யாருகிட்டயும் நான் திரும்ப போய் நின்னது கூட கிடையாது" என்று அனுப்பி இருந்தான் சூர்யா,

"சாரி உங்க போனை எடுக்காம இருந்ததுக்கு" என்று அனுப்பிவிட்டு, அடப்பாவி என்னைய திட்டி அழவச்சிட்டு கடைசில என்னையவே சாரி சொல்ல வச்சிட்டானே இவன் சரியான கேடி தான் என்று வியந்து போனாள் கவின். என்ன பேசினாலும் லேசுல சமாதானம் ஆகக்கூடாது என்று நினைத்துக்கொண்டாள் கவின்.

"பாத்தியா நீ செஞ்சது தப்புன்னு உனக்கே தெரிஞ்சிருக்கு, நான் சொன்னா கோபப்படுற" என்று அனுப்பி இருந்தான் சூர்யா,

"நான் செஞ்சது மட்டும் தான் தப்பு? நீங்க ஒண்ணுமே பண்ணல அப்படியா?" என்று கேள்வி கேட்டிருந்தாள் மலர், "நான் அப்படி சொல்லலியே, அப்படி பேசி இருக்க கூடாதுன்னு நினைச்சதால தான் திரும்ப கூப்பிட்டேன் நீ தான் எடுக்கவே இல்ல"

என்றான் சூர்யா, "சரி நானே தப்பு செஞ்சதா இருக்
கட்டும் அத சரி பண்ணிக்கனும்ல கொஞ்சம் டைம்
குடுங்க, உடனே எப்போவும் போல பேசணும்னு
எதிர்பார்க்காதீங்க" என்று அனுப்பிவிட்டு அமைதியாகி
விட்டாள்.

"சரி" என்று அனுப்பிவிட்டு இன்னைக்கு இது
போதும் என்று நிறுத்திக்கொண்டான் சூர்யா.

மறுநாள் அலுவலகத்தில் எத்னிக்டே, அதனால்
அனைவரும் பாரம்பரிய உடையில் வந்திருந்தனர்.
எதற்கும் இருக்கட்டும் என்று எடுத்து வைத்த ஒரு
செட் சேலையை அணிந்து வந்திருந்தாள் மலர்.
அவள் பழைய கலகலப்பிற்கு திரும்பி இருந்தாள்,
அனைவரிடமும் எப்போதும் போல பேசினாள்
சூர்யாவிடம் மட்டும் கொஞ்சம் அளந்தே பேசினாள்,
அதையும் அவன் முகத்தை பார்த்து பேசாமல் வேறு
ஒருவரை பார்த்து அல்லது தரையை பார்த்து பேசி
னாள். அவளுக்கு சூர்யா மேல் எந்த கோபமும் இல்லை,
எனினும் கொஞ்சமே கொஞ்சம் வருத்தம் மிச்சமிருந்தது
அது தீரும் வரை அமைதி காக்க எண்ணினாள்.

அன்று கரும்பச்சையில் மெல்லிய தங்க சருகை
இழையோடிய ஒரு புடவையை அணிந்திருந்தாள்
மலர், பொருத்தமான ஜிமிக்கிகளை அணிந்துவிட்டு
திரும்பிய போது "அழகா இருக்கடி" என்று கண்ணில்
மகிழ்ச்சியுடன் அவளை பார்த்தாள் மீரா, "நீயும் தான்
செம அழகா இருக்க, யாருக்கு குடுத்து வச்சிருக்கோ"
என்று பதிலளித்தாள் மலர். அவள் அணிந்திருந்த
சேலைக்கு பொருத்தமான கண்ணாடி வளையல்களை
கொண்டுவந்த ப்ரியாவை பார்த்து "எம்மா தெய்வமே
ஆணியே புடுங்க வேணாம், இந்த வளையளால
நான் ரொம்ப பட்டுட்டேன், என்னைய விட்ரு" என்று

விலகி போனாள் மலர், "அப்போ உனக்கு பயம்?" என்று அவளை கேலி செய்தாள் ப்ரியா. "ஆமா நான் பயந்தாங்கோழி தான் போதுமா, விடுடி ஆத்தா, நீ மொத கிளம்பி முடி" என்று போய் விட்டாள்.

அந்த கரும்பச்சை நிற புடவை அவளுக்கு வெகு பாந்தமாய் பொருந்தி இருந்தது, கழுத்தில் ஒரு மெல்லிய செயின், காதில் குடை ஜிமிக்கிகள், ஒரு கையில் தங்க வளையலும் இன்னொரு கையில் கருப்பு ஸ்ட்ராப் வாட்ச் என்று மிகையான அலங்காரங்கள் எதுவுமின்றி மிளிர்ந்தாள் மலர். அவளுக்கு தலை முடியை விரித்து விடுவது என்றுமே பிடிக்காது என்பதால் சற்றே தளர்வாய் பின்னி இருந்தாள். கண்கள் கொஞ்சம் சோகமாய் இருப்பதாக தோன்றியது உடனே அதில் லேசாக மையிட்டாள், அது இன்னும் அவள் முகத்திற்கு அழகை கூட்டியது. அவளை பார்த்த சூர்யா ஒரு நிமிடம் ஸ்தம்பித்து விட்டான், வாவ் செம கியூட்டா இருக்கா, வர வர இவ டார்ச்சர் ரொம்ப அதிகமா ஆகிட்டு வருது, சும்மாவே அவளை பாக்கணும் போல தோணும் இப்போ இப்படி எல்லாம் வந்தா எப்படி பாக்காம இருக்கிறதாம் இதுல மேடம் பேச வேற மாட்டாங்க, அநியாயத்துக்கு வெறுப் பேத்துறடி கவின்குட்டி என்று மனதிற்குள் சொல்லிக் கொண்டான்.

அவனும் அன்று வேட்டி அணிந்து வந்திருந்தான், வெள்ளை வேட்டியும் கருப்பு சட்டையும் அவனுடைய உயரத்திற்கு மிக கம்பீரத்தை கொடுத்தது. வேட்டி அடிக்கடி அணிந்து பழகியதால் எந்த வித தடுமாற்றமும் இன்றி வெகு இயல்பாய் இருந்தான். அவனது கோதுமை நிறத்திற்கு அந்த கருப்பு சட்டை நன்றாக பொருந்தி வந்தது தலையை லேசாக சாய்த்தபடி அவன் நடந்து வந்த விதம் அசத்தலாய் இருந்தது. தூரத்திலேயே

அவனை, அவன் நடந்து வரும் விதத்தை பார்த்து விட்ட கவின், பார்வையை அவனிடமிருந்து பிரிக்க முடியாமல் அவனையே பார்த்திருந்தாள். அவன் அருகில் வந்ததும் சட்டென்று தலையை குனிந்து கொண்டவள், பெரிய ப்ரேமம் நிவின் பாலின்னு நினைப்பு எப்போ பாரு கருப்பு தான், பாக்க நல்லா தான் இருந்து தொலைகிறான், இந்த கோவத்தை மட்டும் ஒரு சிரிஞ்சு போட்டு உறிஞ்சிட்டா நல்லாயி ருக்கும் என்று மனதிற்குள் நொடித்து கொண்டாள்.

கவினுக்கு அருகில் நின்று கொண்டிருந்த ப்ரியாவும் மீராவும் சேலை புதிதாய் கட்டியதால் அவர்களுக்கு அதை சரி பண்ணி கொள்ள வேண்டும் போலவே இருந்தது. மலருக்கு ஊரில் நடக்கும் விழாக்களுக்கு சேலை கட்டி பழக்கம் தான் என்பதால், அவள் விஜிக்காக காத்திருப்பதாய் சொல்லி ஆபிஸின் பார்க்கிங் அருகில் இருக்கும் ஒரு சுவற்றில் சாய்ந்து நின்றுகொண்டிருந்தாள். அது அவர்கள் வழக்கமாய் நிற்கும் இடம் தான் என்பதால் அவளை காத்திருக்க சொல்லிவிட்டு தோழிகள் உடையை சரிசெய்ய போய் விட்டார்கள்.

தன்னுடைய வண்டியில் வந்த போதே கவினை பார்த்துவிட்டான் சூர்யா, கூடவே வந்த மனோ வழியில் நின்ற ஒரு பெண்ணிடம் பேச நின்றுவிட்ட போதும் கவினிடம் பேசும் ஆர்வம் கொண்டு அவள் நிற்கும் இடத்திற்கு வந்தான்.

தான் அவளை நோக்கி நடந்து போகும் போது அவளும் அவனையே பார்த்து கொண்டிருந்ததை பார்த்துவிட்டான், சைட் அடிக்கிறா.. என்று புன்னகைத்த படி இவன் அவள் அருகில் போனதும் சட்டென்று தலையை குனிந்து கொண்டாள், அடி கள்ளி

இருடி உன்னைய பேச வைக்கிறேனா இல்லையா பாரு என்று நினைத்து கொண்டு அவள் அருகில் போனவன், இன்னும் கொஞ்சம் நெருங்கி நின்று அவள் தலைக்கு மேல் எட்டி பார்த்தான். தலையை குனிந்திருந்த கவின் பக்கத்துல வந்தவன் பேசாம என்ன பண்ணுறான் என்று விழி உயர்த்தி பார்த்த போது, அவன் தலைக்கு மேல் என்ன பார்த்து கொண்டிருக்கிறான் என்று தெரிந்து கொள்ள "என்ன பாக்குறீங்க?" என்றாள் உணர்வை காட்டாத குரலில்,

"அது ஒண்ணுமில்ல நீ உன் உசரத்துக்கு கீழ பாத்த, அதான் நான் என் உயரத்துக்கு மேல பாக்கலாம்னு பாத்தேன், சும்மா தான் பாத்தேன். ஆனா பாத்த உடனே தான் தெரிஞ்சது நீ சரியான குள்ளச்சி தான்னு" என்றான் புன்னகைத்தபடியே, அவன் கண்களை பார்த்தபடியே, "என்ன நக்கலா? நாங்க எல்லாம் நார்மல் ஹைட்டு தான், நீங்க ஓவரா வளந்திட்டு மிச்சவங்கள குட்டன்னு சொல்றீங்க" என்றாள் கவின் சண்டை கோழியாய்,

"சோ! என் கண்ணை பாத்து பேச உனக்கு இத்தனை நாள் தேவை பட்டுதா?" என்றான் சூர்யா, சட்டென்று கவினுக்கு மூச்சடைத்தது. தப்பெல்லாம் இவன் பண்ணிட்டு, நான் தப்பு செஞ்ச மாதிரியே பேசுவான், இப்போ எதுக்கு இவ்வளவு பக்கத்துல வந்து நிக்கிறானாம் என்று எண்ணிவள் கன்னங்கள் சிவந்து போனது, அவளையே பார்த்து கொண்டிருந்த சூர்யாவுக்கு தன்னை கட்டு படுத்துவது மிக சிரமமாய் இருந்தது, "குள்ளச்சி செம அழகா இருக்கடி" என்றான் கிசுகிசுப்பான குரலில், அவனது குரலும் அந்த அழைப்பும் அவளை மயங்க செய்தது, ஒரு நிமிடம் விழிகளை அகலத் திறந்து பிரமித்து போய் நின்று விட்டாள். ஒரு பெண்ணிடம் பேசிக்கொண்டிருந்த

மனோ இவர்களை நோக்கி வரும் முன்பு சட்டென்று கவினின் சிவந்திருந்த கன்னத்தை கிள்ளிய சூர்யா, “சோ கியூட்” என்று சொல்லிவிட்டு மனோவை நோக்கி நடக்க தொடங்கினான்.

“என்ன நீங்க டீன்னு எல்லாம் பேசுறீங்க?” என்றாள் கவின் பட்டென்று, இவ ஒருத்தி தேவையான தெல்லாம் விட்டுருவா தேவை இல்லாததை புடிச்சு கிட்டு தொங்குவா. “அதுக்கென்ன இப்போ?” என்றான் கடுப்பாய், ஏறிட்டான் முருங்க மரத்துல அவன் திட்ட ஆரம்பிக்குமுன்ன பேசாம வாய மூடிக்கிட்டு சும்மா இருடி கவினு என்று தன்னை அமைதி படுத்தி கொண்டாள், எனினும் அவன் அவள் கன்னத்தை கிள்ளியது அவளுக்குள் வெட்கத்தை ஏற்படுத்தியது யாராச்சும் பார்த்தா என்ன நினைப்பாங்க, ஆபீஸ் வாசல்ல வச்சு என்னென்ன சேட்டை எல்லாம் பண்ணுறான் பாரு, என்னலாமோ பேசுறான் என்ன ஆச்சு இவனுக்கு என்று சிந்திக்கத் தொடங்கினாள்.

அன்று வெள்ளிக்கிழமை மாலை என்பதால் டேலண்ட் ஷோ ஒன்றை ஏற்பாடு செய்திருந்தனர் நிர்வாக குழுவினர். அதில் நடந்த பாட்டு போட்டியில் கலந்துக்கொள்ள சொல்லி கவினை அவள் தோழிகள் வற்புறுத்தினர். அவளும் பாட தயார் ஆனாள். அவள் கர்நாடக சங்கீதம் பயின்றிருந்தாள் அவளுக்கு மேடையில் பாடுவது ஒன்றும் புதிதல்ல, எனினும் சற்றே தயக்கமாய் இருந்தது. அவளுடைய முறை வந்த போது தயக்கத்தை உதறி மேடைக்கு போன கவின் அவளுக்கு மிகவும் பிடித்த முருகன் பாடலை பாட தொடங்கினாள்,

“கண்ட நாள் முதலாய் காதல் பெருகுதடி... கண்ட நாள் முதலாய் காதல் பெருகுதடி...

கையினில் வேல் பிடித்த கருணை சிவ பாலனை

கண்ட நாள் முதலாய் காதல் பெருகுதடி

கையினில் வேல் பிடித்த கருணை சிவ பாலனை

வண்டிசை பாடும் எழில் வசந்த பூங்காவில்

வண்டிசை பாடும் எழில் வசந்த பூங்காவில்

வந்து சுகம் தந்த கந்தனே என் காந்தனே

நீல மயில் தன்னை நெஞ்சமும் மறக்கவில்லை

நேசம் உடன் கலந்த பாசமும் கலையவில்லை

நீல மயில் தன்னை நெஞ்சமும் மறக்கவில்லை

நேசம் உடன் கலந்த பாசமும் கலையவில்லை

கோல குமரன் மன கோயிலில் இருந்து விட்டான்

ஆஹ்ஹஹ்ஹஹ்ஹ ஆஹ்ஹஹ்ஹஹ்ஹ

கோல குமரன் மன கோயிலில் இருந்து விட்டான்

குறு நகை தனை காட்டி நறு மலர் சூடி விட்டான்

கண்ட நாள் முதலாய் காதல் பெருகுதடி

கையினில் வேல் பிடித்த கருணை சிவ பாலனை..."

என்று சுருதி சுத்தமாய் தன் இனிமையான குரலில் பாட தொடங்கிவள் கடைசி ரோவில் அமர்ந்து அவளையே பார்த்து கொண்டிருந்த சூர்யாவை பார்த்து விட்டவள், அவனிடமிருந்து பார்வையை பிரிக்க முடியாமல் அவனையே பார்த்தபடி பாடி முடித்தாள். என்ன பாடுகிறோம் என்கிற உணர்வில்லாமல் பாடி முடித்தவள் பலத்த கரகோஷத்துடன் தன் இருக்கைக்கு

வந்தாள். ச்சை! வர வர இவன் பார்வையே சரியில்லை ஆளையே தூக்கி சாப்புடுற மாதிரி பாக்குறத பாரு என்று மனதிற்குள் செல்லமாய் வைது கொண்டாள்.

அந்த பாடல் சூர்யாவை பறக்க செய்தது, என்ன அற்புதமான குரல் வளம், அவளது தோழிகள், மனோ என்று எல்லோரும் வாழ்த்திய போது "கலக்கிட்ட கவின்" என்றவன், அதற்கு மேல் எதுவும் சொல்லாமல் போய் விட்டான். அவ்வளவு தானா திட்டுறதுக்கு மட்டும் பக்கம் பக்கமா பேசுவான் பாராட்டுறதுன்னா ரெண்டே ரெண்டு வார்த்தை என்ன ஒரு ஓர வஞ்சனை என்று அவனுக்கு அழகு காட்டினாள் கவின்.

அடுத்து ஓவிய போட்டிக்கான அறிவிப்பை பார்த்த மனோ இதுக்கு சூர்யா தான் சரி என்று அவனை அழைக்க போனான். தன் சீட்டில் அமர்ந்து எதோ ஒரு வேலையில் ஆழ்ந்திருந்த சூர்யாவிடம், "டேய் ஓவிய போட்டிக்கு வாயேண்டா.. வழக்கமா நீயே ரொம்ப ஆர்வமா இருப்ப இன்னைக்கு என்ன?" என்றான், "ஹே வேலை இருக்குடா, கவின் பாடினதால கேக்க வந்தேன். இன்னைக்குள்ள முடிச்சாகனும்டா அரைமணி நேர வேலை தான்" என்றான் கடுப்பாய், "இப்போ ஒருமணி நேரம் வந்து கலந்துக்கோ, அப்புறம் நம்ம ரெண்டு பேரும் இருந்து வேலைய முடிச்சிட்டு வீட்டுக்கு போய்கலாம்" என்றான் மனோ பாவம்போல,

"உன்னோட ஸ்டாண்ட் அப் காமெடி எப்போ பண்ண போற சொல்லு அப்போவே வர்றேன். அது வரைக்கும் இங்க இருக்கேன்" என்றான்,

"இப்போ தான்டா அதுவும் பண்ண போறேன், நீ வந்தேன்னா ரெண்டையும் முடிச்சிட்டு வந்திறலாம்" என்றான் மனோ,

ப்ரியாவும் விஜியும் சேர்ந்து ஒரு பாடலுக்கு ஆடினார்கள் அவர்களின் பாவங்கள் மிக அருமையாய் இருந்தது மனோ காலையில் இருந்து ப்ரியாவை விட்டு கண்ணை திருப்பவில்லை. அவள் இவனை கண்டுகொள்ளவே இல்லை போல காட்டி கொண்டாள். சேலையுடன் ஆடுவது சிரமம் என்று தவிர்க்க எண்ணியவர்களை மலரும் மீராவும் ஊக்க படுத்தி ஆட வைத்தனர்.

மனோவின் காமெடி எப்போதும் போல மிக ஜனரஞ்சகமாய் ரசிக்க பட்டது. சூர்யாவுக்குள் இருந்த அழுத்தம் அகன்று இயல்பாய் சிரித்து ரசித்தான். வேலை ஏற்படுத்தும் அழுத்தத்தில் இருந்து தப்புவதை பற்றியே ஜோக்குகளை மனோ பேசிக்கொண்டி ருந்ததால், சூர்யா விசில் எல்லாம் அடித்து ரசித்து சிரித்தான். அவனை இடைஇடையே பார்த்து கொண்ட கவின் எப்போவுமே இப்படி இருந்து தொலைஞ்சா என்ன என்று எண்ணிக்கொண்டாள்.

சூர்யா வரைந்திருந்த ஓவியம் வன்புணர்வுக்கு உள்ளாகும் பெண்ணின் நிலையையும், அதை செய்தவர்களை தீயிட்டு அந்த பெண்ணின் கைகள் கொளுத்துவது போலவும் இருந்தது. முழுவதும் கோடுகளால் வண்ணங்களே இல்லாமல் பென்சிலை மட்டுமே பயன்படுத்தி அவன் வரைந்திருந்த விதம் வெகு நேர்த்தியாக இருந்தது. படத்திற்கு கீழ் நசூ என்று வித்தியாசமாய் எழுதி கையெழுத்திட்டிருந்தான் சூர்யா.

பிரமிப்புடனும் மெச்சுதலுடனும் ஓவியத்தை பார்த்து கொண்டிருந்த மலர் அந்த கையெழுத்தையே உற்று பார்த்தாள்... அது எதையோ அவளுக்கு ஞாபக படுத்தியது...

23

கவின் சூர்யா வரைந்த ஓவியத்தில் இருந்த கையெழுத்தையே பார்த்துக்கொண்டிருந்தாள், அவள் ஞாபக அடுக்கில் தேடிய போது இதை ஏற்கனவே பார்த்த நினைவுகள் வந்து போனது. இவள் எழுதும் ஒரு தளத்தில் வெளியான சில ஓவியங்களில் இந்த கையெழுத்து இருக்கும், அப்போ சூர்யாவுக்கு அந்த தளத்தில் பரிச்சயம் உண்டு, அவனுக்கு ஏதோ தெரிஞ்சு இருக்கனும். ஒரு ஐந்து நிமிடம் இதை பற்றி யோசிக்க வேண்டும் போல தோன்றியது, தான் ஓய்வறைக்கு போய் வருவதாய் சொல்லிக்கொண்டு கிளம்பினாள் அங்கு போய் யோசிக்க ஆரம்பித்தாள்.

ஆதவனுக்கு என்னைய நல்லா தெரிஞ்சிருக்கு, பேருக்கான க்ளூ ஆதவன் என்கிற பேரோட அர்த்தம். அப்டினா சூரியன்-சூர்யா இப்படி யோசிக்க ஆரம்பித்ததும் ஒரு நிமிடம் பிரமித்து போனாள் கவின். இது நிஜமா? அவசர அவசரமாய் தன்னுடைய போனில் நறுமுகை மெயிலை திறந்த போது அவனது பதில் வந்திருந்தது. நீங்கள் கண்டுபிடித்த பெயரில் பாதி அப்படினா சூர்யமூர்த்தியில் பாதி சூர்யா, அவன் அடிக்கடி சொல்வதை போல நாம தத்தி தான் போல, எவ்வளவு க்ளூ குடுத்திருக்கான், நாம தான் கண்டு பிடிக்கல. அது பத்தாதுன்னு அவன்கிட்டயே போய் வேற ஒருத்தனை காட்டி அவன் தான் ஆதவனான்னு கேட்டு டென்ஷன் பண்ணியிருக்கேன். அதான் உன் பிரண்ட்க்கு ரொம்ப அறிவுன்னு என்னைய கேலி

செஞ்சிருக்கான்.

பட் நம்பவே முடியாத இந்த விஷயம் எப்படி தான் நடந்ததோ நினைச்சு பாத்தா அவ்வளவு சந்தோஷமா இருக்கு. என்கிட்டே மொதவே சொல்லி இருக்கலாம்ல, ம்ம் அப்படி சொல்லி இருந்தாலும் சுவாரஸ்யமா இருந்திருக்காது நானே கண்டுபிடிச்சு தெரிஞ்சுக்க ணும்னு எதிர்பார்த்தது தப்பில்லை.

சூர்யா நீ அவ்வளவு ரசனை உள்ளவனா? எல்லாம் சரி ஆனா என்னைய ஏன்டா அப்படி பேசின என்று நினைத்த போது, அப்போதும் அவள் கண்கள் கலங்கியது. உனக்கு நான் தான் நறுமுகைன்னு தெரிஞ்சும் நீ எங்கிட்ட சொல்லாம விளையாண்டல்ல அதே போல நானும் உங்கிட்ட விளையாட போறேனே என்று நினைத்து சிரித்துக் கொண்டாள்.

இவர்கள் அனைவரும் கலந்து கொண்ட போட்டி களில் வெற்றி பெற்றிருந்தனர். மலர் இன்னைக்கே இப்போவே ஏதாச்சும் செய்யனுமே என்று யோசித்தபடி வந்தவளுக்கு ஒரு ஐடியா கிடைத்தது. அதையே சிந்தித்தபடி வந்தவள் நடுவில் நின்ற சூர்யாவை கவனிக்கவே இல்லாமல் பலமாய் ஒரு இடி இடித்து, விழப்போனாள். சட்டென்று அவளை தாங்கி பிடித் தவன், "ஏய் என்ன யோசிச்சிட்டு வர்ற, உன்னைய கீழ விழாம பிடிச்சிட்டே இருக்க வேண்டி இருக்கு, இதுக்கு பேசாம ஒரு சேலரி போட்டு குடேன்" என்றான் சூர்யா மந்தகாச புன்னகையுடன்,

"ஆமா ஆமா நீங்க எல்லாம் பல வேலைகாரங்க உங்களுக்கெல்லாம் எங்களை பிடிக்கிற வேலையை குடுக்க முடியுமா? உங்க டைம் வேஸ்ட் ஆகிற போகுது" என்றாள் எகத்தாளமாய், சட்டென்று அவன்

முகத்தில் புன்னகை காணாமல் போனது, மனதிற்குள்
பாவம் செல்லக்குட்டிக்கு மூஞ்சி வாடி போச்சு என்று
நினைத்துக்கொண்டாள்.

சூர்யா இவளுக்காக தான் காத்திருந்தான் இன்றே
முடிக்க வேண்டிய வேலை இருந்தது. நாளை அவனும்
மனோவும் ஏலகிரி மலைக்கு போக திட்டமிட்டிருந்தனர்.
ஒரு புகைப்பட போட்டிக்கு இயற்கையான படங்கள்
தேவை பட்டது அருகில் இருக்கும் சுற்றுலா
தலமாகையால் அதை தேர்ந்தெடுத்திருந்தான், சூர்யா.
ஏற்கனவே கீரிப்பாறையில் எடுத்த புகைப்படங்களை
முதல் சுற்றுக்கு அனுப்பி இருந்ததால் வேறு மாதிரி
புகை படங்கள் தேவை பட்டன அதற்காகவே ஏலகிரி
பயணம்.

அனைவரிடமும் பேசிக்கொண்டிருக்கும் போது
மனோ இந்த பயணத்தை பற்றி பிரஸ்தாபிக்கவே, மீரா,
ப்ரியா மற்றும் விஜி தாங்களும் கூட வர விரும்புவதாய்
சொன்னார்கள். இது என்னடா வம்பு, இப்போ சூர்யா
கிட்ட அடி வாங்கணுமே என்று ஒரு நிமிடம் பயந்தே
போனான் மனோ. பேசாம வாய வச்சிட்டு சும்மா
இருந்திருக்கலாம், இவன் என்னைய நொங்க போறான்
என்று பயந்து கொண்டே தோழிகளின் விருப்பத்தை
சூர்யாவிடம் சொன்னான். ஒரு நிமிடம் சூர்யாவிற்குள்
குமிழ் குமிழாய் மகிழ்ச்சி ஊற்று இவங்க வராங்கன்னா
கவினும் வருவா யோசித்தவன், "சரி எல்லாருமா
போலாம்" என்றவன். கவினை காணாமல் தேடி அவள்
வந்த உடன் இதை பற்றி பேசிவிட்டு போகவே
காத்திருந்தான்.

இது எதையுமே அறியாமல் வெளியில் வந்த
கவின் வேறு ஒரு திட்டத்தில் சிந்தையை செலுத்தி
இருந்தாள். அவள் வந்ததும் அவளை வளைத்த

தோழிகள், "சூர்யாவும் மனோவும் நாளைக்கு ஏலகிரி போறாங்களாம், நாமளும் போலாமாடி? நாங்க எல்லாம் வர்றோம்னு சொல்லி இருக்கோம், நீ என்ன சொல்லுற?" என்றனர், "அப்பா அம்மாவை கேக்க வேணாமா?" என்றாள் கவின்,

"அடி பாவி! அம்புட்டு நல்லவளா நீ? இன்பர்மேஷன் மட்டும் தானடி குடுப்ப, பெர்மிஸ்ஸன் எல்லாம் எப்போ வாங்கி இருக்க?" என்றனர் தோழிகள், "நீங்க எல்லாம் போயிட்டு வாங்களேன்டி, நான் அடுத்த ட்ரிப் வரேன்" என்றாள் சூர்யாவை ஒரு நிமிடம் கூர்ந்துவிட்டு, அவனுக்கு கோபம் வருவது அவன் முக இறுக்கத்திலேயே தெரிந்தது. "ஏய் என்னபப்பா இப்படி சொல்லுற? நீயும் வந்தா தான் ஜாலியா இருக்கும்" என்று தோழிகள் அவளை தாஜா செய்த போது அவள் ஓர கண்ணால் சூர்யாவை தான் பார்த்து கொண்டிருந்தாள். அவன் செம கடுப்பில் இருந்தான். இவளுக்காக இவங்களை எல்லாம் கூட்டி போகலாம்னு பாத்தா இந்த மேடம் வர மாட்டாங்களாம், அப்படி என்ன என் மேல கோவம்? ரொம்ப ஓவரா பண்ணிக்கிறா, வராட்டி போடி என்று எங்கேயோ வெறித்தபடி அமர்ந்திருந்தான்.

"சரி நான் ஊருக்கு போன் பண்ணி பேசிட்டு சொல்லுறேன்" என்றவள், எழுந்து போன் பேச போகும் போது, "சூர்யா ஒரு மெசேஜ் அனுப்பி இருக்கேன், பாருங்க" என்றுவிட்டு போனாள்.

என்ன அனுப்பி இருக்கா என்று அவசரமாய் திறந்து பார்த்தவன் குழம்பி போனான். கவின் இதை தான் அனுப்பி இருந்தாள்: "சூர்யா என்னோட பென் பிரண்ட் ஆதவனை நான் பார்க்க போறேன். அவர் கிட்ட இருந்து எனக்கு மெசேஜ் வந்திருக்கு, ஆபீஸ்

ஜிம்ல என்னைய வெயிட் பண்ண சொல்லியிருக்காரு, நான் போய் பாத்திட்டு வரேன்" என்று எழுதி இருந்தாள். என்னடா நடக்குது இங்க நான் அப்படி எதுவுமே அனுப்பலியே வேற யாரு இவ கூட விளையாடுறா ஏதாச்சும் சிக்கல்ல மாட்டுறதே இவ வேலை என்று நினைத்தவனின் கால்கள் ஜிம்மை நோக்கி நடக்க தொடங்கி இருந்தது.

போகும் வழியிலேயே அவளை அழைத்தால் கால் வெயிட்டிங்க்கில் போனது பெரிய எட்டுகளுடன் ஜிம்மை நோக்கி நடந்தான் அங்கு யாருமே இல்லை கவின் மட்டும் ஒரு சேரில் அமர்ந்து போனில் பேசிக் கொண்டிருந்தாள், இவனை பார்த்ததும் "சரி அப்பறம் கூப்புடுறேன்மா" என்று வைத்தவள். "வாங்க சூர்யா, ஆதவனை பாக்க வந்தீங்களா?" என்றாள், "லூசு சும்மா எவனாச்சும் போங்கன் உன்னைய ஏமாத்த பார்த்தா நம்பிருவியா, நீ திருந்தவே மாட்டியா எல்லாத்தையும் நம்பிட்டு இருக்க?" என்றான் கடுப்பாய்,

"சரி கிளம்பி வா" என்று அவள் கையை பிடித்தான், உடனே கவின் "வேண்டாம் நான் ஆதவனை பாக்காம வர மாட்டேன்" என்றாள் பிடிவாதமாய். "லூசு மாதிரி பேசிட்டு இருக்காம ஒழுங்கா வா, எவனாச்சும் வந்து தொலைக்க போறான். நீ கீழ போ, நான் யாருன்னு பாத்து பேசிட்டு வரேன்" என்றான் சூர்யா, "நீங்க என்ன ஆதவனை கெட்டவன் மாதிரியே பேசுறீங்க? ஹி இஸ் எ ஜெம் தெரியுமா?" என்றாள், "ஹையோ படுத்தாதடி, வந்து தொலை" என்றான் சூர்யா ஆற்றாமையுடன்.

"சூர்யா நான் ஏற்கனவே அவரை பாத்துட்டேன்" என்றாள் கவின், "என்னது ஏற்கனவே பாத்திருக்கியா, யாரு அவன்" என்றான் கடும் கோபத்துடன், "அங்க பாருங்க" என்று அவள் காட்டிய இடத்தில் பதிந்திருந்த

கண்ணாடியில் தெரிந்த அவன் பிம்பத்தை பார்த்தவன், "தத்தி கண்டுபிடிச்சிட்டியாக்கும்" என்றான் சிரித்து கொண்டே,

"நீங்க மட்டும் விளையாடலாம் நான் விளையாட கூடாதாக்கும்..." என்று இடுப்பில் கையை வைத்து கொண்டு கேட்டாள், "சரி ஏன் ஏலகிரி வரமாட்டேன்னு சொன்ன?" என்று கேட்டவன், அவள் எதிர்பாராத தருணம் அவளை சட்டென்று இழுத்து சுவற்றில் சாய்த்து அவள் இரு புறமும் கைககளை வைத்து சிறை செய்தான், "என்ன பண்ணுறீங்க..?" என்று முகம் சிவந்தவள், "நான் உங்க மேல கோவமா இருக்கேன்" என்றாள் காற்றாகி போன குரலில், அவனது அருகாமை அவளை வெட்கம் கொள்ள செய்தது தன் ஜடையை இறுக்கமாய் பிடித்தபடி அவள் அதை சொன்னாள். அவளையே பார்த்து கொண்டிருந்த சூர்யா, அவளை மிக நெருங்கி வந்து அவள் காதருகே, "சாரிடா குள்ளச்சி, நான் அன்னைக்கு உன்னைய ரொம்ப திட்டிட்டேன் உனக்கு என்னவும் ஆகிடுச்சோன்னு பயத்துல தான் அப்படி பேசிட்டேன், சாரி கண்ணம்மா" என்றான் ஆழ்ந்த குரலில். "அதை கொஞ்சம் தள்ளி நின்னு பேச வேண்டி தானே மிஸ்டர் ஆதவன், இவ்வளவு பக்கத்துல வந்து சொன்னா தான் என் காதுல விழும்னு நான் சொன்னேனா" என்றாள் விளையாட்டாய், "இந்த வாய் இருக்கே இது எப்போ பாரு என்னைய எதிர்த்து பேசிட்டே இருக்கு, இதுக்கு தண்டனை குடுத்தா தான் சரிப்படும்" என்று இன்னும் அருகில் நெருங்கி வந்தான்.

அவள் பயத்தில் கண்களை இன்னும் விரித்து திகைத்து நின்று விட்டாள், மிக நெருங்கி வந்து அவள் வாயில் தன் கைகளால் ஒரு அடிவைத்தான், "என்ன ஏமாந்தியா?" என்றான் கண்களில் மையலுடன், "சீ போங்க" என்று அவனை தள்ளிவிட்டு போக

பார்த்தவள், ஜடையை பிடித்து அருகில் இழுத்தவன் அவள் எதிர்பாராத நொடி அவள் கன்னத்தில் இதழ் பதித்திருந்தான்.

"சூ...ர்யா" என்று சிணுங்கியவளை, "ஒழுங்கா நாளைக்கு வர்ற.." என்றான் உரிமையுடன், அவன் தந்த முத்தத்தில் இருந்து மீளாமல் தலையை மட்டும் ஆட்டிவிட்டு அவனிடம் இருந்து விரைந்து ஓடினாள் மலர். ஒரு கையில் விழுந்து விடாமல் இருக்க சேலையை இழுத்து பிடித்தபடி அவள் ஓடியது வெகு அழகான கவிதையாய் அவன் மனதில் பதிந்தது..

இந்த பய வேலையை முடிக்கணும்ன்னு நம்மள படாத பாடு படுத்தினான் இப்போ என்னடான்னா ஆளையே காணும் எதோ சேட்டை பண்ணுறான் போல என்று யோசித்து கொண்டு அமர்ந்திருந்தான் மனோ. அவனுக்கு நாளை ப்ரியாவும் அவர்களுடன் ஏலகிரிக்கு வருவது மிகுந்த மகிழ்ச்சியை தந்தது.

சிரித்துக் கொண்டே திரும்பி வந்த சூர்யாவை பார்த்து பிரமித்து விட்டான் மனோ, என்ன நடக்குது இங்க இவன் என்ன திடீர்னு கண்ணுல லைட்ட மாட்டின மாதிரி இவ்வளவு சந்தோஷமா வரான் என்று பேசாமல் பார்த்து கொண்டிருந்தவனை பார்த்த சூர்யா, "ரொம்ப சந்தோஷமா இருக்கேன்டா மச்சான்" என்றான்.

"எதுக்குடா?" என்றான் மனோ, "ஒண்ணுமில்ல எனக்கும் கவினுக்கும் நடுல இருந்த சண்டை சரி ஆகிடுகிச்சுடா" என்றான் சூர்யா, "அதுக்கு தான் நீ இப்படி பல்ல காட்றியாக்கும்! இல்லையே, எனக்கு சந்தேகமா இருக்கே" என்றான் மனோ, "நிஜம்மாடா நாங்க சமாதானம் ஆகிட்டோம், நல்..லா பேசிக் கிட்டோம்" என்றான் சூர்யா,

"வெறுமனே நல்லா பேசினத்துக்கு தான் இம்புட்டு சந்தோஷமா நான் அன்னைக்கே கேட்டேன் நீ மலரை லவ் பண்ணுறியான்னு நீ ஒண்ணுமே சொல்லலியேடா..?" என்றான் மனோ ஆதங்கமாய், "அப்போ சொல்லல இப்போ சொல்றேன்ல?" என்றான் சூர்யா, அவனுக்கு லேசாக வெட்கம் வந்தது, "ஹே! சூப்பர்டா மச்சான், வாழ்த்துக்கள். ஆண்கள் வெட்க படுறது மிக அழகுடா" என்றான் வேகமாய் வந்து அவனை கட்டி பிடித்தபடி, "டேய்.." என்று மனோவை பார்த்தவன் சிரித்துவிட்டான்.

"டேய் எப்போதுல இருந்து நடக்குது இந்த கதை?" என்றான், "அது அவளை என்னைக்கு நான் ட்ரைன்ல பாத்தேனோ, அன்னைக்குல இருந்து என்னைய டிஸ்டர்ப் பண்ணிட்டே இருக்காடா" என்றான் சூர்யா, "அட பாவி பயலே, அப்போ இவ உங்க சொந்தம் இல்லையா?" என்றான் மனோ இப்படி ஏமாத்திருக்கானே, "அதெல்லாம் இல்லடா, ஜான் கல்யாணத்துக்கு ஊருக்கு போனோம்ல, அப்போ அவளும் அனந்தபுரில வந்தா" என்றான் சூர்யா, "அன்னைக்கு நான் எத்தனை தடவ கேட்ருப்பேன், சொன்னியா நீ, சரியான அழுத்தக்காரன்டா" என்றான் மனோ, "இல்லடா அவ இங்க வருவா, இன்டென்ஷிப் செய்யுவான்னு எல்லாம் தெரியாதுடா. அதெல்லாம் நேச்சுரலா நடந்திருச்சுடா" என்றான் சூர்யா, "சரி ஒரு அரைமணி நேரத்துல முடிச்சிர்றேன், எல்லாரும் டின்னர் சாப்பிட்டுட்டு வீட்டுக்கு போலாம் அவங்களை இருக்க வைக்க வேண்டியது உன் பொறுப்பு" என்றான் சூர்யா, "டேய் இருக்கதுலயே கஷ்டமான வேலை என்ன தெரியுமா? லவ் பண்ணுறவனுக்கு பிரண்டா இருக்கது தான்டா" என்றான் மனோ பாவமாய், "சரிடா சரிடா பாத்து பண்ணி விடுடா, இதெல்லாம் உனக்கு

அசால்ட்டு" என்றான் சூர்யா.

"ம்க்கும் ஏன் பேச மாட்ட?" என்று எழுந்து போனவனுக்கு நிஜமாகவே மிகுந்த மகிழ்வாய் இருந்தது, சூர்யாவையும் கவினையும் அவனுக்கு ரொம்ப பிடிக்கும் அதனால் அவர்களுக்கான மகிழ்வு அது. இப்போ இவங்களை வேற சமாளிக்கனுமா என்று நினைத்தவன் இதெல்லாம் உனக்கு சாதாரணம் மனோ என்று சொல்லிக்கொண்டான்.

முகமெல்லாம் வெட்கத்துடன் ஓடி வந்த மலரை பார்த்து விட்ட ப்ரியாவிற்குள் பலத்த சந்தேகம் வந்தது இவ போய் கொஞ்ச நேரத்துல அண்ணனும் கிளம்பி போனாங்க சோ சமாதானம் ஆகிட்டாங்க போல இல்ல வேற எதுவுமா என்று யோசிக்க ஆரம்பித்தவள், மலரின் அருகில் வந்தாள், "மலரு என்னடா செல்லம், கன்னமெல்லாம் சிவந்து கிடக்கு எதுவும் மேக்அப் போட்டியா என்ன?" என்றாள் ஒன்றுமே அறியாதவள் போல, "அதெல்லாம் ஒண்ணுமில்லையே, நான் எப்பவும் போல தானே இருக்கேன்" என்றாள் தடுமாற்றத் துடன் மலர், "அப்படியா?" என்றாள் ப்ரியா ஆராய்ச்சி பார்வையுடன், "நிஜம்மாடி.." என்றவள், "சீ ஏன்டி என்னைய குறுகுறுன்னு பாக்குற?" என்றாள் மலர்,

"நாங்க பாக்குறது இருக்கட்டும் வேற யாரோ பயங்கரமா பாக்குறாங்க போல மேடம்க்கு வெக்க மெல்லாம் வருது?" என்றாள் ப்ரியா, "ப்ளீஸ் ப்ரியா" என்றவள் நெருங்கி வந்து அவள் தோள்களில் தன் முகத்தை மறைத்தாள், "ஹே ஹே என்ன க்யூட்டா இருக்க தெரியுமா? எனக்கே உன்னைய கொஞ்சனும் போல இருக்கு, சூர்யா அண்ணா பாவம்டி" என்றாள் சிரித்து கொண்டே, "ஆமா உங்க அண்ணன் ரொம்ப பாவம் தான்" என்று கிண்டல் தொனியில் கூறினாள் மலர்.

இவர்கள் இருவரும் பேசிக்கொண்டிருக்கும் போதே அருகில் வந்த மீராவும் விஜியும், "ஊருக்கு பேசிட்டியா மலர், அங்கிள் ஆன்ட்டி என்ன சொன்னாங்க?" என்றாள் மீரா, "ஓக்கே சொல்லிட்டாங்கடா" என்றாள் மலர், "எதுக்கு அண்ணன்னுக்கா?" என்றாள் ப்ரியா மெல்லிய குரலில், "சும்மா இருடி" என்று அவளை ஒரு செல்ல அடி அடித்தாள் மலர்.

"சூப்பர்டா, அப்போ நாம ஹாஸ்டெல் கிளம்ப லாம்" என்று கிளம்ப தயார் ஆனார்கள், அப்போது சரியாக மனோ வந்தான். "கேர்ள்ஸ் கொஞ்சம் பொறுங்க சூர்யா நாளைக்கு போற பிளான் பத்தி உங்ககிட்ட பேசணுமாம், அதுனால ஹோட்டல்ல சாப்டுட்டு போலாம்னு சொல்லி இருக்கான் இப்போ வந்திருவான்" என்றான் மனோ.

சூர்யா தன் வேலைகளை வெகு விரைவாய் முடித்து, கொண்டு வந்தான், அவர்கள் அலுவலகத் திற்கு அருகிலேயே இருந்த ஒரு பெரிய உணவகத் திற்கு எல்லாரையும் அழைத்து போனான். பிரியாவின் அருகிலேயே வந்து கொண்டிருந்த கவினை பார்த்து, ஒழுங்கா என் பக்கத்துல வந்திரு என்று ஜாடை காட்டினான், மாட்டேனே.. என்று பதில் செய்கை செய்தவள், சற்றே பின் தங்கி சூர்யாவுடன் நடக்க தொடங்கினாள். இப்போது விஜி மற்றும் மீராவுக்குமே பலத்த சந்தேகம் வந்தது. நாளை இவர்கள் அனைவரும் போக பெரிய காரை நண்பனிடம் கேட்டிருப்பதாகவும் அனைவரும் காலை பத்து மணிக்கு தயாராய் இருக்கும் படியும் சொன்னவன். "அங்க சுத்தி பாக்குறதுக்கு ரொம்ப எல்லாம் ஸ்பாட்டுங்க கிடையாது ஆனா போட்டிங் ஒரு பெரிய பார்க், சில கேம்ஸ் விளையாடுற இடங்கள் எல்லாம் இருக்காம், உங்களுக்கெல்லாம்

எது இன்டெரெஸ்டோ அதுக்கு போய்க்கலாம், எனக்கு காலையில விடியுற முன்னே போனா தான் அழகான போட்டோஸ் எல்லாம் கிடைக்கும் சோ என்னைய எதிர்பாக்காதீங்க, மனோ இருக்கான் உங்களை பாத்துக்குவான். வேற யாராச்சும் என் கூட வர விருப்பமிருக்கவங்க காலைல எழுந்து வரலாம்" என்றான், "அவ்வளவு காலையிலேயேவா ரொம்ப கஷ்டம் தெய்வமே நாங்க போட்டோவை மட்டும் பாத்துக்குறோம்" என்றனர் தோழிகள்,

கவினை தன் பக்கத்திலேயே அமர்த்தி கொண்டான் சூர்யா எல்லோருக்காகவும் ஆர்டர் செய்த பதார்த்தங்கள் வந்த போது ஆவலாய் சுவைக்க துவங்கினர் கவினால் நிம்மதியாய் சாப்பிடவே முடியவில்லை "சும்மா என்னையவே பாத்தீங்கன்னா என்னால சாப்பிடவே முடில சூர்யா, திரும்பி உக்காந்து சாப்பிடுங்க" என்று மெதுவான குரலில் சொல்லிவிட்டு, அவன் அவள் சொன்னதை பொருட்படுத்தவே இல்லை என்றவுடன் அவன் கைகளை கிள்ளினாள்.

"இதுக்கெல்லாம் கவலை படுற ஆளா நீ அதான் நல்ல வளச்சு கட்டுவியே" என்றான், அவள் அவனை முறைத்து பார்க்கவும், "இப்படி எல்லாம் முறைச்சே அப்புறம் மாமனுக்கு மூட் வந்துரும், அப்புறம் யாரு பக்கத்துல இருக்காங்கன்னு பாக்க மாட்டேன்" என்று மிரட்டினான் முருகா இவன்கிட்ட இருந்து என்னைய காப்பாத்து என்று தலையை குனிந்து கொண்டு சாப்பிட ஆரம்பித்தாள் கன்னங்கள் எல்லாம் சூடாகி சிவந்து இருந்தன. ஒரு வழியாய் சாப்பிட்டு முடிந்து ஐஸ்கிரீம் வந்தது இவளுக்கு பிடித்த பட்டர்ஸ்காட்ச் பிளேவரை தனக்கும் சொன்னவன் அவள் சாப்பிடுவதை பார்த்து கொண்டே இருந்தான், அவனுக்கு அந்த

புறம் அமர்ந்திருந்த மனோ, “டேய் பாவம்டா அந்த பிள்ளையை சாப்பிடவிடு, இப்படியா பார்வையிலேயே தின்னுவைப்ப” என்று சூர்யாவை கலாய்த்தான்.

“குள்ளச்சி எனக்கு இப்போவே ஐஸ்கிரீம் வேணும்” என்றான் சூர்யா, “அதான் இருக்கே சாப்பிடுங்க” என்றாள் கவின் அப்பாவியாய், “நான் இதை கேக்கல உன்னோடது தான் வேணும்” என்றான் சூர்யா, “எல்லாரும் பாக்குறாங்க மானத்தை வாங்காதீங்க சூர்யா” என்றாள் மலர் வெட்கத்துடன், யாரும் பார்க்காத நேரம் இவள் கிண்ணத்தை மாற்றியவள் “ஓக்கேவா” என்றாள் கண்கள் ஒளிர, “ம்ஹூம்” தலையாட்டினான்.

“வேற என்ன வேணும், நீங்க தானே என்னோட ஐஸ்கிரீமை கேட்டீங்க?” என்றாள் ஒன்றும் விளங்காமல். “நான் என்ன கிண்ணத்துல உள்ள ஐஸ் கிரீமையா கேட்டேன், உன் உதட்டுல ஒட்டிக்கிட்டு இருக்கதை கேட்டேன்டி என் தத்தி பொண்டாட்டி” என்றான் உல்லாசமாய், “வாய வச்சிட்டு சும்மாவே இருக்க மாட்டீங்களா, என்னத்தையாவது பேசியே படுத்துறது” என்றாள் எழும்பாத குரலில் கவின். “சும்மா இருக்க முடியலே என்ன செய்ய?” என்றான் சூர்யா பெரு மூச்சுடன் அவள் இதழ்களையே பார்த்தபடி.

“டேய் டேய் ரொம்ப உருகி வழியுதுடா ஐஸ்கிரீம் தின்னு தொலை, எங்களை மாதிரி பச்சை பிள்ளைகளை வச்சிட்டு இப்படி எல்லாம் பண்ணலாமாடா? நாங்க எல்லாம் பாவமில்லையா? உன்னைய போய் சாமி யாருன்னு நினைச்சேனேடா நான் எவ்வளவு பெரிய லூசு?” என்றான் மனோ ஆவேசமா, “நீ லூசுன்னு தான் ஊருக்கே தெரியுமே, சரிடா டென்ஷன் ஆகாத உடம்புக்கு நல்லது இல்ல” என்றான் சூர்யா ஜாலியாய்,

இவனிடமிருந்து தப்பிக்க நினைத்து கைகழுவ போன கவினை சில மணித்துளிகளில் பின்தொடர்ந்து போனவன், "குள்ளச்சி தயவு செஞ்சு கொஞ்ச நாள் ஐஸ்கிரீம் சாப்பிடாதடி" என்றான் மிக சீரியசாய் முகத்தை வைத்தபடி. "ஏன் சூர்யா நான் பாட்டு காம்பெடிஷன் எதுலயும் கலந்துகலியே" என்றாள் கவின் அப்பாவியாய், "சப்பா ரொம்ப கஷ்டம். ரொம்ப டெம்ப்ட்டிங்க்கா இருக்கு நீ சாப்பிடுறது பாக்கும் போது சும்மாவே இருக்க முடில மாமா பாவம்ல ஒரே நாளுல எவ்வளவு சோதனைகளை தான் தாங்குவேன்" என்று அவன் சொன்ன விதத்தில் அவளுக்கு வெட்கமும் சிரிப்பும் ஒரு போல வந்தது. "சீ உங்கள ரொம்ப சமத்துன்னு நினைச்சிருந்தேன், நீங்க ரொம்ப டர்ட்டி பாய்" என்றாள் நெருங்கி நின்ற அவனை தள்ளி கொண்டே.

"சரி இப்போ என்னோட வண்டில வா, நான் உன்னைய ஹாஸ்டெல்ல விடுறேன்" என்றான் சூர்யா, "ப்ளீஸ் படுத்தாதீங்க சூர்யா, யார்கிட்ட போய் என்னனு சொல்ல என்னைய ஓட்டியே தள்ளிருவாளுக, நீங்க மனோ அண்ணா கூட போங்க. அதான் நாளைக்கு எல்லாரும் ஏலகிரி போறோமே" என்றாள் பரிதாபமாய், "நோ, நோ இப்போ ஆபீஸ் போயிட்டு என்கூட நீ வரலைன்னா, என்னனாலும் செய்வேன் உனக்கு ஓகேவா" என்றான் சூர்யா மிரட்டும் தொனியில், "படுத்தாத வரமாட்டேன் போடா.." என்றாள் கவின், ஒரு நிமிடம் திகைத்தவன், "ஓ அவ்வளவு பயம் விட்டு போச்சா மரியாதை இல்லாம பேசுற, உன்ன வச்சுக்கிறேண்டி குள்ளச்சி" என்றான் சூர்யா அவளை குறுகுறுவென்று பார்த்தபடி.

இவர்கள் திரும்பி அலுவலகம் வந்து

இவர்களின் பைகளை எல்லாம் எடுத்து கொண்டு கிளம்ப ஒன்பதரை ஆகி விட்டது அதனால் கேப் புக் செய்தார்கள் தோழிகள், சூர்யா மனோவிடம் கண்ணை காட்டவே இன்னும் என்னலாம் வேலை செய்யணுமோ இவனுக்காக என்று நொந்து போன மனோ ப்ரியாவை பாவமாய் பார்த்தான். அவளுக்கு சிரிப்பு பொத்து கொண்டு வந்தது, அவள் மலரை பார்த்து, "மலர் நீ என்னவோ சூப்பர் மார்க்கெட்ல வாங்கணும்னு சொல்லிட்டு இருந்த, போற வழில வாங்கிக்கலாமா?" என்றவளை பார்த்து பேந்த பேந்த முழித்தாள் மலர், லேசாக ப்ரியா கண்ணடிக்கவே, "ஆமாடி வாங்கணும்" என்றாள், "அப்போ பேசாம நீ சூர்யா அண்ணா கூட வாங்கிட்டு வாயேன், நாங்க மனோ கூட போறோம். விஜி இன்னைக்கு நம்ம ரூம்ல தான் இருக்க போறாளாம்" என்றால் ப்ரியா கோர்வையாய் தலை யாட்டி வைத்தாள் மலர்.

ஏற்கனவே வண்டியில் போக பயப்படும் கவின் சேலையை வேறு கட்டி இருப்பதால் மிகவும் பயந்தாள் "சும்மா பயப்படாம வா, என்னவோ இப்போ தான் முதல்ல ஏறுற மாதிரி" என்றான் சூர்யா நக்கலாய், "ம்ம் என்ன பண்ணுறது அப்போல்லாம் நீங்க குட் பாயா இருந்தீங்க, இப்போ தான் செம பேடா மாறிட்டிங்களே.." என்றாள் கவின், "அப்போ உனக்கு இந்த பேட் பாய புடிக்கல?" என்றான் கெத்தாய், அவளொன்றுமே சொல்லாமல் இருக்கவும் வண்டியை நிறுத்தி விட்டான். "ஏன் வண்டியை நிறுத்திடீங்க?" என்றாள் கவின், "நீ பதில் சொல்லலியே?" என்றான் உல்லாசமாய், "மொதல் வண்டியை எடுங்க ஏற்கனவே இன்னைக்கு ரொம்ப லேட் ஆகிருச்சு, நீங்க வேற கொட்டம் அடிக்கி றீங்க" என்றாள் கவின். "நீ சொல்லு நான் வண்டியை எடுக்குறேன்" என்றான் அவளை திரும்பி பார்த்தபடி,

"என்ன கேட்டீங்க?" என்றாள் கவின் ஒன்றுமே அறியாத பிள்ளை போல, "வித்தார கள்ளிடி நீ, உனக்கு நான் குட் பாயா இருந்தா பிடிக்குதா, இல்லாட்டி பேட் பாயா இருந்தா பிடிக்குமா பதில் சொன்னால் தான் வண்டி ஓடும்" என்றான் சூர்யா பிடிவாதமாய்.

வண்டியில் இருந்து இறங்கியவள், "நான் நடந்தே போய்க்கிறேன்" என்றாள் திமிராய், சட்டென்று அவள் கையை பிடித்து அருகில் இழுத்தவன், "ஓ பதில் சொல்ல மாட்டீங்க மேடம், அப்போ நடந்து போய்க்கோ. நான் இங்கேயே தான் நிப்பேன் பாத்துக்கோ" என்றான் மிரட்டலாய், திரும்பி அவன் அருகில் வந்தவள், "இந்த திமிரு இருக்குல்ல இந்த திமிரை தான் ரொம்ப பிடிச்சிருக்கு" என்றாள் அவன் மூக்கை பிடித்து ஆட்டியபடி, அவள் கையை பிடித்து இன்னும் அருகில் இழுத்தவன், "சொல்லுடி குள்ளச்சி உனக்கு குட் ஆர் பேட் எந்த சூர்யாவை பிடிக்கும்?" என்றான் சூர்யா, அவள் கண்களையே பார்த்தபடி, "மொத குட் பாயை தான் புடிச்சுது இப்போ பேட் பாயை ரொம்ப ரொம்ப பிடிக்குது" என்றாள் அவன் முகத்தை பார்க்காமல் தோளில் சாய்ந்தபடி. "கொல்லுறடி குள்ளச்சி, சோ ஸ்வீட்" என்றான் அவள் கன்னங்களை கிள்ளி வாயில் வைத்து முத்தி, "ரோட்டுல வச்சு என்ன கூத்தெல்லாம் அடிக்கிறீங்க, போங்க" என்று மறுபடியும் வண்டியில் ஏறி அமர்ந்தாள். ஒரு வழியாய் அவளை விடுதியில் விட்டுவிட்டு அவன் மனோவை அழைத்து கொண்டு வீடு போய் சேர்ந்தான். இங்கே மலரின் நிலைமை தான் பரிதாபகரமாய் மாறி போனது, அவளை நடுவில் விட்டு ஓட்டியே சிவக்க வைத்தார்கள் தோழிகள்.

நாளை ஏலகிரி பயணத்தில் இன்னும் என்னென்ன காத்திருக்கிறதோ...

24

தன்னுடைய வீட்டுக்கு போய் கொஞ்ச நேரத்திலேயே கவினுக்கு மெசேஜ் அனுப்பி இருந்தான் சூர்யா, "மிஸ் யுடி, உன் கூடவே இருக்கனும் போல இருக்கு" பதிலுக்கு, "எனக்கும் தான் சூர்யா" என்று அனுப்பியவள், "நல்லா தூங்கி ரெஸ்ட் எடுங்க நாளைக்கு டிரைவ் பண்ணனுமே.." என்று அனுப்பிவிட்டு தானும் உறங்க முயன்றாள்.

மலர் புரண்டு புரண்டு படுத்துக்கொண்டிருந்தாள், அவளுக்கு தூக்கமே வரவில்லை, சட்டென்று அவள் வாழ்வே ஒளிமயமாய் மாறிவிட்டதாய் தோன்றியது. சூர்யாவின் பார்வைகள் அவளுக்கு நினைவுவந்து அவளை வெட்கம் கொள்ள வைத்தன, "ராஸ்கல்.." என்று சொல்லிக்கொண்டாள், தான் அவனுக்காகவே இத்தனை நாட்களும் காத்திருந்தது போல தோன்றியது.

தோழிகள் அவளை "நீ ரொம்ப அழகா ஆகிட்டடி.." என்று கலாய்த்த போது அவளுக்கு ஒரு சங்க பாடல் தான் நினைவில் வந்தது தலைவனின் பார்வைகளை விட தனக்கு மிக சிறப்பான எந்த ஆபரணமும் அழகு சேர்த்து விடாது என்று தலைவி தோழியிடம் சொல்வதை போல இருக்கும் அந்த பாடலில் தன்னை பொருத்தி பார்த்து மகிழ்ந்தாள்.

மறுநாள் காலையில் ஒரு செட் உடையுடன் எல்லாரும் கிளம்பி தயார் ஆனார்கள், விஜி காலை யிலேயே எழுந்து தன் சித்தி வீட்டிற்கு போய் விட்டாள்

பத்து மணிக்கு அவளையும் அழைத்து கொண்டு கிளம்ப வேண்டியது தான்.

மனோ சூர்யாவிடம் சொல்லிவிட்டான், "டேய் இப்போவே சொல்லிட்டேன், நான் முன்னால தான் உக்காருவேன். ஒருவேளை நீ மலர்கூட உக்கார ஆசை பட்டா, நீ வேணா பின்னால போய்க்கோ. நான் டிரைவ் பண்ணுறேன், ஆனா என்னைய மட்டும் பின்னால உக்கார வச்சிராதடா, பின்னால ப்ரியாவும் என் பக்கத்துல உக்கார மாட்டா. நான் மிச்ச ரெண்டு பேர்ல யாரு கூட உக்காந்தாலும் என்னைய பார்வையாலேயே பஸ்பமாக்குவா" என்றான் மனோ பரிதாபமாய்,

"டேய் இன்டெரெஸ்ட்டிங், இது வேற ஓடிட்டு இருக்கா?" என்றான் சூர்யா ஆர்வமாய், "இதுல ஓட என்னடா இருக்கு" என்றான் மனோ புரியாமல், "அட தத்தி பயலே! மீரா, விஜி கூட நீ பேசினா இவளுக்கு என்னவாம்? கோவப்படுறானா என்னவோ இருக்கில்ல, அது என்னனு கண்டு பிடி, அதான் உனக்கு ஏலகிரில முக்கியமான வேலையே, சரியா?" என்றான், "ஓ! இப்படி ஒன்னு இருக்கோ? சூப்பர் மச்சி, நீ என் அறிவு கண்ணை திறந்துட்டடா" என்றான் மகிழ்ச்சியாய்,

"டேய் பாத்து, ப்ரியா சாப்ட் டைப் கிடையாது, அடிய வாங்கிறாத பாத்து இரு" என்றான் சூர்யா, "டேய் என்னடா இப்படி பயமுறுத்துற, என்னதான்டா பண்ண?" என்றான் மனோ குழப்பமாய், "அது யோசிச்சா உனக்கே புரியும் அவளை எப்படி ஹேண்டல் பண்ணலாம்னு, முதல்ல நீ கிளம்பி வா" என்று காரை எடுக்க தன் பைக்கில் நண்பன் வீட்டிற்கு போனார்கள்.

காரை ஓட்டிக்கொண்டு வந்த சூர்யாவின்

கண்கள் கவினை தான் தேடின, காப்பி பிரவுன் கலரில் சுடிதார் போட்டிருந்தாள் மலர், அது அவள் நிறத்தை எடுப்பாய் காட்டியது எப்போதும் போல முடியை பின்னி இருந்தாள் ஜடையை முன்னாள் விட்டபடி சூர்யாவிற்கான தேடலுடன் நின்றுகொண்டிருந்தவளை பார்த்த போது சூர்யாவுக்கு பெருமையாய் இருந்தது. இவள் என்னவள் எனக்காகவே காத்திருக்கிறாள் என்ற மகிழ்ச்சி முகமெங்கும் பரவ சிரித்தபடியே கார் கதவை திறந்து வெளியே வந்தவன் லைட் கலரில் பேண்ட்டும் காபி கலரில் டீ ஷர்ட்டும் அணிந்திருந்தான்,

“ஹாய் குள்ளச்சி! நைட் எல்லாம் சரியாவே தூங்கலியா, கண்ணெல்லாம் சிவந்து கிடக்கு” என்றான் அவளையே பார்த்தபடி, “ம்” என்று கண்சிமிட்டி சிரித்தவள், “சேம் சேம் ஸ்வீட்” என்றாள் குழந்தையின் குதூகலத்துடன், “அது சேம் சேம் ஸ்வீட் இல்லடா, சேம் பின்ச்” என்று அவள் கன்னத்தை கிள்ளினான் சட்டென்று பின்னடைத்தவள் “காலங்காத்தால ஊரே நம்மள தான் பாக்குது” என்றாள்.

வெட்கத்துடன், “ஓ! இது வேற இருக்கோ?” என்று அவன் திரும்பி பார்த்த போது, ப்ரியா அவன் அருகில் வந்து “காங்கிராட்ஸ் அண்ணா, கண்ணுக்கு குளிர்ச்சியான காட்சி, நடத்துங்க நடத்துங்க” என்றாள் சூர்யாவுக்கு லேசாக வெட்கம் வந்தது, “தேங்க்ஸ்மா” என்றவனுக்கு, மீராவும் விஜியும் வாழ்த்து சொல்லி விட்டு, “நாங்க எதுவுமே பாக்கலையே” என்று கலாய்த்தனர், “தேங்க்ஸ், தேங்க்ஸ், குட் கேர்ள்ஸ் அப்படியே தான் இருக்கனும் எப்பவும்” என்றான் மென் புன்னகையுடன்.

சூர்யா வண்டி ஓட்ட தொடங்கினான் அவனுக்கு நேர் பின்னால் அமர்ந்திருந்தாள் கவின், சூர்யாவுக்கு

அருகில் அமர்ந்திருந்த மனோ திரும்பி ஒரு நிமிடம் ப்ரியாவை பார்த்தான், அவள் மலருக்கு அருகில் தான் அமர்ந்திருந்தாள் மனோவை ஓர கண்ணால் பார்த்த போதும் சிறு புன்னகை கூட சிந்தவில்லை. இவளை இந்த முறை வேற மாதிரி ஹேண்டில் செஞ்சா என்ன, கண்டுக்காம இருக்குற மாதிரி இருந்து பாப்போம் என்று யோசித்தான் மனோ. சூர்யா ரியர் வியூ கண்ணாடியை கவினை பார்க்க தோதாய் அட்ஜஸ்ட் செய்தான், அதன் வழியாய் அவளை பார்த்து கண்ணடித்தான் "கள்ளன்" என்றபடியே புன்னகைத்து கொண்டாள் கவின்.

போகும் வழியில் எல்லாம் தாங்கள் கீரிப்பாறை போன கதையை சொல்லிக்கொண்டே வந்தான் சூர்யா, மனோவும் இடைஇடையே நகைச்சுவையாய் பேசிய போதும் யதார்த்தமாய் கூட ப்ரியாவின் பக்கம் திரும்பி பார்க்கவில்லை. நடுநடுவே பாடல்கள் கேட்டபடியும் எதையாவது பேசியபடியும் போனார்கள் கிட்டத்தட்ட மூன்று மணி நேரத்தில் ஜோலார்பேட்டை என்ற ஊருக்கு போய் மதிய சாப்பாடை முடித்து கொண்டு மலை ஏறினார்கள்.

ஹோட்டலில் சாப்பிடும் போதே, "பேசாம நம்ம ரெண்டு பெரும் மட்டும் வந்துருக்கலாம்டி குள்ளச்சி, பேசவே முடில உன்கிட்ட" என்றான் ஏக்கமாய், "இவ்வளவு பேரும் இருக்கும் போதே நீங்க இந்த கொட்டம் அடிக்கிறீங்க, இதுல நீங்களும் நானும் தனியா போனா, தெய்வமே வேணவே வேணாம்ப்பா" என்றாள் கவின் உஷாராய். "அப்போ உனக்கு என் மேல நம்பிக்கை இல்லை?" என்றான் கடினமாகி விட்ட குரலில். ஆத்தீ! சாமி மலை ஏற பாக்குதே! என்று நினைத்தவள், கார் அருகில் இவர்கள் மட்டும் தான் நின்று கொண்டிருந்தார்கள் இன்னும் மற்றவர்கள் வந்து சேரவில்லை, அதனால் அவனை அவசரமாய்

நெருங்கி, "செல்ல குட்டில, புஜ்ஜூ குட்டி உங்க மேல நம்பிக்கை இல்லன்னா, வேற யாரை நம்ப போறேன்" என்று அவன் கன்னத்தை ஒரு கிள்ளு கிள்ளி தன் இதழ்களுக்கு அருகில் கொண்டு சென்றாள் அதற்குள் அவள் கைகளை பிடித்து அந்த விரல்களில் ஒரு அவசர முத்தம் வைத்தவன், "ஹே குள்ளச்சி! நான் கோபப் பட்டா நீ இவ்வளவு கொஞ்சி சமாதான படுத்துவியா? நல்லா இருக்கே இது" என்றான். "கொன்னு கொன்னு" என்று பத்திரம் காட்டினாள், அதற்குள் அனைவரும் வரவே இவர்கள் மலை மீது ஏறத்தொடங்கினர்.

முக்கால் மணி நேரத்தில் ஏலகிரிக்கு போய் இருந்தனர். பெண்களுக்கு ஒன்று ஆண்களுக்கு ஒன்று என்று தனித்தனி அரைகள் எடுத்தனர். களைப்பு தீர சற்று நேரம் உறங்கிவிட்டு ஐந்து மணிக்கு அங்குள்ள பார்க்கிற்கு சென்றனர், அங்கிருந்த மலர்கள், பசும் மரங்களுக்கு கீழ் நின்று மாறி மாறி புகைப்படம் எடுப்பதை விட வேறு எதுவும் புதிதாய் பார்ப்பதற்கு இல்லை. மியூசிகல் பவுண்டைன் இருந்தது, அதை கொஞ்ச நேரம் பார்த்து களித்தனர். மனோ வெகு கவனமாய் ப்ரியாவை பார்ப்பதை தவிர்த்தான்.

அதுவரை இயல்பாய் இருந்தவள் பார்க்கில் இருந்து மனோவை கூர்ந்து கவனிக்கலானாள், ஓ! இவன் நிஜம்மாவே நம்மை தவிர்க்கிறானா ஏன் என்று அவளுக்கு குழம்பியது. அவளை பார்த்த நாளில் இருந்து அவளிடம் பேசும் வாய்ப்புக்காக எப்போதுமே மனோ பார்த்துக்கொண்டே இருப்பான். சின்ன இடைவெளி கிடைத்தால் கூட எதையாவது பேசுவான், இவள் பதில் சொல்லாமல் இருந்தால் கூட, தான் பேச நினைத்ததை பேசிவிட்டு தான் செல்வான். சில நேரங்களில் அவன் எதையாவது பேசும் போது கட்டுப்படுத்த முடியாமல் சிரிப்பு வரும், என்ற போதும் மெல்லிய

புன்னகையையே சிந்துவாள் அதற்கே மகிழ்ந்து போய் விடுவான். பல நேரம் ஒன்றுமே பேசாமல் இவள் இருப்பதை பார்த்துவிட்டு முகம் சோர்ந்த போதும், இப்படி பேசாமல் இருந்ததே இல்லை. அவன் அப்படி இருந்தது ப்ரியாவுக்கு என்னவோ போல இருந்தது.

சூர்யா கவினை இயற்கை சூழலின் பின்னணியில் நிறுத்தி பல வித்யாசமான படங்களை எடுத்தான், அவளுக்கு கால் வலிப்பது போல இருந்தது, "சூர்யா ப்ளீஸ் எங்கயாச்சும் உக்காரலாம் மொத எனக்கு எடுத்த படங்களை காட்டுங்க" என்று சொன்னவளை புல் தரையில் அமர சொல்லி அவள் அருகில் தானும் அமர்ந்தான். கேமராவில் படங்களை பார்க்க அவன் அருகில் நெருங்கி அமர்ந்தவள் முகத்தையே பார்த்து கொண்டிருந்தான் சூர்யா, அதை கவனிக்காமல் கேமராவில் கவனமாய் இருந்தாள் கவின்.

வில் போன்ற அழகான புருவங்கள், அவள் கண்களின் கருவிழி இங்கும் அங்கும் அசையும் போது, அவனுக்கு ஒரு கவிதை ஞாபகம் வந்தது,

"எத்தனை முறை

துவைத்தாலும்

வெளுப்பதே இல்லை

கருவிழி" அறிவுமதி

அப்படியே பார்த்து கொண்டு இருந்தவன் அந்த ஆப்பிள் கன்னங்களை கடித்து பார்க்கும் ஆசை வந்த போதும் பேசாமல் அவளை பார்த்து கொண்டிருந்தான், படங்களையே பார்த்து கொண்டிருந்தவள் ஓரக்கண்ணால் அவனை பார்த்துவிட்டு, "ஆதுமா உங்களுக்கு பசிக்குதா?" என்றாள், ஒன்றும் புரியாமல் "இல்லையே?"

என்று நிமிர்த்தவனைப் பார்த்து "பின்ன ஏன் என்னையே சாப்புடுற மாதிரி பாக்குறீங்க?" என்றாள் குறும்பாய், "தப்பு தான்டி குள்ளச்சி பேசாம பாத்திட்டு இருந்திருக்க கூடாது கடிச்சு சாப்பிட்டிருக்கனும்" என்று அவன் சொல்லி முடிப்பதற்குள், எழுந்து ஓடியவளை அவனும் துரத்தினான், இருவரும் கொஞ்ச நேரம் ஓடிவிட்டு பின்பு அமர்ந்து சிரித்தனர். அப்போது சூர்யா கவினிடம், "உன்கிட்ட ஒரு விஷயம் கேக்கணும்னு நினைச்சேன் டா, ப்ரியாவுக்கு மனோ மேல இன்டெரெஸ்ட் இருக்கா?" என்றான் ஆர்வமாய், "தெரியலை சூர்யா கொஞ்சம் கூட எதுவும் காட்டிக்க மாட்டா, ஆனா அண்ணாக்கு அவளை ரொம்ப பிடிக்கும்ல?" என்றவள் "அவளை பேச வைக்க என்கிட்டே தான் ஐடியா கேப்பாங்க பதிலுக்கு நான் ஆதவனை கண்டு பிடிக்க அவங்க கிட்ட ஐடியா கேப்பேன்" என்றாள் சிரிப்புடன், "ஆனாலும் நான் பாத்தாலும் பாத்தேன் இப்படி ஒரு தத்திய பாத்ததில்லைம்மா எம்புட்டு க்ளூ குடுத்துருப்பேன், ஆனா ஆதின்னு ஒருத்தனை என் சீட்டுக்கு வந்து பாக்க வந்தியே, அப்போ எனக்கு வந்த கடுப்புக்கு.." என்றவன், "நாலு அடி அடிக்கலாம்னு வந்தேன் ஆனா உன்ன கிட்டத்துல பாத்த உடனே எல்லாம் மறந்து போச்சு" என்றான் ஆசையாய்,

"சோ ஸ்வீட்" என்றவளை, "ஒழுங்கா நாளைக்கு காலைல அஞ்சு மணிக்கு ரெடியா கிளம்பி, என் கூட வர்ற தூங்கினனு வச்சுக்கோ கொன்னுருவேன். எல்லா பொண்ணுங்களும் தூங்குவாங்க. உன்னைய வந்து எழுப்ப கூட முடியாது, சரியா?" என்றான் அதிகாரமாய், "சரிங்க ஆஃபீசர்" என்றாள் கவின் பணிவாய், "நீ இருக்கியே..." என்று அவள் அருகில் வந்தவன், "ப்ளீஸ் தூங்கிறாதடி குள்ளச்சி, மாமன் மனசொடிஞ்சு போயிருவேன்" என்றான் பாவமாய், "என்னோட ஆதுச்

செல்லத்தை தவிக்கவிடுவேனா” என்று அவன் உச்சி முடியை கலைத்து விட்டு போனாள்.

கவினுக்கு பயமாய் இருந்தது எழுந்து கொள்ளாமல் இருந்து சூர்யாவுடனான பொழுதுகளை மிஸ் செய்துவிடுவோமோ என்று. மூன்று நான்கு அலாரங்களை வைத்துவிட்டு அது அடிக்கும் முன்பே எழுந்து கிளம்பி வெளியில் வந்த நொடி அந்த விடுதியே அமைதியாய் இருந்தது. மெல்ல அவள் நடந்து போய் சூர்யா தங்கி இருந்த அறையை தட்ட முற்படும் போது அவள் காதருகே “ஹா” என்றான் சூர்யா, பயந்து போய் துள்ளி குதித்தவளை பிடித்து நிறுத்தி யவன் “பயந்தாங்க்கோழி! சும்மா விளையாண்டேன்டி ஒண்ணுமில்ல” என்றவன் தயாராய் வைத்திருந்த தண்ணீர் பாட்டிலை குடிக்கக் கொடுத்தான். தன்னை ஆசுவாசபடுத்தியவள் “உங்களை..” என்று அவனின் தோள்களில் இரண்டு அடி கொடுத்தாள்.

“சரி வா” என்று அவளை அழைத்து கொண்டு வெளியில் வந்தவன், “இந்த பக்கமா கொஞ்ச தூரம் நடந்து போனா, ஒரு சின்ன குன்று வருமாம். அங்க ட்ரெக்கிங் போவாங்களாம். நம்ம அங்க தான் போக போறோம் சரியா” என்றான், “சூப்பர் சூர்யா” என்றாள் கவின் ஆர்வமாய்.

மலர் சற்றே கனமான ஒரு பிங்க் வண்ண லாங் டாப்பும் ஜீனும் அணிந்திருந்தாள், கழுத்தை சுற்றி ஸ்டோலை போட்டிருந்தாள். சூர்யா நீல நிற டீ-ஷேர்ட்டும், கருப்பு ஜீனுமாய் அசத்தினான். சூர்யா கவினிடம், “உனக்கு ஆதவன பிடிக்குமாடா?” என்றான், “இதென்ன இப்படி ஒரு கேள்வி ரொம்ப ரொம்ப பிடிக்குமே..” என்றாள், “அதில்லை நான் ஆதவனா இல்லாம வேறு யாரோ ஆதவனா இருந்திருந்தா என்ன

செஞ்சிருப்ப?" என்றான் சூர்யா, "அதுவா ரொம்ப சிம்பிள் பேசியே இருந்திருக்க மாட்டேன்" என்றாள் கவின் யோசிக்காமல்.

"இப்போ நான் கேக்குறேன் நான் நறுமுகையா இல்லாம வேற யாராச்சும் இருந்திருந்தா?" என்றாள் ஆர்வமாய், "கண்டிப்பா பேசி கரெக்ட் பண்ணியி ருப்பேன்" என்று சொல்லிவிட்டு அவளிடம் அடி வாங்கினான். சற்றே ஏற சிரமமான ஏற்றங்கள் வந்தது சூர்யா, வெளிச்சத்திற்கான லைட்டை தன் ஒரு கையில் பிடித்து கொண்டு மறு கையில் கவினின் கரங்களை பற்றி அழைத்து போனான். விடியல் தொடங்கிய சமயம் எதையோ பேசிக்கொண்டே வந்தவளை அமைதி யாக இருக்க சொல்லிவிட்டு மலர தயாராய் இருந்த மொட்டுகளை காண்பித்தான். "இந்த நறுமுகைக்கு சில நறுமுகைகளை காட்டத்தான் கூட்டிவந்தேன்" என்றவன் கிட்டத்தட்ட விடிய போகும் தருணத்தில் மலர தொடங்கிய பூக்களை நிறைய படங்கள் எடுத்தான் பிரமிப்புடன் பார்த்துக்கொண்டிருந்த கவினை சில போட்டோக்கள் என்று எடுத்தான். இன்னும் கொஞ்சம் மேலே போக நினைத்தபோது ஒரு சிறு ஓடையின் சலசலப்பு கேட்டது. அது கொஞ்சம் உயரமான இடம் ஆகையால் கவின் ஏற கொஞ்சம் சிரமப்பட் டாள். அவளை சட்டென்று இடையோடு தூக்கி மேல் ஏற்றிவிட்டு ஒரே தாவலில் தானும் ஏறினான். அவள் எதிர்பாராத தருணத்தில் அவன் அவளை தூங்கியதால் நிலைகுலைந்தவள் ஒரு நிமிடம் ஒன்றுமே பேச வில்லை, அவளை இடையோடு பிடித்து அருகில் இழுத்தவன், "ஹே குள்ளச்சி செம சாப்ட்டா இருக்கேடி" என்றான் ரகசிய குரலில், "உங்களை.." என்று விலக பார்த்தவளை பிடித்து அழைத்து போய் ஒரு பாறையில் அமர்த்தியவன்

எந்த நேரமும் நின் மையல் ஏறுதடீ

குற வள்ளீ, சிறு கள்ளீ!

(இந்த) நேரத்தி லேமலை வாரத்தி லேநதி யோரத்தி

லேயனைக் கூடி - நின்றன் வீரத் தமிழச் சொல்லின்

சாரத்தி லேமனம் மிக்க மகிழ்ச்சி கொண்டாடி - குழல்

பாரத்தி லேஇத ழீரத்தி லேமுலை யோரத்திலே அன்பு சூடி

- நெஞ்சம் ஆரத் தழுவி அமர நிலை பெற் றதன் பயனை யின்று காண்பேன். (எந்த நேரமும்)

பாரதியின் இந்த பாடலை பாடினான், அற்புதமான குரல் வளத்துடன் இன்னும் புலராத அந்த அதி காலை பொழுதில் அவன் பாடிய பாடல் கவினை பிரமிப்பில் ஆழ்த்தியது, அவள் மனம் அவன் பாடலில் மயங்கியது, இதழ்கள் சற்றே திறந்திருக்க, அவனையே பார்த்து கொண்டிருந்தவளை பார்த்தவன் பாடி முடித்து அவளருகில் வந்த போது, அவனை ஆற தழுவிய அவள் இமையோரங்கள் துளிர்த்திருந்தது, "லவ் யு லாட்ஸ்டி கண்ணம்மா" என்றான் சூர்யா அவள் கைகளில் அவளுக்கு பிடித்தமான பொன் வண்ண கண்ணாடி வளையல்களை மாட்டிக்கொண்டே, "நானும்" என்பதற்கு மேல் எதுவுமே சொல்ல தோன்றவில்லை அவளுக்கு அவள் கண்கள் அதீத மகிழ்வை தாங்க முடியாமல் கண்ணீரை சிந்தின, இருவரின் இதயமும் நிரம்பி ததும்பியது.

பாறையில் இருந்து சற்று தூரத்தில் வந்த ஓடையில் கணுக்கால் அளவு நீர் இருந்தது அதில் கால் வைக்க ஆசை இருந்த போதும் குளிருமோ என்று பயந்தவளை சட்டென்று பிடித்து இழுத்ததில் அவன் மேலேயே போய் விழுந்தாள், அவனும் விழுந்து

விடாமலிருக்க அவளை இருக்க பற்றிய நொடி அவள் முகம் அவனது முகத்திற்கு வெகு அருகில் வந்தது. அவள் உதடுகளில் தெரிந்திருந்த நீர் துளிகள் அவனை பித்தம் கொள்ள வைத்தது. அந்த மலரிதழ்களை தன் இதழ் கொண்டு மூடினான், முடிக்க முடியாமல் தொடர்ந்த அந்த முத்தம் அவர்களை வேறு ஒரு உலகத்திற்கு அழைத்து சென்றது, சூரியன் மெல்ல தன் ஒளிக்கற்றைகளை மலையில் படர விட்டிருந்த அந்த காலை பொழுதில் பறவைகளின் ஓசைகள் சுருதி சேர்க்க, மயக்கத்தை அதிகரித்தபடி அவர்களை சூழ்ந்து நின்றன மேகங்கள். தனிமை அவர்களுக்குள் மோகத்தை அதிகரித்தது, சூர்யாவால் அவள் இதழ் களை விட்டுவிடவே முடியவில்லை...

வான் வழங்கும் அமுத கலசம் வாய் வழியே ததும்பி ததும்பி வழியிதோ ஓ

தேன் பொங்கும் தெய்வ வடிவம் தோள் தழுவி தலைவன் மடியில் விழுந்ததோ

மூங்கிலில் காற்று நுழைந்து மோகனம் பாடுதா

நால்வகை நாணம் மறந்து நாடகம் ஆடுதா

ஆயிரம் சூரியன் நாடியில் ஏறுதா

ஆதியும் அந்தமும் வேர்வைகள் ஊறுதா

நூலாடை விலகி விலகி நீரோடை பெருகி வழியும் வேளை

முத்தங்கள் வைத்ததும் மூன்று உலகை மறந்த நெஞ்சுக்கு ஓம்

ஓம் நமஹ உருகும் உயிருக்கு ஓம் நமஹ உயிரின் உணர்வுக்கு ஓம்

அவள் மனமெங்கும் ஓம்காரமாய் நிறைந்தி ருந்தான் சூர்யா, மயங்கி துவண்டிருந்த கவினை

இடையோடு பிடித்திருந்த சூர்யா, அவள் இதழை விடுவித்திருந்த போது அவள் செம்பூவாகி இருந்தாள், அவளால் நிமிர்ந்து சூர்யாவின் முகத்தை கூட பார்க்க இயலவில்லை. அவன் தோள்களில் இருந்து தன் முகத்தை எடுக்காமல் வெட்கத்தில் நின்றவளை ரசித்தவன் "அழகிடி நீ" என்றான் ஆசையாய்.

இடைவிடாமல் பேசிக்கொண்டே வந்த கவின் இந்த முத்தத்திற்கு பிறகு பேசவே இல்லை அவளை சூர்யாவும் அதிகம் வம்பிழுக்காமல் அமைதியாகவே அழைத்து வந்தான். அவர்கள் விடுதிக்கு போய் சேர்ந்த போது அப்போது தான் அனைவரும் எழ ஆரம்பித் திருந்தனர் சூர்யாவிற்கு மலருக்கும் கொஞ்ச நேர ஓய்வு தேவைப்பட்டது.

காலையில் சிற்றுண்டிக்கு பிறகு அனைவரும் கிளம்பி படகு சவாரிக்கு போனார்கள், மனோவுடன் தோழிகள் ஒரு படகில் போக காத்திருந்த போது, யார் பெடல் செய்வது என்று குழப்பம் வந்தது. மனோ, "மீரா நீங்க பெடல் செய்யுறீங்களா?" என்று கேட்டுவிட்டு, அவள் சரி என்றதும் அவளிடமே பேச தொடங்கினான். ப்ரியாவுக்கு கோவம் வர ஆரம்பித்தது ஏன் என்கிட்டே இவன் கேக்க மாட்டானோ என்று அவள் முகத்தில் இருந்த மலர்ச்சி காணாமல் போனது. அவளை ஓர கண்ணால் பார்த்தவன் ஒர்க் அவுட் ஆகுது போல அப்படியே கண்டினியூ பண்ணுடா மனோ என்று சொல்லிக்கொண்டான். பின்பு படகில் விஜி மற்றும் மீரா கேட்ட கேள்விகளுக்கு மட்டுமே பதில் சொன்னாள், வேறு எதுவுமே பேசாமல் அமைதியாய் வந்தவளை விஜி தான் வம்பிழுத்து கொண்டிருந்தாள். ப்ரியாவிற்கு தன்னை நினைத்தே கோவம் வந்தது அவன் பேசினாலும் கோவம் வருது பேசாட்டியும் கோவம் வருது என்ன தாண்டி வேணும் உனக்கு என்று

தன்னை தானே கேட்டுக்கொண்டாள் அவள்.

படகில் போக கவினுக்கு கொஞ்சம் பயமாக தான் இருந்தது "இதுக்கெல்லாம் பயப்படலாமா?" என்றவனிடம் பாபநாசம் காரையார் டாமில் படகு சவாரி போகும் போது முதலையை பார்த்து தான் பயந்து போன கதையை சொல்லிக்கொண்டிருந்தாள் கவின், "நீ வளரவே இல்லடி குள்ளச்சி" என்றவன், "இங்கெல்லாம் அப்படி எதுவும் இருக்காது என்றவன் நீ எல்லாம் இதுக்கே பயப்படுற நாளை பின்ன என்னத்த சாதிக்க போற?" என்று உசுப்பேத்திவிட்டு அவளை படகை பெடல்செய்ய வைத்தான்.

கவினுக்கு சூர்யாவின் கண்களை பார்க்க வெட்கமாய் இருந்தது அதை புரிந்து கொண்ட சூர்யா பெடல் செய்வதில் முனைப்பாய் இருந்த சமயம், "இதுக்கே இந்த வெக்க படுற நாளை பின்ன கல்யாணம் ஆனா மாமன் ஃபுல் ஃபார்ம்ல இருப்பேன் எப்படி சமாளிப்ப?" என்றான் அவள் காதில், "எப்போ பாரு இதே பேச்சு, உங்களை..." என்றவள் "அதென்ன எப்போ பாரு குள்ளச்சி சொல்றீங்க, நான் என்ன அவ்வளவு குட்டையாவா இருக்கேன், உங்களோட ஒரு அடி தான் குறைவா இருப்பேன் தெரியுமா?" என்றாள், "அப்போ கவின்மலர்ன்னு ஷார்ட்டா கூப்பிடட்டா?" என்றான் சூர்யா குறும்பாய், "இல்ல இப்படியே கூப்டு கூப்டு எனக்கே நீங்க குள்ளச்சின்னு கூப்பிட்டா தான் பிடிக்குது" என்றாள் வெட்கத்துடன் சட்டென்று கேமராவை எடுத்து அவளின் வெட்கத்தை படமெடுத்தான் சூர்யா.

கேம் விளையாடும் இடங்களுக்கெல்லாம் போய் வித்யாசமான விளையாட்டுகளை எல்லாம் முயன்று பார்த்தார்கள் என்ற போதும் ப்ரியாவிற்குள்

ஒரு சோர்வு வந்தது. மீராவும் விஜியும் மனோவுடன் நல்ல நட்பாகி விட்டார்கள் அவனுடன் அதிகம் பேசி அரட்டை அடிக்க தொடங்கி விட்டார்கள், தான் மட்டும் தனிமையாய் இருப்பது போல ஒரு தனிமை உணர்வு வந்தது ப்ரியாவிற்குள். தேனீர் கடைக்கு போன போது எல்லாருக்கும் தேனீர் வந்தது. எதையோ யோசித்த படியே தேனீரை எடுக்காமல் இருந்த ப்ரியாவிற்கு ஒரு கோப்பையை எடுத்து கொடுத்தான் மனோ "இப்போ இதை எடுத்து குடுக்கலைன்னு யாராச்சும் உங்களை கேட்டாங்களா எங்களுக்கு தெரியும்" என்று கடித்த வளை தோழிகள் புரியாமல் பார்த்தனர்.

"என்ன ஆச்சு ப்ரியா, ஏன் மனோ கிட்ட இவ்வளவு ஹார்ஷா பேசுற?" என்று கண்டிக்கும் தொனியில் கேட்டாள் மீரா.

25

மீரா எதற்காக நீ மனோவிடம் இந்த தொனியில் பேசுகிறாய் என்று கேட்ட போது, நிஜமாகவே ப்ரியா விற்கு வருத்தமாய் இருந்தது. தேவை இல்லமா நாம குழம்பிட்டு எதுக்கு அவனை திட்டினோம் என்று யோசித்து, "ஐ ஆம் சாரி மனோ" என்றாள் உணர்ந்து. "இட்ஸ் ஓகே" என்றான் மனோ பெருந்தன்மையாய். உன்கிட்ட பேச ஆரம்பிச்ச இத்தனை மாசத்துல இன்னைக்கு தான் நீயே என்ன மனோன்னு கூப்பிட் டிருக்க ரியா, "குட் ஒர்க் மனோ" என்று தன்னை தானே மெச்சிக்கொண்டான்.

விடுதிக்கு போய் தனிமை வாய்த்த சமயம்

கவின் ப்ரியாவிடம், “என்ன ஆச்சு ப்ரியா, நீ இப்படி எல்லாம் யார்கிட்டயும் கோபப்பட்டு பாத்ததே இல்ல, இருக்கதுலேயே ஜாலியா இருக்கக்கூடிய மனோ அண்ணன் கிட்ட கோவபட்டுட்டியே” என்றாள் ஆற்றாமையுடன்,

“இல்ல மலர், ஐ பெல்ட் வெரி லோன்லி நீயும் அண்ணா கூட போய்ட்ட, மீராவும் விஜியும் மனோகிட்டயே பேசிட்டு இருந்தாங்க. என்னைய எல்லாரும் அவாய்ட் பண்ணுற மாதிரி தோணுச்சு” என்றாள் ப்ரியா வருத்தமான குரலில், “நீயும் மனோ அண்ணா கிட்ட பேச வேண்டி தானே” என்றாள் மலர், “எனக்கு திடீர்னு எல்லாம் பேச தெரியலை, ஆனா பேசணும் போல இருந்துச்சு, ரொம்ப குழப்பமா இருந்துச்சா, அவர் கிட்ட காட்டி இருக்க கூடாது தான். எனக்கே கஷ்டமா இருந்துச்சு மலர்” என்றாள் பரிதாபமாய், “சரிடா விடு. மனோ அண்ணா ரொம்ப ஈஸியா எல்லார் கூடவும் பேசிருவாரு. அவர் கூட பேச உனக்கு என்ன தயக்கம் ஃபீல் ஃபிரீ” என்றாள் மலர், “சரிடா முயற்சி பண்ணுறேன்” என்றாள் ப்ரியா,

மலர் சும்மா இல்லாமல், “ஆமா எல்லாரும் உன்னைய அவாய்ட் பண்ணுற மாதிரி தோணுச்சா, இல்லாட்டி மனோ அண்ணா மட்டும் அப்படி செஞ்சாருன்னு நினைக்கிறியா?” என்றாள் விடாமல், “மனோதான் அப்படி பண்ணுற மாதிரி தோணுச்சு” என்று நேர்மையாய் ஒத்து கொண்டாள். “அப்படின்னா அண்ணா கிட்ட நேரடியா கேட்டுறவேண்டி தானே?” என்றாள் மலர், “ம்ம் கேக்குறேன்டா” என்று படுக்க போனாள் ப்ரியா.

ஏலகிரிக்கு போய் வந்து ஒரு வாரம் கழிந்திருந்த நிலையில் கவினுக்கு கவலையாய்

இருந்தது, இன்னும் கொஞ்ச நாட்களில் அவர்களின் இன்டெர்ன்ஷிப் முடிய போகிறது. ஒரு வாரத்தில் நடக்க இருக்கும் நேர்காணலில் தான் முடிவாகும் இவர்கள் நிரந்தரமாய் இதே கம்பெனியில் பணிக்கு தேர்வு செய்யப்படுவார்களா என்று, அப்படி தேர்வாக இல்லையெனில் ஊருக்கு போக வேண்டும். பின்பு எதாவது நேர்காணல் ஏற்பாடானால் தான் வர முடியும். அதுவரை சூர்யாவை நேரில் பார்ப்பது இயலாது. ஏலகிரிக்கு போய் வந்ததிலிருந்தே சூர்யாவுக்கு வேலை அதிகமாய் இருந்தது. அவன் பணி செய்யும் ப்ராஜெக்ட்டில், இவனுக்கு ஒரு முக்கியமான வேலை கொடுத்திருந்தார்கள். அதனால் இரவும் பகலும் வேலையில் மூழ்க வேண்டி இருந்தது, எனினும் காலை, மதியம், மாலை என்று மூன்று நேரமும் எப்படியாவது கவினுக்காக கொஞ்ச நேரம் ஒதுக்கினான். அவனை பார்க்காமல் ஒரு நாளை கூட அவளால் தள்ள முடியவில்லை.

அன்று மதியம் கிட்டத்தட்ட கேன்டீன் காலியான நேரம் தான் சாப்பிட வந்தான் சூர்யா, போனில் எதையோ நோண்டிக்கொண்டிருந்த கவின் அவனை பார்த்தவுடன் மலர்ந்து சிரித்து, "சப்பா எவ்வளவு நேரம் சாப்பிடாம இருப்பீங்க, உங்களுக்கு கூப்டு கூப்பிட்டே நான் டயர்ட் ஆகிட்டேன்" என்றாள், "முக்கியமான வேலைடா, பாதில விட்டுட்டு வர முடில. நீ பேசாம லஞ்ச்ச மனோகிட்ட குடுத்திட்டு போயிருக்க வேண்டி தானே நீ ஏன் காத்திருக்க, சாப்பிட்டியா?" என்றான். "எனக்கு வேலை எல்லாம் முடிஞ்சிருச்சு சூர்யா, வெட்டியா தான் இருக்கேன். உங்களுக்காக வெயிட் பண்ணுறதுல என்ன, ஆனா ரொம்ப லேட் ஆகிருச்சு உங்களுக்கு பசிக்குமேன்னு பாத்தேன்" என்றவளை "சாப்பிட்டியான்னு கேட்டேன்?" என்று அவன் திரும்ப

கேட்கவும்,

"அதெல்லாம் திவ்யமா ஆச்சு, வெட்டியா இருந்தா ரொம்ப பசிக்குது. நீங்க வரவே மாட்டேங்குறீங்க. பின்ன எவ்வளவு நேரம் காத்திருக்குறதாம், அது எப்படி தான் புருஷன் வர்ற வரை சாப்பிடாம இருக்காங்களோ இந்த லேடீஸ் எனக்கெல்லாம் ரொம்ப கஷ்டம் சூர்யா" என்றாள் கவின் சலுகையாய். "இதான்டி குள்ளச்சி நீ சமத்து, நீ சாப்பிட்டுட்டு மாமனுக்காக வெயிட் பண்ணுற பாத்தியா அங்க நிக்கிற" என்றான் சிரிப்புடன். "நான் சாப்புடுறத பாத்து கண்ணு வைக்கிறதே உங்களுக்கு வேலையா போச்சு" என்றவள், "பேசிட்டே இருக்காதீங்க வாய தொறங்க" என்றவள் அவன் எதிர்பாராத தருணம் அவனுக்கு ஊட்டி விட தொடங்கினாள். கேன்டீன் முழுவதுமே கிட்டதட்ட காலியாக தான் இருந்தது கடைசி மேசையில் ஒர் இருவர் மட்டும் சாப்பிட்ட படி இருந்தனர், இது எதை பற்றியுமே கவலை படாமல் கவின் சூர்யாவிற்கு ஊட்ட தொடங்கினாள். அவள் கையில் இருந்த ஸ்பூனை வாங்கி கீழே வைத்தவன், "ப்ளீஸ் ப்ளீஸ் கையால எடுத்து குடுடி குள்ளச்சி" என்றான், அவளும் அப்படியே செய்யவும் அவளையே பார்த்துக்கொண்டிருந்தான், "என்ன அப்படி குறுகுறுன்னு பாக்குறீங்க, இப்படி எல்லாம் பாக்க வேண்டியது அப்புறம் ஒரு போன் பண்ணினா கூட பேசாம வேலையா இருக்கேன்னு மெசேஜ் அனுப்ப வேண்டியது, செம கோவமா இருக்கேன் உங்க மேல" என்றாள் கவின்.

"நிஜம்மா சொல்லுறேன், நீ கோபப்படும் போது மூக்கு நுனி எல்லாம் சிவந்து போய் மோத்தி லட்டு மாதிரி இருப்பியா, எனக்கு அப்படியே உன்னைய கடிச்சு சாப்பிடனும் போல இருக்கும்" என்றான் ரசித்து, "எப்படியோ என்னைய ஐஸ் வச்சு சமாளிச்சிறீங்க,

ஆனா இன்னும் ஒரு வாரம் தான். அப்புறம் தான் தெரியும் நான் இங்க இருக்க போறேனா இல்லாட்டி கல்லிடை போயிருவேனான்னு" என்றாள் கவலையாய், "எனக்கு அதில எல்லாம் டௌட்டே இல்ல உனக்கு கண்டிப்பா வேலை கன்பார்ம் ஆகிரும்" என்றவன், "அப்படி ஆகிருச்சுன்னா எனக்கு என்ன கிப்ட் தருவ?" என்றான் கண்ணில் மின்னலுடன், "என்ன கிப்ட் வேணுமாம்?" என்றாள் கொஞ்சல் குரலில், "சீக்கிரம் கல்யாணம் பண்ணிக்கலாம்டி, உன்னைய பாத்தா என்னால சும்மாவே இருக்க முடியலை" என்றான் ஏக்கமாய்,

"இந்த பேச்செல்லாம் நல்லா தான் பேசுறீங்க, ஆனா நீங்க தானே உங்க அப்பா அம்மா கிட்ட சொல்லி பொண்ணு கேக்க வரணும் நானா மாப்பிள்ளை கேக்க முடியும்?" என்றாள் கவின், "ஏன் கேட்டா என்னவாம்?" என்றான், அவள் தோள்களை இடித்துக் கொண்டே, "ம்ம் மாப்பிள்ளை சார் என்ன கட்டிக்கி றீங்களா?" என்றாள் கொஞ்சல் குரலில், "வெயிட்டிங் குள்ளச்சி" என்றான் சரசமாய், "நீ கைகழுவிட்டு வா போலாம், எனக்கு வேலை நிறைய இருக்கு" என்றான் கடுப்பாய். "கூல் கூல் சீக்கிரம் முடிஞ்சிரும், எப்போவும் கூலா இருக்கனும்னு என்னோட நண்பர் ஆதவன் சொல்லி இருக்காரு" என்றாள் புன்னகையுடன், "சரிங்க நறுமுகை" என்று புன்னகையுடன் எழுந்து கொண்டான் சூர்யா. "எப்போ தான் இந்த ஒர்க் முடியும் சூர்யா?" என்று கேட்டாள் மலர் "அது இன்னும் ஒரு வாரம் இருக்குடா" என்றான் சூர்யா யோசனையாய்.

ஒரு வாரம் தாண்டியும் இழுத்தடித்து கொண்டி ருந்தது வேலை, கவின் கொஞ்ச கொஞ்சமாய் பொறுமை இழந்து கொண்டிருந்தாள். ஏனெனில் இப்போதெல்லாம் சூர்யா மாலை இவளை பார்க்க

வருவதில்லை, அந்த நேரம் தான் அவனுக்கு மீட்டிங் இருந்தது. காலையில் நேரம் கழித்து தான் வந்தான், மதிய உணவை கூட சாப்பிட அவன் வருவதில்லை, இவள்தான் அவன் சீட்டிற்கு போய் அழைத்துவர வேண்டியதாய் இருந்தது. விடுமுறை நாட்களில் கூட வேலை செய்து மிகுந்த சோர்வாகி இருந்தான் சூர்யா. முகமெல்லாம் தாடியுடன், தூக்கமில்லா கண்களுடன் அவனை பார்க்கவே பாவமாய் இருந்தது கவினுக்கு. "பேசாம இந்த வேலையை விட்ருங்க சூர்யா" என்றாள் கடுப்பாய், "அப்படியா சொல்லுற, அப்புறம் உங்க அப்பா எப்படி எனக்கு பொண்ணு தருவாராம்" என்றான் கண்கள் ஒளிர, "வேற ஏதாச்சும் பிசினஸ் செய்யுங்க அதெல்லாம் கண்டிப்பா பொண்ணு தருவாரு" என்றாள் நம்பிக்கையுடன், "பின்ன எப்போ பாரு வேலை பாத்துட்டே இருந்தா சீக்கிரம் எல்லா வியாதியும் வந்திரும் போல" என்றாள் எரிச்சலுடன். "நானும் அதான்டா யோசிச்சிட்டு இருக்கேன், இப்போ டைம் இல்ல நான் அப்பறம் பேசுறேன்" என்று போய் விட்டான், பெருமூச்சுடன் அமர்ந்திருந்தாள் கவின்.

ஒரு வாரமாய் முயன்றும் ப்ரியா எதிர்பார்த்த தனிமை கிடைக்கவில்லை மனோவிடம் பேச துடித்த போதும் தயக்கமாகவே இருந்தது. ஒரு நாள் கவின், ப்ரியா, மனோ மூவர் மட்டுமே வந்திருந்தனர், மீரா ஏதோ வேலையை முடிக்க வேண்டி பரபரப்பாய் வேலை செய்துகொண்டிருந்தாள். விஜி அன்று விடுப்பு அதனால் வரவில்லை. எப்போதும் போல சூர்யா வேலையில் இருந்தான் ப்ரியா தயக்கத்துடன் உக்கார்ந்திருப்பதை பார்த்துவிட்டான் மனோ, இத்தோட பத்து நாள் ஆச்சு இவ கிட்ட பேசி அவளே பேசுறாளா பாரு என்று அவளை தான் திட்டிக்கொண்டு அமர்ந்திருந்தான். ப்ரியாவை கவனித்த மலர் அவர்களுக்கு தனிமை கொடுக்க எண்ணி, "சூர்யா வர்ற மாதிரி தெரியலை,

நான் போய் அவர் சீட்ல பாத்திட்டு வர்றேன்" என்று எழுந்து போனாள்.

அவள் போன சில மணித்துளிகளில் தயக்கத்தை உடைத்து "ஏன் என்கிட்ட பேசவே மாட்டேங்குறீங்க? என் மேல கோவமா?" என்றாள் ப்ரியா தயக்கத்துடன், "உனக்கு தான் நான் பேசினா பிடிக்காதே, நீ தான் பதில் கூட பேச மாட்டியே?" என்றான் மனோ, "எனக்கு பசங்க கூட பேசி பழக்கமில்ல மனோ" என்றவளை, "அப்போ சூர்யா கூட மட்டும் நல்லா பேசுற?" என்றான், "அவர் மொதவே எனக்கு என்னோட கசின் பிரதரை நினைவு படுத்தினார்" என்றாள் இயல்பாய். "நான் எதுவுமே பெருசா ரிப்ளை பண்ணலைனாலும் நீங்க என் கூட பேசிட்டே இருப்பீங்க தானே, இப்போ பேசாம இருந்தா எப்படியோ இருக்கு. எதையோ மிஸ் பண்ணுற மாதிரி" என்று சொல்லும் போது அவள் கண்கள் லேசாய் கலங்கியது. அவள் அருகில் வந்தவன், "இத தான் எங்கூர்ல லவ்வுன்னு சொல்லுவோம். உனக்கு இன்னும் புரியலையா? நான் புரிய வைக்கவா ப்ரியா?" என்றான் குறும்பாய், அவளுக்கு கோபம் வந்தது "பாத்தீங்களா! பேசுறது வேற, உடனே லவ்ன்னு சொன்னா அது சரியில்லை" என்றாள் எங்கேயோ பார்த்தபடி, "அப்படியா இங்க பாரு என் கண்ணை" என்று அவள் முகத்தை பிடித்து திரும்பியவன், "அப்போ ஏன் உனக்கு நான் மீரா, விஜி கூட பேசினப்ப அவ்வளவு கோபம் வந்தது, நீ ஜஸ்ட் பிரண்ட் தானே?" என்றான், அதற்கு ப்ரியா "நீங்க என்கிட்ட பேசாம அவங்ககிட்ட மட்டும் பேசினதால கோவம் வந்திருக்கும்" என்றவளை பார்த்து, "அப்படியா?" என்றான் புருவத்தை உயர்த்தி, "ம் அப்படி தான்" என்றவள் முகத்தை திருப்பி கொண்டு மெல்லிதாய் சிரித்தாள்.

"சரி அப்போ உனக்கு நான் யார் கூட பேசினாலும்

கோவம் வராது உன் கூடயும் பேசினா போதும் ஓகே வா" என்றவன் "அப்பாடி நான் கூட கவலை பட்டேன் என்னடா இது சிங்கத்தை சிறைக்குள்ள அடைக்க பாக்குறாங்களேன்னு நல்ல வேளை அப்படி பட்ட சம்பவம் எதுவும் நடந்திறல எப்போவும் போல நான் ஃப்ரீ பேட் தான், ஹேப்பிலி சிங்கள். அப்புறம் நான் பேசணும்னு ஆசையா காத்திட்டு இருக்க பொண்ணுக மனசெல்லாம் என்ன பாடு படும் சொல்லு" என்றான் மகிழ்ச்சியாய், "ஏய் நான் லவ் பண்ணலன்னு சொல்றேன், ஏன் என்னனு கேட்கலை? கொஞ்சம் கூட கவலை படலை? இவருக்காக காத்திருக்க பொண்ணு கள்ட்ட போய் பேச போறாராம்? உங்ககிட்ட பேச வந்தேன் பாருங்க?" என்று சொல்லிவிட்டு எழுந்து போக பார்த்தவள் கைகளை பிடித்து அமரவைத்தவன்,

"இந்த பாரு ப்ரியா நான் நிறைய பொண்ணுங்க கிட்ட பேசி இருக்கேன், ஆனா இப்போ உன் கிட்ட சொல்ல போற விஷயத்த சத்தியமா யார்கிட்டயும் சொன்னதில்லை, ஐ லவ் யு" என்றான் மிக தீவிரமான குரலில், "சட்டுன்னு எதையும் சொல்லிராத, நல்லா யோசிச்சு பதில் சொல்லு" என்றான் அமைதியாய்.

"நிஜம்மா சொல்லனும்னா, நான் கட்டிக்க போறவன் இப்படி எல்லாம் இருக்கனும்னு நான் கற்பனை பண்ணி வச்சிருந்த மாதிரி நீங்க துளி கூட இல்லை. ஆனா உங்கள எனக்கு பிடிச்சிருக்கு, பட் கல்யாணம் கட்டிகிற அளவுக்கு பிடிக்குதான்னு தெரியலை" என்று சொன்னாள், "ஒன்னும் பிரச்சனை இல்ல ப்ரியா, உனக்கான நேரம் கொடுக்கப்பட்டது, ஆனா எவ்வளவு நாள் எடுத்துக்க போறன்னு சொல்லிரு, ஏன்னா பஸ்ட்டா உன்கிட்ட சொல்றதுக்கு தான் கொஞ்சம் லேட் ஆகிருச்சு, நீ ரிஜெக்ட் பண்ணிட்டேன்னா சொல்ல லிஸ்ட் தயாரா இருக்கு"

என்றான் சிரித்துக்கொண்டே, அவளுக்கு வந்த கோபத்தில் அவள் கைப் பையால் இரண்டு அடிகளை கொடுத்துவிட்டு, "உலகத்திலேயே இப்படி ஒரு ப்ரோபோசலை எவனுமே பண்ணி இருக்க மாட்டான்" என்றாள் ப்ரியா கடுப்புடன்.

"உண்மையா சொல்றேன் ப்ரியா, நான் இவ்வளவு சீரியஸா எந்த விஷயத்தையும் பேசினதே இல்ல" என்றான் சிரித்து கொண்டே, "எத லிஸ்ட் ரெடி பண்ணி வச்சிருக்கீங்களே, அந்த விஷயத்தையா சொல்றீங்க?" என்றாள் முறைத்தபடியே, "அதில்லைடா செல்லம், இந்த 143 விஷயத்தை சொன்னேன்" என்றவன், "ரியா" என்று அவள் கைகளை எடுத்து தன் கைகளில் வைத்து மூடி, "உனக்கு எப்போ எம்மேல நம்பிக்கை வருதோ சொல்லு அதுவரைக்கும் காத்திருக்கேன்" என்று சொல்லிவிட்டு விடுவிடு என்று எழுந்து போய் விட்டான்.

மறுவாரம் நிகழ்ந்த நேர்காணலில் தோழிகள் அனைவருக்குமே வேலை கிடைத்திருந்தது அதை சூர்யாவிடம் சொல்லவே படாத பாடு பட்டுவிட்டாள் மலர். இன்னும் ஒரு வாரம், ஒரு வாரம் என்று நீடித்து கொண்டே போன அவன் வேலையால் அவனை விட இவளுக்கு பைத்தியம் பிடித்தது, "எப்படி இருக்க? சாப்பிட்டியா?" என்பதை தவிர வேறு எதையுமே பேச வில்லை அவன், இதை கூட அவன் அப்பா அம்மா விடம் பேசவில்லை அவர்கள் மனோவிடம் பேசி தான் தெரிந்துகொண்டார்கள்.

அன்று அவளின் பெற்றோரிடமிருந்து அழைப்பு வந்திருந்தது. அவர்களுக்கு இவளுக்கு வேலை கிடைத்தது மிகுந்த மகிழ்வாய் இருந்தது, ஊரில் வேறு திருவிழா வருவதால் அவளை ஊருக்கு வந்து

ஒரு வாரம் இருந்துவிட்டு திரும்பி போய் பணியில் சேருமாறு அவளை வற்புறுத்தவே அவள் இதை பற்றி சூர்யாவிடம் பேச விளைந்தாள். ஆனால் அன்று அவன் மிக பெரிய சிக்கலில் மாட்டி இருந்தான், அவ்வளவு நாட்கள் செய்த வேலை எல்லாம் வீணாகி போய்விடுமோ என்று எண்ணும் அளவுக்கு ஒரு சர்வர் பிரச்சனை செய்தது. அதனால் சூர்யா மிகுந்த மன உளைச்சலுக்கு ஆளாகி இருந்தான்,

இந்த பிரச்னையை எப்படியாவது தீர்த்துவிட அவனும் அவன் டீமில் உள்ள சீனியர் ஒருவரும் முயன்று கொண்டிருந்த போது தான் கவின் அவனை ஐந்தாவது முறையாக அழைத்தாள், இவ ஒருத்தி புரிஞ்சுக்காம இப்போ போய் கூப்பிடுறா என்று கட் செய்ய போனவன் அவசரமாய போனை எடுத்து, “முக்கியமான வேலைல இருக்கேன் கவின்” என்று சொல்லிவிட்டு அவள் என்ன சொல்ல வருகிறாள் என்பதை கூட கேட்காமல் போனை வைத்தான்.

இவன்கிட்ட கேட்டு இனி பிரயோஜனம் இல்ல இங்க இருந்தா இவன் கூட பேசாமலே டென்ஷன் ஆகுது அதுக்கு ஊருக்கு போய் இருந்தலாச்சும் அம்மா அப்பா கூட இருக்கலாம் என்று ட்ரைனில் ஊருக்கு போக மறுநாள் டிக்கெட் புக் செய்து விட்டாள். ஊருக்கு போகும் முன் சூர்யாவை பார்த்து சொல்லிவிட அவள் செய்த ப்ரயத்தனங்கள் வீணாய் போனது, கான்பிரென்ஸ் ரூமே கதியாய் இருந்தான், மனோவே அவனிடம் பேச முடியாமல் அவனிடம் ஒருநாள் நடு இரவில் சண்டை இட்டான்.

மனோ சூர்யாவிடம் “டேய் லூஸாகிருவடா, இப்படி வேலை பாத்தா சொன்னா கேளு கொஞ்சமாச்சும் ரெஸ்ட் எடு” என்று சொல்லிக்கொண்டிருக்கும் போதே

சூர்யா உறங்கி இருந்தான். மனோவுக்கே சூர்யாவை பார்த்து வருத்தமாய் இருந்தது.

"மிஸ் யு சூர்யா, மிஸ் யு டெரிபிலி, மிஸ் யு பேட்லி" போன்ற மெசேஜுகளை அனுப்பிய வண்ணம் இருந்தாள் கவின். ஏதாவது ஒன்றுக்கு, "நானும் தான்டி குள்ளச்சி" என்று அனுப்புவான். சிலவை பார்க்க படாமலேயே இருக்கும். வெறுத்து போய் அவனிடம் பேச நினைத்ததை அவனுடைய ஆதவன் ஐடிக்கு மெயிலாக அனுப்புவாள்.

என்னுடைய ப்ரிய ஆதவனுக்கு,

நம் காதலில் இதென்ன இலையுதிர் காலமா? உன் பார்வைகள் என் மேல் படாததால் நான் சருகாகிக்கொண்டிருக்கிறேன். தினம் தினம் என்னை மலர்த்தும் உன் பார்வை இல்லாமல் என் நறுமண இதழ்கள் உதிர்ந்துக்கொண்டிருக்கின்றன. உன் பிரியம் குடித்து வளரும் ஒற்றை தாவரமாய் உன் நறுமுகை.

* * * * *

ஆது குட்டிக்கு,

ஆறு மாதங்களுக்கு முன்பு இப்படி ஒருவர் மேல் பைத்தியமாவேன் என்று யாரேனும் சொல்லி இருந்தால் சிரித்திருப்பேன். இப்போதெல்லாம் உன்னை தவிர வேறு எங்குமே என் எண்ணங்கள் போவதில்லை. உனக்காகவே பிறந்தது போல தோன்றுகிறது. என்னை மூழ்கடிக்கும் ஆக்டோபசாய் உன் நினைவுகள்.

உனக்காக நான் அனுப்பும்

மிஸ் யூக்கள்

துளிர்த்து விட்டன

அது கிளை பரப்பும்

முன்பாவது வாயேன்,

வாசம் துறந்து தவிக்கும் நறுமுகை.

* * * * *

அன்பின் ஆதுமா,

உனக்காக காத்திருக்கின்றன

தேனீர் கோப்பைகளும்

என் இதழ்களும்... பெரும்காதலுடன் நறுமுகை.

என்று ஒரு நாள் அனுப்பினாள்....

டேய் சூர்யா,

காத்திருத்தல் என்னை குலைத்து போடுகிறது,

பசி மறக்கிறது,

இமைகள் முத்தமிட்டு நாட்கள் ஆகிவிட்டன,

நீளமான இரவுகள்,

உனைப்போல என்னை

உற்று பார்க்கும் பகல்கள்,

இவை அனைத்தையும் ஒற்றை வார்த்தையில்

திணித்து அனுப்புகிறேன் மிஸ் யு. உன் காதல் குள்ளச்சி.

ஒவ்வொரு நாளும் ஒவ்வொரு மெயில் அனுப்பி இருந்தாள் அவை அனைத்தும் பிரிவும் பிரிவின் நிமித்தமும் காதல் மனதை சொல்லும் கடிதங்கள். ஊருக்கு போகும் வரை தினம் ஒன்று அனுப்பினாள்

ஆனால் அதை பார்க்க நேரமில்லாமல் இருந்தான் சூர்யா.

கவின் மனோவிற்கு அடிக்கடி அழைத்து சூர்யாவை பற்றி விசாரித்தபடி இருந்தாள். ஒரு வழியாய் சூர்யாவிற்கு வேலை எல்லாம் முடிந்து அவன் நிமிர்ந்த சமயம், கவின் ஊருக்கு போய் நாலு நாட்கள் ஆகி இருந்தது. முகமெல்லாம் வாடி சோகமயமாய் வீட்டிற்கு வந்த பெண்ணை பார்த்து அன்பரசிக்கு தாங்கவில்லை "என்னடி ஆச்சு? இப்படி இளைச்சு வாடி போய் இருக்க? ஏதாச்சும் பிரச்சனையா?" என்று கேட்டு பார்த்து சலித்து போனார், அவளை பார்த்து பார்த்து கவனித்து கொண்டார், என்ற போதும் சூர்யாவிடம் பேச முடியாதது அவளுக்குள் வெறுமையையே ஏற்படுத்தி இருந்தது, அவள் சிரித்த போதும் கண்களில் அந்த மலர்ச்சி இல்லை.

பங்குனி திருவிழா என்பதால் ஊரே களைகட்டி இருந்தது, ராகவனின் நண்பர் ஒருவர் மலரை தன் மகனுக்கு பெண் கேட்டிருந்தார், பெண் பார்க்கும் நிகழ்வையும் இப்போதே வைத்து கொள்ள எண்ணியே அவளை விடுப்பு எடுத்து வர சொல்லி இருந்தனர் இருவரும், இதை பற்றி அறியாமல் சூர்யாவை பற்றியே சிந்தித்து கொண்டிருந்தாள் மலர்.

"நாளைக்கு அப்பாவோட பிரண்ட் வீட்ல இருந்து உன்னைய பொண்ணு பார்க்க வர்றாங்க" என்று அன்பரசி சொன்ன போது ஒரு நிமிடம் அதிர்ந்து விட்டாள் மலர். "என்னம்மா சொல்லவே இல்ல, எனக்கு ஒரு சுடிதார் வாங்க கூட என் விருப்பத்தை கேப்பீங்க இப்போ கல்யாணம் எனக்கு வேணுமான்னு கேட்டீங்களா?" என்று முகம் வாட அவள் கேட்ட போது அன்பரசிக்கு லேசாக சந்தேகம் வந்தது.

26

மலரிடம் உன்னைய பொண்ணு பாக்க வர்றாங்க என்றவுடன் அவளின் முகம் காட்டிய அதிர்ச்சி அன்பரசிக்கு எதையோ புரியவைப்பதை போல இருந்தது. "ஏன்டா அப்டி சொல்லுற உனக்கு இப்போ கல்யாணமே வேணாமா? இல்லாட்டி இந்த கல்யாணம் வேணாமா?" என்றார் கூர்மையாய், "அம்மா உங்ககிட்ட சொல்ல எனக்கு எந்த தயக்கமும் இல்ல, எனக்கு சூர்யாவை ரொம்ப பிடிச்சிருக்கு. அவரை தான் கல்யாணம் செஞ்சிக்கணும்னு ஆசை படுறேன்" என்றாள் உண்மையை மறைக்காமல்.

மலரை சென்னைக்கு இன்டெர்ன்ஷிப் செய்ய அனுப்பிய நாளில் இருந்து தினமும் அவளுக்கு ஒரு தடவையாவது பேசிவிடுவார் அன்பரசி, அவளும் இவர்களை அழைக்காமல் இருந்ததில்லை. இந்த ஆறு மாதத்தில் மாதத்துக்கு ஒரு முறை ஊருக்கு வந்தாள், வந்த போதெல்லாம் மகிழ்ச்சியாக தான் இருந்தாள். சென்னை வாழ்க்கையை பற்றி பேசும் போதெல்லாம் அவள் பேச்சில் சூர்யா இல்லாமல் இருந்ததே இல்லை, சூர்யாவை பற்றி பேசும் போது அவள் கண்களில் வந்து போன ஜொலிப்பை கவனிக்கத்தான் செய்தார் அன்பரசி. மலருக்கு ஆண் நண்பர்களே கிடையாது, அதனால் சூர்யாவிடம் பேசுவது மலருக்கு பிடிக்கிறதோ என்கிற சந்தேகம் அவருக்கு உண்டு. மலர் ஊருக்கு போகும் தருணங்களில் எல்லாம் சூர்யாவிடம் பேசி இருக்கிறார் அன்பரசி.

உண்மையில் அவருக்கும் சூர்யாவை பிடித்தி ருந்தது மலரை அவன் அவரிடமே கலாய்க்கும் விதம் அலாதியாக இருக்கும், அதில் அவள் மேல் அவனுக்கு இருக்கும் அக்கறை எப்போதுமே வெளிப்படும். எந்த விதமான செயற்கை தன்மையும் இல்லாமல் இயல்பாய் பேசும் அவன் குணம் இவரை ஈர்த்திருக்கிறது அது மலரையும் கவர்ந்திருப்பது இயற்கையே. ஆனால் இதை பற்றி ராகவனிடம் எதுவுமே பேசியதில்லை அன்பரசி.

ராகவன் இந்த விஷயத்தை எப்படி எடுத்து கொள்வார் என்று கொஞ்சம் குழப்பமாகவே இருந்தது அன்பரசிக்கு, ஏனெனில் அவரது நண்பரின் மகனை நிராகரித்து விட்டு மகளே தேர்வு செய்த பையனை ஏற்றுக்கொள்ள அவரின் ஈகோ இடம்கொடுக்குமா என்று சந்தேகம் இருந்தது. தான் இளவயதில் இருந் ததை மறந்துவிடும் ஆண்கள் தங்கள் குழந்தைகளுக்கு தாங்கள் தேர்தெடுக்கும் வாழ்க்கை தான் அமைய வேண்டும் என்ற பிடிவாதம் இருக்கும் அதனால் இதை கவனமாக கையாண்டால் மட்டுமே மகளுக்கு அவள் விரும்பிய வாழ்க்கை அமையும் என்று யோசித்த அன்பரசி, "சரிடா குட்டி நீ கவலை படாதே, அம்மா பாத்துக்குறேன் ஆனா எனக்கு சூர்யா கிட்ட பேசணும் இன்னைக்குள்ள" என்றார். ஐயோ இவன் வேற போனை எடுத்து தொலைய மாட்டானே என்று மலருக்கு தலை வேதனையாய் இருந்தது. ஊருக்கு வந்து நாலு நாட்கள் ஆகி இருந்தது அவள் சூர்யாவை அழைக்கவே இல்லை எடுக்கப்படாமலே இருக்கும் அழைப்புகள் மிகுந்த மனஉளைச்சலை ஏற்படுத்தி இருந்தது. இப்போது அழைத்தே ஆகவேண்டிய கட்டாயத்திற்கு ஆளாகி இருந்தாள்.

வேலை செய்ய வேண்டி தான் அதுக்காக இப்படியா என்ன பேச வராங்கன்னு கேக்க கூட

முடியாம ஒரு வேலை ஏதாச்சும் மெடிக்கல் எமெர்ஜன்சி ஆச்சுன்னா கூட இவன் என்ன ஏதுன்னு கேக்க மாட்டானா, இது ரொம்ப தப்பாச்சே என்று யோசித்து கொண்டிருந்தாள் கவின். சரி அவனுக்கு முயன்று பார்க்கலாம் என்று போன் போட்டாள், வழக்கம் போல முதல் தடவை எடுக்கவில்லை. அடுத்த முறை ஒரு மெசேஜ் அனுப்பினாள்.

"அடுத்த வாரம் எனக்கும் சந்தோஷுக்கு கல்யாணம், வேலைய முடிச்சிடீங்கன்னா வந்து அட்டெண்ட் பண்ணுங்க" என்று குறுந்தகவல் அனுப்பிய ஐந்து நிமிடத்திலேயே சூர்யாவிடம் இருந்து அழைப்பு வந்தது, "ஹே வாலு! விளையாடாதடி இப்போ ப்ரெசென்ட்டேஷன் போகணும், நாளைல இருந்து பிரீதான், என்னடி என்னலாமோ சொல்லுற? நீ எப்போ ஊருக்கு போன?" என்றான் சூர்யா, "விளங்கிரும் அப்படியே இருங்க, இங்க நாங்க எல்லாம் இருக்கோமா செத்தோமான்னு கூட தெரியாம அப்படி என்ன வேலையோ, நிஜம்மா முடியலை" என்றாள் ஆற்றாமையுடன், "நான் விளையாடலை சூர்யா, அப்பா எனக்கு சந்தோஷ்ன்னு ஒரு மாப்பிள்ளையை பாத்திருக்காங்க, நானும் உங்க கிட்ட எவ்வளவோ தடவை பேச முயற்சி பண்ணிட்டேன், நீங்க போனை எடுத்தா தானே, எங்க அம்மா உங்க கூட பேசணும்னு சொல்றாங்க. பேசுவீங்களா இல்ல முடியாதா?" என்றாள் கோவமாய், "சரிடா ஒருமணி நேரத்துல கூப்புடுறேன் நீ ஆன்ட்டி கிட்ட குடு பேசுறேன், சரியா செல்ல குட்டில கோச்சுக்காத நான் என்ன தாண்டி பண்ண? செய்ய ஆரம்பிச்சது ஒழுங்கா செய்யாம எப்படிடா பாதில விட முடியும், புரிஞ்சிக்கோமா" என்றான் சூர்யா, "இது நம்ம வாழ்க்கை விஷயம், எனக்கு உங்க நிலைமை புரியுது சூர்யா நீங்களும் என்னைய

புரிஞ்சிக்கோங்க ப்ளீஸ்" என்றாள்.

ஒன்றரை மணி நேரம் கழித்து சூர்யா கவினை அழைத்தான் "எப்படி பண்ணி இருக்கீங்க?" என்றாள் ஆர்வமாய், "சூப்பரா பண்ணியாச்சுடா, சரி ஆன்ட்டிகிட்ட குடு பேசுறேன்" என்றான், இவள் போய் அன்பரசியிடம் கொடுக்க போன போது ராகவன் வெளியில் கிளம்பி கொண்டிருந்தார் அப்பா போய்க் கட்டும் என்று செய்கை செய்த உடன் சரி என்று அது வரை சூர்யாவுடன் தான் பேச தொடங்கினாள்.

"ஹே குள்ளச்சி, உன்ன செமையா மிஸ் பண்ணி னேன்டி" என்றான், "பேசாதீங்க உங்க மேல கோவமா வருது உங்களை வேலை செய்ய வேணாம்ன்னு யாரு சொன்னா நாள் கணக்குல பேசாம இருந்தா எவ்வளவு கஷ்டமா இருக்கு தெரியுமா, நான் கோவமா ஒரு ரெண்டு நாள் இருந்ததுக்கே உங்களுக்கு எப்படி இருந்துச்சு? நீங்க மூணு வாரமா என்கிட்டே சரியா பேசல. இதுல கடைசி வாரம் நான் ஊருக்கு வந்தது கூட தெரியாது" என்று பேசி கொண்டிருக்கும் போதே குரல் உடைந்து அழுதாள், "குள்ளச்சி அழாதடி ப்ளீஸ், சாரி சாரி உன்கிட்ட பேசாதது தப்பு தான். என் சட்டையை பிடிச்சு எவ்வளவு வேணும்னாலும் கேள்வி கேட்டு சண்டை போடு, ஆனா அழாத ரொம்ப கஷ்டமா இருக்கு" என்றான். அவள் அழுவது பொறுக்காமல், "நீ கோப படும்போது தாண்டி செம அழகா இருப்ப, அப்போ உன்னோட.." என்று அவன் பேசத்தொடங்கும் போது "பேசாதீங்க சொல்லிட்டேன், உங்கள கொல்லப்போறேன்.." என்றவளால் பேசவே முடியவில்லை. அப்போது தான் ரூமிற்குள் நுழைந்த அன்பரசி போனை மலரின் கைகளில் இருந்து வாங்கிவிட்டு, "போ போய் முகத்தை கழுவிட்டுவா" என்று அனுப்பிவிட்டு,

"ஹாய் சூர்யா, என்ன ஆச்சு உங்க ரெண்டு பேருக்கும் எதுவும் சண்டையா மலர் இவ்வளவு அப்செட்டா இருந்து நான் பாத்ததே இல்ல" என்றார், "அதெல்லாம் ஒண்ணுமில்ல ஆன்ட்டி, எனக்கு வேலை ரொம்ப ஹெக்டிக்கா இருந்தது அவகிட்ட சரியாவே பேசல அதான், ஆனா அவ அழுறது ரொம்ப கஷ்டமா இருக்கு" என்றான் எழும்பாத குரலில். "அதெல்லாம் நீங்க பேச ஆரம்பிச்சிட்டா சரி ஆகிருவா கவலை படாதீங்க, இன்னும் என்ன ஆன்ட்டி பேசாம அத்தைனு கூப்பிடுங்க. எனக்கு ரொம்ப சந்தோசம் சூர்யா" என்றவரிடம், "எனக்கும் ரொம்ப சந்தோசம் அத்தை ஆனா கவின் ஏதோ நாளைக்கு பொண்ணு பாக்க வரதா சொன்னாளே, நான் வேணா மாமாகிட்ட பேசவா. எங்க அப்பா அம்மாகிட்ட பேசி அவங்கள கூட்டிட்டு வரேன்" என்றான் சூர்யா.

"ஆமா சூர்யா, நாளைக்கு அவரோட பிரண்ட் வீட்ல இருந்து வர்றாங்க. அதை வேணாம்னு சொன்னா என்ன ஏதுன்னு கேள்வி கேப்பாங்க, இவருக்கு பொண்ணு தன்னோட பேச்ச கேக்கலைங்கிற மாதிரி வருத்தம் வரும். அதுக்கு பதில் அவங்க வந்து பாத்திட்டு போகட்டும், அப்புறம் வேணாம்னு சொல்லிக்கலாம். நீங்க உங்க அப்பா அம்மா கிட்ட பேசுங்க. அப்புறம் அவங்க நம்பர் குடுங்க நானும் பேசுறேன். இவருக்கு உங்க அப்பாவை நல்லா தெரியும்னு சொன்னாரு, அதுனால வேற எதுவும் கவலை இல்லை" என்றார் தெளிவாய்,

"நீங்க சொல்றது எல்லாம் சரி தான் ஆன்ட்டி, ஆனா யார் முன்னலாமோ போய் நிக்க சொன்னா கவினுக்கு பாவம் ஒருமாதிரி இருக்கும்ல" என்றான், "அவங்க அப்பா அம்மா பையன் மட்டும் தான் வருவாங்க, சின்ன வயசுல பாத்தவங்க தான் சூர்யா.

அதெல்லாம் நான் இருக்கேனே பின்ன என்ன இவளுக்கு" என்றார்.

அரைமனதாய் சம்மதித்த சூர்யா, "கவின் கிட்ட குடுங்க அவ அழுதது என்னவோ போல இருக்கு, அவளை கொஞ்சம் சமாதான படுத்துறேன்" என்றான், "ஓகே சூர்யா அப்பாம்மா நம்பர் அனுப்புங்க" என்ற வரிடம், "அவங்களே உங்களை கூப்பிடுவாங்க ஆன்ட்டி" என்றான், "சரி மலர்கிட்ட பேசுங்க" என்று அவளிடம் போனை கொடுத்தார். அவள் முகத்தில் அவ்வளவு நேரம் இல்லாத மகிழ்ச்சி வந்திருந்தது. மகளின் மகிழ்ச்சி அவருக்கு புது தெம்பை தந்தது.

"ஹலோ குள்ளச்சி, என்னை பாக்காம நீ சரியா சாப்பிடலியாமே, ஆன்ட்டி சொன்னாங்க வெறும் மூணு இட்லியும், நாலே நாலு தோசையும் தான் சாப்பிட்டயாமா?" என்றான் விளையாட்டாய், "சூர்.....யா" என்று பல்லை கடித்தவளை, "ஏன்டா செல்லம் பத்தலியா நான் வேணா உனக்கு இன்னும் கொஞ்சம் ஆர்டர் பண்ணவா?" என்றான், "ஒரு ஆணியும் புடுங்க வேணாம், மிச்சம் மீதி வேலை இருந்தா போய் பாருங்க, உங்கள..." என்று இழுத்த போது "என்னை என்ன செய்ய போற குள்ளச்சி..." என்றான் கிசுகிசுப்பான குரலில், "ம்ம் கைல கிடைச்சா நாலு அடி வைப்பேன்" என்றாள் கவின். "சரிடா குள்ளச்சி அடிக்கிறதே அடிக்கிற உதட்டால அடிச்சிரு" என்றான். "சீ பேட் பாய், இந்த மாதிரி எல்லாம் பேசி பேசி தான் ஒன்னும் தெரியாத பச்சை பிள்ளையா இருந்த என்னைய ஏமாத்தி வச்சிருக்கீங்க" என்றாள் சரசமாய்.

"குள்ளச்சி எனக்கு உன்னைய பாக்கணும் இப்போவே" என்றான், "அப்போ ஊருக்கு வாங்க" என்றவளிடம், "சரி கிளம்பி வரேன்" என்று போனை

வைக்க போனவனை வைக்க விடாமல், "என்ன விளையாடுறீங்களா? எங்க அப்பாகிட்ட அம்மா சொல்லட்டும், நீங்களும் அத்தை மாமா கிட்ட சொல்லுங்க" என்றாள் கவின்.

"சோ அவங்க வந்தா தான், நான் வரணும் இல்லாட்டி நான் உன்ன பாக்க வரகூடாதா?" என்றான் கூர்மையாய் சூர்யா. "இப்போ என்னத்துக்கு கோவம் வருது, நீங்க இங்க வர என்னைய கேட்கணுமா என்ன, எனக்கும் தான் உங்கள ரொம்ப தேடுது. நீங்களாச்சும் பிஸியா வேலை செஞ்சிட்டு இருந்தீங்க, நான் உங்களை மட்டும் தான் நினைச்சிட்டு இருந்தேன். இதுல யாரோ பொண்ணுவேற பாக்க வர்றங்கன்னா கடுப்பா இருக்கு" என்றாள் கவின். "சரிடா குள்ளச்சி, கூல் நான் கண்டிப்பா சீக்கிரம் உன்னைய பாக்க வரேன். இப்போ ஒரு நிமிஷம் உன் முகத்தை காட்டேண்டி வீடியோ கால்ல" என்றான் சூர்யா.

இவளும் வீடியோ காலில் அழைக்கவே வெகு நாட்கள் கழித்து சூர்யாவை பார்த்தது கவினுக்கு தொண்டையடைத்து, பேச்சே வரவில்லை. அவளை புரிந்துகொண்ட சூர்யா பேச்சை மாற்ற என்னென்னவோ சொல்லி கடைசியில் சமாதானம் ஆகி சிரித்தவிட்டு பை சொன்னவளிடம், "இப்படியா பை சொல்லுவாங்க?" என்றவனிடம், "வேற எப்படி சொல்லணுமாம்?" என்றாள் குழைந்த குரலில், "மாமனுக்கு கொடுக்கவேண்டியத குடுத்து சொல்லணும்" என்றான், "என்ன அடியா?" என்றாள் புரியாதவள்போல, "ஏய் வந்தேன்னு வச்சுக்கோ" என்றவனை, "சரி சரி சரியான சண்டியர்" என்று தடுத்தவள் "சண்டியரே சண்டியரே கண்ணு போட்டேன் உங்க மேல ஓண்டியிலே நிக்கிறேனே கண்டுகொள்ளுங்க.." என்று ஒரு வரி பாடினாள், "வாவ் குள்ளச்சி, ப்ளீஸ் புல்லா பாடுடி மயக்குது உன் குரல்"

என்றான் சூர்யா, "ம்ம்" என்றவள் முழு பாடலையும் அவனுக்காக பாடி முடித்தாள்.

"இப்போ மட்டும் நீ என் பக்கத்துல இருந்திருந்தா, இவ்வளவு இனிமையா பாடினத்துக்கு உனக்கு என்ன லாமோ கிப்ட் தந்திருப்பேன், சரிவிடு போனுலயாவது தரேன்" என்று சில முத்தங்களை தந்தான், மிச்சத்தை நேர்ல தரேன் என்று சொன்ன போது இவளை அம்மா அழைக்கவே "பை, அப்புறம் பேசுறேன்" என்று இணைப்பை துண்டித்து விட்டு ஓடிவிட்டாள்.

கிட்ட தட்ட பதினைந்து நாட்களாக தொடர்பி லேயே வராத மகனிடமிருந்து அழைப்பு வரவே சங்கரி பரபரத்து போனார். "டேய் என்னடா இப்படி பண்ணிட்ட வேலை தானேடா பாக்க போன, இப்படியா பேசாம இருந்து புளியை கரைப்ப? பயந்தே போய்ட்டோம்டா. நல்ல வேளை மனோகிட்ட பேசின தால நிலவரம் தெரிஞ்சது. உனக்கு கொஞ்சமாச்சும் அறிவு இருக்கா, மூணு நாளுக்கு ஒருக்க ஒரு வார்த்தை பேச முடியலியாக்கும், அப்படி என்ன பண்ணுற நீ" என்றார் காட்டமாய். "சாரிமா, சாரிமா இனிமேல் இப்படி இருக்க மாட்டேன்" என்றவன், அப்பாவை பற்றி கேட்டு அவரிடமும் பேசினான், "அப்பா நான் நாளைக்கு ஊருக்கு வரேன்" என்றவன் "நான் வந்து உங்ககிட்ட முக்கியமா சில விஷயங்கள் பேசணும் நாளைக்கு காலைல அங்க இருப்பேன்" என்று சொல்லி போனை வைத்தான்.

ராகவனுக்கு ஒரே பரபரப்பாய் இருந்தது, தன் ஒரே செல்ல மகளை நாளை பெண் பார்க்க வருவதால் அவர் மனதிற்குள் பதட்டமாகவே உணர்ந்தார். "அரசி நாளைக்கு பொண்ணு பாக்க வாரங்களே, நம்ம சொந்த பந்தத்துக்கெல்லாம் சொல்ல வேணாமா"

என்றார் ராகவன், "ஆத்தீ இந்த மனுஷன் இதுக்கே ஊர கூப்பிட்டுருவாரு போல இவரை சமாளிக்கணுமே" என்று யோசித்து, "ஏங்க இப்போ தான் முதல் முதல் வர்றாங்க, மொத மாப்பிள்ளை பொண்ணு ரெண்டு பேருக்கும் பிடிக்கணும். அப்புறம் நமக்கும் எல்லாம் சரின்னு தோணுச்சுன்னா அப்புறம் எல்லாரையும் கூப்டுக்கலாம். இப்போவே கூப்பிட்டா நாள பின்ன மலருக்கு பிடிக்காம போச்சுன்னா கூட அவங்க பொறாமைல மாத்தி பேசுவாங்க" என்றார் "சரியா சொன்ன, இத யோசிக்காம விட்டுட்டேன்" என்றவர், "சரி அப்போ அவங்க நாளைக்கு வந்திட்டு போகட்டும், அப்புறம் பேசிக்கலாம்" என்றார்.

"ஏங்க மாப்பிள்ளை, என்ன ஊர் காலேஜ்ல ப்ரோபஸ்சரா இருக்காரு? மதுரைலையா இல்லாட்டி சென்னைலயா?" என்றார், "மதுரைல தான் சொன் னாங்க அரசி" என்றார் ராகவன். "அப்படியா சரிங்க" என்றவர், "சூப்பரான பாயிண்ட்டு கிடைச்சிருச்சு, இனி ஜமாய்க்கலாம் அரசி" என்று சொல்லி கொண்டார் மனதில். ஆனால் மறுநாள் பெண் பார்க்க மாப்பிள்ளை வீட்டார் வந்த போது எல்லாம் வேறு மாதிரி நடந்தது.

27

ராகவன் அன்று எழுந்ததில் இருந்தே பரபரப்பாய் இருந்தார் எல்லாம் நல்லபடியா நடக்கணுமே என்ற கவலை அவருக்கு. அன்பரசிக்கும் அதே கவலை தான், மலருக்கு அவள் விரும்பிய சூர்யாவே மணாளனாய் கிடைக்க வேண்டும் என்ற பிரார்த்தனை அவருக்குள்.

சந்தோஷ் நல்ல பையன் தான் அவனை குறை சொல்ல ஒன்றுமில்லை என்றபோதும் சூர்யா தான் பெஸ்ட் என்று காட்டியே ஆகவேண்டிய கட்டாயம் இப்போது இருக்கிறது. இதை எப்படி செய்யப்போகிறோம் என்ற தவிப்பாய் இருந்தது அவருக்கு.

கவினுக்கு அன்று எழுந்ததில் இருந்தே கவலை யாய் இருந்தது, சூர்யாவிற்கு பதில் இன்னொருவன் முன் எப்படி போய் நிற்பது? மனதில் ஒருவரை வைத்து கொண்டு இன்னொருவர் முன்பு போய் நிற்பது அவசியமா? இந்த அம்மா பேசாமல் அப்பாவிடம் சொன்னால் தான் என்ன? அப்பா அடித்தால் கூட தாங்கி கொள்ளலாமே என்றெல்லாம் நினைத்தவள், அவர் அடிக்க கூடிய ரகம் இல்லை வருந்துவார் அதனால் தான் அம்மா யோசிக்கிறார் என்று என்னவெல்லாமோ நினைத்தவள் அம்மாவிடம் சென்றாள். "அம்மா பேசாம அப்பாகிட்ட சொல்லிடலாமா? எனக்கு என்னவோ தப்பு செய்யுற மாதிரியே இருக்கு" என்றாள் பாவம்போல.

"அடியே நான் என்ன உங்க அப்பாவை ஏமாத்தவா சொல்லுறேன் அவரோட விருப்பத்துக்கு மதிப்பு குடுத்து நம்மோட விருப்பத்தை சொன்னா புரிஞ்சிப் பார் அதத்தான்டி பண்ணச் சொல்லுறேன். சந்தோஷ உனக்கு தெரியவே தெரியாதா என்ன, எத்தனையோ விசேஷத்துல அவனை நாம பாத்திருக்கோமே. இப்போ ஒரு நாலு வருஷமா தானே பாக்கல? இதுக்கெல்லாம் பீல் பண்ணிட்டு இருந்தா, அப்புறம் நம்ம நிம்மதி தான் கெட்டு போகும் நீ கவலைப்படாம இருடா. எல்லாம் நல்லா நடக்கும்" என்றார் ஆறுதலாய்.

இதென்னடா இது தவிப்பு, இவன் பேசாம சும்மா இருந்திருந்தா கூட அமைதியா இருந்திருக்கும் இந்த

மனசு, சும்மா இல்லாம வீடியோ கால் பண்ணிட்டு இப்போ இவனை வேற பாக்கணும்னு ஆசையா இருக்கு என்று மனதிற்குள் புலம்பியவள் வேற ஏதாச்சும் செஞ்சா தான் மனசு மாறும் என்று அப்பாவிடமிருந்து வம்படியாய் ஒட்டடை குச்சியை வாங்கி சுத்தம் செய்தாள். பின்பு அம்மாவுக்கு சமையலில் உதவினாள், தோட்டத்து ஊஞ்சலில் கொஞ்ச நேரம் உட்கார்ந்திருந்தவளால் சூர்யாவின் நினைவுகளில் இருந்து தப்பவே முடியவில்லை. பாடா படுத்துறான் பேசாம இவனை பாக்காமலே இருந்திருக்கலாம் என்று நினைத்தவளாள் தொடர்ந்து அப்படியே நினைக்கவும் முடியவில்லை. இங்க ஒருத்திய டென்ஷன் பண்ணி விட்டுட்டு இவன் பாட்டுக்கு ஜாலியா இருக்கான் என்று அவனை வைதாள்.

தன் வீட்டில் அம்மா பரிமாற ஆசையாய் சாப்பிட்டு கொண்டிருந்த சூர்யாவிற்கு புரையேறியது, அவன் தலையில் தட்டிய அம்மா, "யாரோ உன்னைய நினைக்கிறாங்கடா" என்ற சங்கரியிடம், "ஆமாம்மா நினைக்கிறதுக்கு ஆள் இருக்கு" என்றான் கண்ணடித்து கொண்டே, "என்னடா சொல்ற?" என்றார் புரிந்தும் புரியாமலும், "யாரையாச்சும் லவ் பண்ணுறியோ?" என்றார் ஆர்வமாய் புன்னகைத்தபடியே, "ஆமா" என்றவன் "பையன் லவ் பண்ணுனா, சண்டைக்கு வரணும் பல்ல காட்ட கூடாது அது நல்ல மாமியாருக்கு அழகில்லை" என்றான். "போடா போடா நீ பொண்ணுங் கனாலே ஆர்வம் இல்லாம இருந்ததை பார்த்து நான் பயந்த பயம் எனக்கு தான் தெரியும்" என்றார் சிரித்துக் கொண்டே,

"அம்மா அப்பாவோட யூனியன் மீட்டிங் பிரண்ட் ராகவன் இருக்காருல்ல அவரோட பொண்ணை நான் விரும்புறேன்மா" என்றான், "என்னடா இது சம்மந்தமே

இல்லாம இருக்கு, அவரு பொண்ண நீ எங்க பாத்த?" என்றார் சங்கரி, "அதும்மா நான் நாகர்கோவிலுக்கு ஜான் கல்யாணத்துக்கு போனேன்ல அப்போ அவளை பாத்தேன் அப்பத்துல இருந்து ரொம்ப பிடிச்சிருந்ததுமா" என்றான் லேசான வெட்கத்துடன், "அட இங்க பார்டா என் மகனுக்கு வெட்கத்தை" என்று சூர்யாவின் கன்னத்தை கிள்ளியவர் மிகுந்த ஆர்வமாகி, "டேய் அவ போட்டோ காட்டுடா" என்றார்.

ஏலகிரியில் அவளை இயற்கையான பின்னணியில் எடுத்த படங்கள் நிறைய இருந்தன எனினும் அவள் மட்டும் தனியாய் இருந்த படங்களை மட்டுமே காட்டினான் "ஹே அழகா இருக்காடா கண்ணா, முடி சூப்பரா இருக்கே. அழகா பின்னி போட்டுருக்கா நல்ல செலெக்ஷன்டா" என்றார் கண்களிலும் குரலிலும் மெச்சுதலுடன். "ம்மா பழகவும் ரொம்ப ஸ்வீட்மா" என்றான் பெருமையுடன். "டேய் அப்பாகிட்ட சொல்லி சீக்கிரம் பாக்க போலாமா, எனக்கு அவகிட்ட பேசணும் போல இருக்கு, பேரு என்ன?" என்றார் ஆர்வமாய், "கவின்மலர்மா" என்றான், "நல்ல பேர்டா இரு நான் அப்பாகிட்ட பேசுறேன்" என்றார், "ஒன்னும் வேணாம் நானே சொல்லிக்கிறேன்" என்றவன் அப்பாவிடம் பேச போனான். நமச்சிவாயம் சுலபமாய் எல்லாரிடமும் பழக கூடிய எளிமையான மனிதர் அவரிடம் பேச யோசிக்கவே தேவையில்லை, சூர்யா அவரிடம் "அப்பா உங்க பிரண்ட் கல்லிடை ராகவன் இருக்காருல்ல, அவரோட பொண்ணை நான் விரும்புறேன்" என்று பட்டென்று போட்டுடைத்தான்.

ஒரு நிமிடம் திகைத்த நமச்சிவாயம் "டேய்! கொஞ்சமாச்சும் பயமிருக்கா அப்பாகிட்ட ஒரு மட்டு மரியாதை வேணாம் இப்படி டப்புன்னு சொல்லுற" என்றார் நக்கலாய், "பின்ன உங்க பையன் எப்படி

இருப்பான், நீங்க அந்த காலத்துல செஞ்சது தானே? நான் என்னமோ புதுசா செஞ்ச மாதிரி பில்டப் குடுக்குறீங்க?" என்றான் சிரித்துக்கொண்டே, "உன் கிட்ட பழசை சொன்னது தப்பு தான்டா ராஜா" என்றவர் "அந்த பொண்ணை எப்படிடா தெரியும்?" என்றார் வியப்பாய்.

"ட்ரைன்ல பாத்தேன்பா, அப்புறம் அவங்களுக்கு ப்ராஜெக்ட் வாங்கி தந்தேன். இப்போ வேலை கூட எங்க கம்பெனிலயே கிடைச்சிருச்சு. நல்ல அறிவாளிப்பா, அது மட்டுமில்லாம ரொம்ப நல்ல டைப்பு. உங்களுக்கெல்லாம் கண்டிப்பா அவளை பிடிக்கும்" என்றான், "சரிடா நான் இன்னைக்கே ராகவன்கிட்ட பேசுறேன்" என்றவரை, "ஒரு சின்ன சிக்கல்ப்பா இன்னைக்கு அவரோட இன்னொரு பிரண்ட், பொண்ணு பாக்க போறாங்க, அவங்க வந்திட்டு போன உடனே பேச சொன்னாங்க கவினோட அம்மா" என்றான்.

"ஏன்டா உங்க ரெண்டு பேருக்கும் பிடிச்சிருக் குன்னா எதுக்கு இன்னொருத்தர் அவளை பொண்ணு பாக்கணும்?" என்றார் புரியாமல், "இல்லப்பா அவங்க அப்பா எல்லா ஏற்பாடையும் செஞ்சிட்டாராம், அப்புறம் தான் இவ அத்தைகிட்ட சொல்லி இருக்கா, அவங்க எல்லாத்தையும் வேணாம்னு சொன்னா என் பொண்ணுக்கு நான் மாப்பிள்ளை பாக்க கூடாதான்னு மாமா கோவிக்க வாய்பிருக்குன்னு, அத்தை சொல் றாங்க. நீங்க அத்தைகிட்ட பேசுங்க அப்புறம் மாமா கிட்ட பேசலாம்" என்றான், "சரியா தான்டா யோசிச்சி ருக்காங்க, சரி அவங்க நம்பர் குடு நான் பேசுறேன்" என்றார், "சரி இருங்க" என்றவன் முதல் கவினை அழைத்தான்.

சூர்யாவை பார்க்கவேண்டும் என்ற ஆவல் நிமிடத்திற்கு நிமிடம் அதிகரித்து வருவதை தவிர்க்க இயலாத இயலாமையுடன் அமர்ந்திருந்தவளை அப்போது தான் அழைத்தான் சூர்யா "ஹாய் குள்ளச்சி என்ன பண்ணிட்டு இருக்க?" என்றான் எடுத்தவுடன், "உங்க மேல பயங்கர கோவத்துல இருக்கேன்" என்றாள் கவின், "ஏன் நேத்தே எல்லாம் பேசி சமாதானம் ஆகிட்டோமே, இன்னைக்கு என்ன புதுசா பிரெஷ்ஷா கோவம்" என்றான் புரியாமல்.

"அது வேற, எனக்கு உங்களை பயங்கரமா தேடுது பாக்கணும் போல இருக்கு. இங்க வேற பொண்ணு பாக்க வர்றாங்க" என்றாள் குரலில் தவிப்புடன், "சரிடா குள்ளச்சி நீ ஃபீல் பண்ணாத, உன்னோட அத்தை மாமாகிட்ட பேசுறியா? நான் மதுரை வந்திருக்கேன்" என்றான். "ஓ அப்படியா, சூப்பர் சூர்யா ஐயோ எனக்கு பயமா இருக்கே" என்றாள் நிஜமாகவே அவளுக்கு பதட்டமானது.

"அதெல்லாம் ஒன்னும் கவலைப்படாத, என்னோட இவங்க ரெண்டு பேரும் செம பிரண்ட்லி" என்று தைரியம் தந்தவன் முதலில் தன் தாயிடம் தந்தான், போனை வாங்கியவர் "ஹாய்டா எப்படி இருக்க?" என்றார், "வணக்கம் அத்தை, நான் நல்லா இருக்கேன்? நீங்க எப்படி இருக்கீங்க?" என்றாள் மிக பவ்யமாய், "நாங்க நல்லா இருக்கோம்டா, சூர்யா இப்போ தான் உன்னைய பத்தி சொன்னான். ஒன்னும் கவலை படாத நாங்க சீக்கிரம் உன்னைய பாக்க வரோம், நீ ரொம்ப அழகா இருக்கடா" என்றார் மனந்திறந்து, "தேங்க்யூ அத்தை அவசியம் வீட்டுக்கு வாங்க" என்றாள், "இரும்மா மாமா பேசுறாங்க" என்றவர் சூர்யாவின் தந்தையிடம் போனை கொடுத்தார், "வணக்கம் மாமா" என்றாள்

அவர் ஹலோ என்றவுடன், "வணக்கம்மா, எப்படி இருக்க?" என்றார், "நல்லா இருக்கேன், நீங்க எப்படி இருக்கீங்க மாமா" என்றாள் மலர் பொறுப்பாய், "நல்லா இருக்கோம்மா, சூர்யா எல்லாம் சொன்னான். நீ கவலை படாத நான் உங்க அப்பாகிட்ட பேசுறேன், சரியா" என்றவர், "அம்மா இருந்தா பேச சொல்லு" என்றார், "சரிங்க மாமா" என்றவள் ராகவன் இருக்கிறாரா என்று பார்த்து, அவர் வாசலில் நிற்பதை அறிந்துகொண்டு அன்பரசியை அழைத்து சூர்யாவோட அப்பா என்றாள், "குடு குடு" என்று வாங்கி கொண்டு மலரின் ரூமிற்கு விரைந்தார்.

"வணக்கம் அண்ணா" என்றார் எடுத்தவுடன், "வணக்கம்மா நான் நமச்சிவாயம், ராகவனுக்கு என்னைய நல்லா தெரியும். சூர்யா எல்லாம் சொன்னான். எனக்கு ரொம்ப சந்தோசம் எங்க வீட்ல எந்த சம்பிரதாயமும் பாக்க மாட்டோம். உங்களுக்கு இவங்க கல்யாணம் சம்மதமா?" என்றார் எடுத்த உடனேயே, "பரிபூர்ண சம்மதம் தான், அதான் உங்ககிட்ட பேசணும்னு சூர்யா கிட்ட சொன்னேன். எங்க வீட்டுக்காரரோட பிரண்ட் வீட்ல இருந்து இன்னைக்கு வர்றாங்க, அவங்க வந்துட்டு போன பிறகு நீங்க மலரப்பா கிட்ட பேசுங்க. அவங்களுக்கும் அவங்க பொண்ணு விருப்பம் தான் முக்கியம்" என்றார் அன்பரசி, "சரிம்மா உங்ககிட்ட பேசினது ரொம்ப சந்தோசம் சீக்கிரம் பாக்கலாம்" என்றவர் "இந்தா எங்க வீட்டம்மா கிட்ட குடுக்குறேன்" என்று சங்கரியிடம் தந்தார்.

"ஹலோ" என்ற சங்கரியிடம், "வணக்கம் அண்ணி எப்படி இருக்கீங்க? நலமா?" என்றார் அன்பரசி, "வணக்கம் வணக்கம், நாங்க நலம் உங்க பொண்ணு போட்டோ பாத்தேன் எனக்கு உடனேயே பாக்கணும்

போல ஆசையா இருந்துச்சு. இவன் பொண்ணுங்க கூட பேசவே மாட்டான் இவனையே லவ் பண்ண வச்சிட் டாளே என் மருமகள் அவளை பாக்கணும்னு ஆர்வமா இருக்கேன். சீக்கிரம் உங்க வீட்டுக்கு வரோம்" என்றார் குதூகலமாய்.

அன்பரசிக்கு பெருமையாய் இருந்தது "ரொம்ப நன்றிங்க அண்ணி, கண்டிப்பா வாங்க" என்றார், "சூர்யா பேசணும்ங்கிறான்" என்று சூர்யாவிடம் போனை கொடுத்தார் அன்பரசி, "ஹாய் அத்தை, எப்போ மாமாகிட்ட பேசலாம்னு நீங்க தான் சொல்லணும்" என்றான், "சரி சூர்யா இன்னைக்கு நைட் சொல்லிர்றேன் நீங்க ரிலாக்ஸ் பண்ணுங்க" என்றார் போனை ஆர்வ மாய் பார்த்துக்கொண்டிருந்த மலரை பார்த்துவிட்டு "இந்தா மலர் கிட்ட தர்றேன், நான் அவங்க வந்திட்டு போனப்புறம் பேசுறேன்" இப்போ சந்தோஷமா என்று அவளிடம் செய்கையில் கேட்டுவிட்டு அவளிடம் போனை கொடுத்து விட்டு சமயலறைக்கு விரைந்தார்.

"குள்ளச்சி என்ன சொல்றாங்க உங்க அத்தையும் மாமாவும்?" என்றான் சூர்யா சரசமாய், "சீக்கிரம் பாக்க வர்றோம்ன்னு சொல்லி இருக்காங்களே" என்றாள் மகிழ்வாய் கவின், "அப்போ அவங்களை மட்டும் அனுப்பவா, நான் வர வேண்டாமா" என்றான் கொஞ்சும் குரலில், "எனக்கு எங்க அத்தை மாமா போதுப்பா, அத்தை மகனெல்லாம் வேணாம்" என்றாள் பதிலுக்கு கவின், "அப்படியா அப்போ இந்த மாமனை உனக்கு பாக்க வேணாம், நல்லா யோசிச்சுக்கோ அப்புறம் இதுக்காக ரொம்ப வருத்தப்படுவ" என்று பயமுறுத்தினான், "ஓ ஏதோ என்னோட அத்தை மகனா போய்ட்டிங்க, அத்தானாச்சேன்னு பேசினா, ரொம்ப தான் ஏறிக்கிறீங்க. நீங்க மட்டும் வராம இருந்தீங்க, அப்புறம் எனக்கு வர்ற கோபத்துக்கு" என்று நிறுத்தி

விட்டாள், "ம்ம் என்ன செய்வியாம்" என்றான் சூர்யா உல்லாசமாய், "அழுதுருவேன், மிஸ் யு பேட்லி சூர்யா" என்றாள் கவின் பாவமாய். "ஏய் என்னடி குள்ளச்சி, இப்படி பேசுற? எனக்கும் உன்னைய எவ்வளவு தேடுது தெரியுமா? நானே கஷ்டப்பட்டு அத்தை சொல்லி இருக்காங்களேன்னு அமைதியா இருக்கேன்" என்றான் ஏக்கமாய்,

"அப்பா கூப்பிடுற மாதிரி இருக்கு சூர்யா, நான் அப்புறம் பேசுறேன்" என்றவளிடம், "ஏய் ஒரே ஒருக்க அத்தான் சொல்லு" என்றான், "நிஜமாவே வெக்கமா இருக்கு சூர்யா" என்றவளை, "ப்ளீஸ் ப்ளீஸ் சொல்லுடி" என்றவனிடம் "அத்...தான்" என்றாள் கிசுகிசுப்பான குரலில், "வாவ் என்னவோ பண்ணுது எனக்கு" என்றவன், "இப்போவே உன் முகத்தை பார்க்கணும் போல இருக்கு" என்றான், "எனக்கும் தான்" என்றவள், "அப்பா கூப்பிடுறாங்க நான் அப்புறம் பேசுறேன்" என்று போனை வைத்தாள்.

அப்போது தான் மகளிடம் இந்த பெண் பார்க்கும் விஷயத்தை பற்றி நேரடியாய் பேசவே இல்லை என்ற எண்ணம் தோன்றியது ராகவனுக்கு அவளை அழைத்தவர் பக்கத்தில் அமர வைத்து, "உன்கிட்ட கேக்காமலேயே இங்கே இந்த ஏற்பாடெல்லாம் செஞ்சிட்டேன்டா, ஆனா உன் சம்மதம் இல்லாம ஒண்ணுமே நடக்காது. உனக்கு ஏதாச்சும் பிடிக்க லைன்னா அப்பாகிட்ட ஓப்பனா சொல்லிரனும், சரியா" என்றார், "சரிப்பா" என்றபோது இவரிடம் சூர்யாவை பற்றி மறைப்பது குற்ற உணர்வை ஏற்படுத்தியது மலருக்கு.

மாலை ஆக ஆக மலருக்கு மிகுந்த பதட்டமாய் இருந்தது ராகவனும் அன்பரசியும் பரபரப்பாய்

இயங்கிக்கொண்டிருந்தார்கள். கிட்ட தட்ட அஞ்சறை மணிக்கு சங்கரன் அவர் மனைவி மற்றும் சந்தோஷ் வந்தனர், ராகவன் அன்பரசி இருவரும் அவர்களை வரவேற்று அமர வைத்தனர். கொஞ்ச நேரம் நலம் விசாரிப்புகளுக்கு பிறகு இயல்பான உரையாடல்கள் தான் நடந்துகொண்டிருந்தது ராகவனும் சங்கரனும் வெகு நாட்கள் நண்பர்கள், ஆதலால் எந்த தயக்கமும் இன்றி பேசி கொண்டிருந்தனர். சந்தோஷ் அவ்வளவாக பேச்சில் கலந்து கொள்ளவில்லை என்ற போதும் ராகவன் கேட்ட கேள்விகளுக்கெல்லாம் பதில் சொல்லிக்கொண்டிருந்தான், அவனுக்கு எப்போதுமே கவின்மலரை பிடிக்கும் சின்ன வயதிலிருந்து தெரியும், அதனால் அவளை பார்க்கும் பரபரப்பு அவனிடம் இருந்தது.

அப்போது வெளியில் காலிங் பெல் அடித்தது யார் என்று பார்க்க போன அன்பரசி முதலில் ப்ரியாவை பார்த்தவர் "ஹே வாடா வாடா ப்ரியா, எப்படி இருக்க?" என்று திரும்பியவர் அவள் பின் நின்றுகொண்டிருந்த சூர்யாவையும் மனோவையும் பார்த்து ஒரு நிமிடம் சிலையாக நின்றுவிட்டார். "சூர்யா, மனோ தானே நீங்க, அய்யய்யோ என்ன சூர்யா இப்போ வந்திருக்கீங்க?" என்றார். அப்போது அவர் அருகில் வந்த மனோ, "ஆன்ட்டி வீட்டு மாப்பிள்ளையை இப்படியா வரவேற்குறது?" என்றான்.

"டேய் சும்மா இருடா" என்றவன், "அத்தை பதறாதீங்க, உங்களுக்கு உதவ தான் நாங்க வந்திருக்கோம்" என்றான் சூர்யா புன்னகையுடன். "இது உதவியா சூர்யா, மலரை பொண்ணு பாக்க வந்திருக்க நேரம் பாத்து அவளுக்கு பசங்க பிரண்ட்ஸ் வந்திருக்கிறது தெரிஞ்சா அவங்க அப்பா கோபம் தான் படுவாங்க, ஐயோ இப்படி சொதப்புறீங்களே,

நான் இப்போ என்ன செய்ய?" என்று யோசித்து கொண்டிருந்தார், "அரசி யாரது?" என்றார் ராகவன் உள்ளிருந்து, "மலரோட கூட வேலை பாக்குற பிரண்ட்ஸுங்க வந்திருக்காங்க" என்றார் வாசலில் இருந்தே, "உள்ள கூப்பிட்டுட்டு வா அங்கேயே நின்னு என்ன பேசுற?" என்றார், ச்சை சினிமால வர்ற மாதிரி ஒரு மயக்கம் கூட வர மாட்டேங்குதே என்று மனதிற்குள் நினைத்துக்கொண்டார், "கடவுளே எனக்கு பதட்டத்துல என்ன செய்யுறதுன்னே தெரியமாட்டேங்குது" என்று புலம்பியவரை பார்த்து, "அத்தை எல்லாம் பிளான் பண்ணி தான் வந்திருக்கோம் கவலையே படாதீங்க. உள்ளே போலாம் வாங்க" என்றான் சூர்யா.

"நான் இருக்கும் போது நீங்க இதுக்கெல்லாம் கவலை படலாமா?" என்றவன் "ஆமா ஆன்ட்டி, பொண்ணு பாக்குறதுன்னா இந்த பஜ்ஜி சொஜ்ஜி எல்லாம் இருக்குமே, எனக்கு கொலபசியா இருக்கு நம்ம உள்ள போகலாமா?" என்றான் மனோ, "ஐயோ மானம் போகுது" என்று தலையில் அடித்தாள் ப்ரியா, "ஓய் இது என்னோட தங்கச்சி வீடு, நீ எதுக்கு ஓவர் ரியாக்ட் பண்ணுற" என்று உள்ளே போனான் மனோ.

உள்ளே வந்த மனோ ப்ரியா மற்றும் சூர்யாவை பார்த்து ஒரு நிமிடம் திகைத்த ராகவன், "வாங்க வாங்க சூர்யா, வாம்மா ப்ரியா" என்றவர் "இது" என்றார் மனோவை பார்த்து, "ஹலோ அங்கிள் நான் தான் மனோ" என்றான், "ஓ நீங்க தான் மனோவா தம்பி, மலர் உங்களை பத்தியும் நிறைய சொல்லி இருக்கா, வாங்க எல்லாரும் உக்காருங்க" என்றவர், "இவங்க எல்லாரும் மலர் இப்போ வேலை செய்யுற கம்பெனில வேலை செய்யுறாங்க" என்றவர் "அப்படி சொல்றதோட சூர்யா தான் மலருக்கு இந்த வேலைக்கே ஏற்பாடுபண்ணி

குடுத்தாரு" என்றார் தன் நண்பரின் குடும்பத்திடம்.

"அதெல்லாம் பெரிய விஷயம் இல்ல அங்கிள், அவங்க இன்டெர்வியூ வச்சாங்க, இவங்க நல்லா செய்யவே வேலை கிடைச்சிருக்கு, நான் என்ன செஞ்சேன்" என்றான் தான் செய்ததை லேசாக சொல்லி.

அப்போது, "இவங்க இன்னைக்கு மலரை பொண்ணு பாக்க வந்திருக்காங்க சூர்யா" என்றார், "ஓ சாரி அங்கிள்" என்று சட்டென்று எழுந்தவன், "சாரி இப்படின்னு தெரியாது, கவின் ரெண்டு மூணு புக் கேட்டாப்புல, அதான் ஊருக்கு வந்திருக்கோமே குடுத்திட்டு போலாம்னு வந்தோம். இந்த மாதிரி சமயத்துல நாங்க இருக்குறது உங்களுக்கு தொந்தரவா இருக்கும் நாங்க கிளம்புறோம்" என்றான் சூர்யா.

இவனுக்கு இங்க பொண்ணு பாக்க வர்ற விஷயம் தெரியாதாம் என்ன நடிப்புடா சாமி என்று ஒரு நிமிடம் அசந்து நின்றுவிட்டார் அன்பரசி. மனோவும் அப்போ பஜ்ஜி சொஜ்ஜி கிடைக்காதா என்றபடி எழுந்து நின்றான் அவசரமாய் அவர்களை தடுத்த ராகவன், "சங்கரன் என்னோட ரொம்ப வருஷ பிரண்ட், அதுனால எங்களுக்குள்ள எந்த ஒளிவு மறைவும் கிடையாது மெனக்கெட்டு வந்திருக்கீங்க ஒன்னும் சாப்பிடாம போக கூடாது இருந்து டிபன் சாப்பிட்டுட்டு தான் போகணும் ரெண்டு பேரும் உக்காருங்க மொதல்ல" என்றார் உரிமையாய், "இல்ல பரவாயில்ல அங்கிள் நாங்க இன்னொருக்க வர்றோம், எதுக்கு இப்போ" என்று கிளம்பி போவதை போல பாசாங்கு செய்யவே "உக்காருங்க சூர்யா" என்றார் ராகவன் வம்படியாய்.

சூர்யாவிற்கு மனதிற்குள் கொஞ்சம் பயமாய் தான் இருந்தது, ஓவர் ஆக்ட்டிங் பண்ணுறோமோ

என்று, உடனே மனோ "என் தங்கச்சிக்கு கல்யாணம்,
இருந்து ஸ்வீட் எல்லாம் சாப்பிட்டுட்டு வாழ்த்திட்டு
போலாம்டா சூர்யா அங்கிள் சொல்றாங்கள்ல" என்றான்
மனோ. "இவரு நல்ல மனுஷனா தான் இருப்பாரு
போல, ஆன்ட்டி தான் தேவையில்லாம இவருக்கு
வில்லன் ரோல் குடுத்துருக்காங்க, ஆனா இவரு
குணச்சித்திர ரோல் தான் பண்ணுவேன்னு அடம்பிடிக்
கிறாரே.." என்று சூர்யாவின் காதில் சொன்னான் மனோ,
சூர்யாவிற்கு சிரிப்பு வந்தது "டேய் சும்மா இருந்து
தொலைடா" என்றான் சூர்யா.

இவனுக்கு சோறு தான் முக்கியம் என்று அவனை
முறைத்தாள் ப்ரியா, இவ என்னைக்கு நம்மள காதல்
பார்வை பாத்திருக்கா இதுக்கெல்லாம் கவலை பட்டா
எங்க போறது என்று நினைத்துக்கொண்டு, "ஆன்ட்டி
உங்களுக்கு நான் உதவுறேன், என்ன வேலை
செய்யணும்னு சொல்லுங்க" என்றவன் ப்ரியாவிடம்
திரும்பி, "இதெல்லாம் பொண்ணுங்க டயலாக் நான்
பேசவேண்டி இருக்கு, என்னைய முறைக்கிறதை
விட்டுட்டு அங்கிட்டு போய் என் தங்கச்சியவாவது
சமாதான படுத்தி கூட்டிட்டுவா" என்றான் மனோ,
ப்ரியாவை கடந்து, அன்பரசியுடன் சமயலறைக்குள்
நுழைந்தபடியே.

அப்போது மாப்பிள்ளை சந்தோஷை பார்த்து
சிரித்த சூர்யா, இவன் நல்லவனா கெட்டவனா இவன்
கிட்ட எப்படி பேசுறது என்று யோசித்தபடி "ஹாய் ப்ரோ
நான் சூர்யா" என்றான் கைகொடுத்தபடி. பதிலுக்கு
மிக லேசாய் சிரித்த சந்தோஷின் முகத்திலிருந்து
எதையுமே கண்டுபிடிக்க முடியவில்லை, அப்போது
கவினிடமிருந்து சூர்யாவிற்கு அழைப்பு வந்தது.

28

கவின் சூர்யாவை அழைத்த போது, சூர்யா சந்தோஷுடன் பேச முயன்று கொண்டிருந்தான், அப்போது அவனின் கைபேசியில் கேகேயிடமிருந்து அழைப்பு என்றவுடன் "ஒரு நிமிஷம்" என்று சொல்லி விட்டு கிளம்பி வெளியில் தோட்டத்திற்கு வந்தான் சூர்யா.

சூர்யா போனை எடுத்தவுடன் கவின் அவசரமாய், "சூர்யா எல்லாரும் வந்துட்டாங்க, எனக்கு என்ன பண்ணுறதுன்னே தெரியலை. எப்படி இவங்க முன்னால போய் நிக்கிறது? ப்ளீஸ் ஏதாச்சும் சொல்லுங்க" என்றாள் தவிப்புடன்,

வெளியில் வந்தவன் மாடி பால்கனியில் அவள் நின்று பேசுவதை பார்த்துவிட்டான், பின் வழியாக மாடிக்கு போக வழி இருப்பதை பார்த்தவன் ஓசை எழுப்பாமல் மாடி படிகளில் ஏறினான். வழியில் வந்த ப்ரியாவிடம், அவ கிட்ட போகாத நான் பாத்துக்கிறேன் என்று செய்கை செய்தவுடன் அவள் கீழ் இறங்கி விட்டாள்.

"குள்ளச்சி வேற யாரு முன்னாலயும் நிக்க வேணாம் உன் அத்தான் முன்னால போய் நில்லு" என்றான் மென்மையாய், "என்ன விளையாடுறீங்களா, நீங்க என்ன இங்கேயா இருக்கீங்க, உங்க முன்னால வந்து நிக்கிறதுக்கு?" என்று கீழே எட்டி பார்த்தவளுக்கு அருகில் வந்து, "இந்த மாம்பழ கலர் ஸாரீல அப்படியே

மல்கோவா மாம்பழம் மாதிரியே இருக்க" என்றான் அவள் பின்னால் வந்து நின்று,

காதிலிருந்து போனை எடுத்துவிட்டு அவள் திரும்பும் முன் பின்னிருந்து அவளை அனைத்தவன், "எவ்வளவு நாள் ஆச்சு என் குள்ளச்சியை பார்த்து" என்றான் அவள் காதில், அவன் கைகளை விலக்கிவிட்டு சட்டென்று திரும்பியவள் சூர்யா என்ற வார்த்தையை கூட உச்சரிக்க முடியாமல் திக்குமுக்காடி போனாள், எவ்வளவு நாட்கள் ஆச்சு என்று மனதிற்குள் சொல்லிக் கொண்டவள், அவன் நெஞ்சில் சாய்ந்து அழுதுவிட்டாள். "ஹே குள்ளச்சி சாரிடி! ப்ளீஸ் அழாத, என் செல்லகுட்டில" என்று என்னென்னவோ பேசியும் அவன் நெஞ்சிலிருந்து முகத்தை எடுக்காமல் அழுது தீர்த்துவிட்டாள். ஒருவாரு சமாதானம் ஆனவள், "வேலை செய்ய வேண்டி தான், அதுக்காக இப்படியா ஒரு நாளைக்கு ரெண்டு வார்த்தை கூட பேசாம எப்படி? எவ்வளவு கஷ்டமா இருந்தது தெரியுமா? ஏன் தான் உங்களை பாத்தோமோன்னு வெறுத்து போய்ட்டேன். ஏன் இப்படி பண்ணுனீங்க? தினம் ஒரு நிமிஷமாச்சும் பேசி இருக்கலாம்ல சூர்யா? நீங்க நல்லா இருக்கீங்களான்னு தெரியாம எவ்வளவு தவிப்பா இருந்தது தெரியுமா? மனோ அண்ணா மட்டும் இல்லைன்னா என்ன ஏதுன்னு தெரியாம என்ன ஆகி இருப்பேன்னே தெரியலை" என்றாள் கவின் கண்ணீர் குரலில்,

"தப்பு தான்டா குள்ளச்சி உங்ககிட்ட எல்லாம் சரியா பேசாம தவிக்க விட்டது ரொம்ப தப்பு தான், அதுக்கு என்கிட்ட எவ்வளவு வேணா சண்டை போடு இப்படி அழாத கஷ்டமா இருக்கு" என்றான் "வர்றேன்னு சொல்லவே இல்ல?" என்றாள் குறையாய், "நீ எதிர்பார்க்காத நேரம் என்னைய பாத்ததால தானே நீயே

வந்து இப்படி கட்டி பிடிச்சிருக்க?" என்றான் அவளை இடையோடு பிடித்தபடி.

"ஐய்யய்யோ" என்று சட்டென்று விலகியவள் யாரும் வருகிறார்களா என்று அவசரமாய் பார்த்தாள், "இதெல்லாம் அத்தானை கட்டிப்பிடிச்சு அழுறதுக்கு முன்னவே யோசிச்சிருக்கணும்டி குள்ளச்சி" என்றான், "ரொம்ப நாள் ஆச்சுல்ல உங்கள பாத்து அதான்" என்றவள் முகமெல்லாம் சிவந்து கிடந்தது, "இப்போ கீழ போனுமே, சந்தோஷ் நல்ல டைப்பு சூர்யா, அவர் கிட்ட சொல்லிரனும். ஆனா எப்படி சொல்றதுன்னு தான் தெரியலை" என்றாள் கவின்,

"அதெல்லாம் நீ கவலை படாத, அதுக்கு தான் உங்கண்ணன் வந்திருக்கான், அவனை வச்சு சந்தோஷ வெளில கூட்டிட்டு வர வச்சு நான் பேசிக்கிறேன்" என்றவன், "நீ ஜாலியா அத்தானுக்கு வந்து காப்பி குடு போதும்" என்றான், "ஐ அண்ணா வந்திருக்காங்களா, உங்க கூட" என்றவளை வளைத்து பிடித்தவன், "ம்ம்ம் ஆமா ப்ரியாவும் வந்திருக்கா. உனக்காக காத்திருக்கின்றன தேனீர் கோப்பைகளும் என் இதழ் களும்னு யாரோ எழுதி இருந்தாங்க" என்றான் பார்வை மாற, "சீ தள்ளி நில்லுங்க, எங்க அம்மா வந்திற போறாங்க" என்றாள் வெட்கத்துடன்.

"ஏய் நீ தானேடி எழுதி இருந்த இப்போ பக்கத்துல வந்தா தள்ளி விடுற" என்று வம்பிழுத்த படியே அருகில் வந்தவன் அவள் கூந்தலில் முகம் புதைத்து "ஹெவன்லி" என்றவன் மல்லிகையின் வாசம் முகர்ந்தபடி "நறுமுகை பயங்கர வாசமா இருக்காங்க" என்றான் மையலுடன்,

மனோவிடமிருந்து சூர்யாவிற்கு அழைப்பு

வந்தது, "அடேய் இங்க எல்லாரும் பொண்ணு பாக்க காத்திருக்காங்க, அங்கிட்டு ரொமான்ஸ் பண்ணிட்டு இருக்கீங்க, சீக்கிரம் கீழ வாடா. ஆன்ட்டி மலரை கூப்பிட மேல வர்றாங்க, நாம சந்தோஷ் கிட்ட வேற பேசணும். அவனை வெளில கூட்டிட்டு வர நான் இங்க படாதபாடு பட்டுட்டு இருக்கேன், உன் கல்யாணம் நடக்குறதுக்குள்ள நான் ஒருவழி ஆகிருவேன் போல" என்றான் மனோ.

"பத்தியா எள்ளுன்ன உடனே எண்ணையா நின்னுட்ட, கலக்குற மச்சி, உன்னால மட்டும் தான்டா முடியும், இதோ கீழ வந்துர்றேன்" என்று போனை வைத்தவன், "அத்தை மேல வர்ராங்களாம், நான் கீழ போறேன்" என்றான், "சரி நீங்க போங்க" என்று திரும்பியவளின் ஜடையை பிடித்து இழுத்து அவள் எதிர்பாராத நொடி அவள் இடையில் ஒரு கிள்ளு கிள்ளினான், "ஆ" என்று அலற போனவள் வாயை பிடித்து பொத்தியன் "கத்தாதே ரொம்ப நேரமா டெம்ப்ட் பண்ணிட்டே இருக்கு" என்று கண்ணடித்து விட்டு கீழிறங்கி போனான்.

இவன் இருக்கானே என்று சிரித்துக்கொண்டே, அழுததால் கலைந்திருந்த முகத்தை சீர்செய்த்து கொண்டு நிமிர்த்தவளை பார்த்த அன்பரசிக்கு திகைப்பாகி விட்டது. என்னடா இது கொஞ்ச நேரம் முன்ன வரை மூஞ்சில சிரிப்பே இல்லாம அழுது வடிஞ்சிட்டு இருந்தவ, இப்போ ஒரே சிரிப்பும் வெக்கமுமா இருக்கா என்று யோசித்தவர் "சூர்யா உன்னைய பாக்க வந்தாராடி" என்றார், "ம்ம்" என்று முகத்தை நிமிர்த்தாமலே அவள் பதில் சொன்ன விதத்திலேயே புரிந்துகொண்டவர் நல்லபடியா இவங் களுக்கு கல்யாணம் நடக்கணும் என்று வேண்டி கொண்டார்.

“சரி வா கீழ போகலாம்” என்று அவளை அழைத்து கொண்டு கீழே நடந்தார் அன்பரசி. கீழே சூர்யா சந்தோஷுடன் தான் பேசிக்கொண்டிருந்தான். “உங்களுக்கு என்னங்க நல்ல வேலை, காலைல வேலைக்கு போனா சாயங்காலம் வீட்டுக்கு வந்திறலாம் நேரத்துக்கு தூங்குறதுக்கெல்லாம் ஒரு கொடுப்பினை வேணும்ங்க” என்று பேசிக்கொண்டிருந்தான் சூர்யா. இவன் என்ன பண்ணுறான் எப்படியாவது சந்தோஷை வெளில வரவைக்க சொன்னா ஒண்ணுமே பண்ணாம இருக்கான் என்று மனோவை மனதிற்குள் தாளித்து கொண்டிருந்தான்.

வெளியில் இருந்து ஹாரன் சத்தம் கேட்டது இரண்டு மூன்று முறை ஆனதும் வெளியில் அவசரமாய் போய் எட்டி பார்த்த சூர்யா, “சந்தோஷ் உங்க கார் கொஞ்சம் கிராஸ்ல நிக்கிது போல, கார் சாவி வேணா தாங்க நான் தள்ளி நிறுத்துறேன்” என்றான், சட்டென்று எழுந்த சந்தோஷ் வெளியில் வந்து பார்த்த போது ஒரு லாரி அந்த தெருவை கடக்க முடியாமல் சந்தோஷின் வண்டி சற்றே தடங்கல் ஏற்படுத்தியது. அவசரமாய் வெளியில் வந்த சந்தோஷ் வண்டியை எங்கு நிறுத்த என்று யோசித்த போது எதிர் வரிசையில் ரெண்டு மூணு வீடுகள் தள்ளி இருந்த ஒரு காலி இடத்தில் நிறுத்தலாம் என்று சூர்யா சொன்னான்.

அதற்குள் வாசலுக்கு வந்த ராகவனும் அதையே சொல்லவும் சந்தோஷ் சூர்யா இருவரும் காரை நிறுத்த போனார்கள். மிகவும் சின்ன இடமாக இருந்தது, அதில் காரை ரிவர்ஸில் விட சந்தோஷ் கொஞ்சம் கஷ்டப் பட்டான் அவன் கார் வாங்கி சில நாட்களே ஆகி இருந்தது, அதை தானே செய்வதாய் சொல்லி சூர்யா செய்த விதம் சந்தோஷை அவன் பால் நட்பு கொள்ள வைத்தது.

காரை நிறுத்திவிட்டு வரும் போது சூர்யா சந்தோஷிடம், "வெரி சாரி சந்தோஷ்" என்றான், "ஏன்?" என்றான் சந்தோஷ் ஒன்றும் புரியாமல், "இல்ல உங்க கிட்ட இருந்து மறைக்கவேணாம்னு நானும் கவினும் முடிவு பண்ணினோம், பட் உங்ககிட்ட சொல்லவே கஷ்டமா இருக்கு. நானும் கவினும் விரும்புறோம். அங்கிள்க்கிட்ட சொல்லுறதுக்குள்ள உங்க வீட்ல சொல்லி எல்லா ஏற்பாடையும் செஞ்சிட்டாங்க. அதான் உங்ககிட்ட சொல்லிரனும்ன்னு தோணுச்சு, தப்பா எடுத்துக்காதீங்க பொண்ணு பாக்குறது பெரிய விஷயமில்லைனு சொல்லிக்கலாம், ஆனா ஒவ்வொ ருத்தருக்கும் ஒரு எதிர்பார்ப்பு இருக்கும் இல்லையா? மனசு ஒன்னும் விளையாட்டு பொருள் இல்லையே, உங்க மனசு எந்த விதத்துலயும் புண்பட்டுற கூடாதுன்னு நானும் கவினும் நினைக்கிறோம்" என்றான் தயக்கமாய்.

"ஓ இதான் கதையா, என்னடா இது இன்னைக்கு பாக்க எல்லாரும் வந்திருக்கீங்களேன்னு பாத்தேன். நல்ல வேளை இப்போவே சொன்னீங்க, எனக்கு லவ் மேரேஜ் பண்ணனும்னு தான் ஆசை, வீட்ல மலர் பேரை சொன்ன உடனே சின்ன வயசுல இருந்தே தெரிஞ்ச பொண்ணு, நல்ல பொண்ணுன்னு தான் பாக்க வரவே சம்மதிச்சேன், பாத்து பிடிச்சிருந்தா லவ் பண்ணிக்கலாம்ன்னு நினைச்சேன். இதுல இன்னொரு கதை ஓடுறது தெரியாது ப்ரோ, நல்ல வேளை முதல்லேயே சொல்லிடீங்க இல்லாட்டி ரொம்ப ஏமாற்றமாகி இருக்கும்" என்றவன், "வாழ்த்துக்கள்" என்று வாழ்த்த வேறு செய்தான்.

சட்டென்று பாரம் விலகிய மனதுடன், "ரொம்ப ரொம்ப தேங்க்ஸ் சந்தோஷ், புரிஞ்சிகிட்டதுக்கு" என்றான் சூர்யா மனசார, "நீங்க உள்ள போங்க" என்று

அவனை அனுப்பி வைத்துவிட்டு திரும்பிய சூர்யா மனோவை பார்த்து திகைத்து விட்டான். சந்தோஷுடன் கைகொடுத்து பேசியபடியே வந்த சூர்யாவை பார்த்த ராகவன் மனதில் கொஞ்சம் கொஞ்சமாய் நுழைந்து கொண்டிருந்தான் சூர்யா.

முகமெல்லாம் வேர்த்து களைத்து நின்றிருந்த வனை பார்த்து "டேய் நீ என்னடா களத்து வேலைக்கு போயிட்டு வந்தவன் மாதிரி இருக்க?" என்றான் சூர்யா, "ஏன்டா பேசமாட்ட பக்கத்து தெருல போயிட்டு இருந்த இந்த லாரிக்காரனை கூப்பிட்டு இந்த தெருவழியா வாயான்னு பேசி வரவச்சு, அவன் கையில நூறு ரூபாயை குடுத்து அவனை சரியா வீட்டு வாசல்ல வந்து ஹாரன் அடிக்க வைக்கிறதுக்குள்ள... நான் இந்த வீட்டுக்கும் அங்கிட்டுமா ஓடி ஓடியே களைச்சிட் டேன். நீ என்னடான்னா நக்கல் அடிக்கிற. அடேய் உன் காதலுக்காக நீ வேலை பார்த்தா பரவாயில்லடா, என்னைய ஏன்டா இப்படி அலைய விடுற" என்றான் பாவம் போல,

"நண்பேன்டா" என்றான் சூர்யா மனோவை தோளோடு சேர்த்து அணைத்தபடி பெருமையாய், "உன் தங்கச்சிக்காக நீ இந்த சின்ன உதவிய செய்ய மாட்டியாடா" என்றான் அதே பெருமை குரலில், "இப்படி உசுப்பேத்தி உசுப்பேத்தியே ரணகள படுத்திருங்க" என்றான் மனோ சோர்வாய், அவர்கள் மலர் வீட்டு வாசலுக்கு வந்த போது ஒரு டம்ளர் காப்பியை அவன் கையில் கொடுத்தாள் ப்ரியா, "அட இங்க பாருடா உலக அதிசயமெல்லாம் நடக்குது" என்றான் மனோ உற்சாகமாய், "ஐயோ பாவமேன்னு குடுத்தேன் ஓவரா இமாஜின் பண்ணிக்காதீங்க, வேற ஒண்ணுமில்ல" என்றாள் ப்ரியா.

"நீ என்ன நினைச்சு குடுத்தாலும், சரி ஒன்னு யோசிச்சியா இங்க நடக்குறது பொண்ணு பாக்குற பங்க்ஷன் நீ எனக்கு காப்பி குடுக்குற, என்ன ஒரு கோய்ன்ஸிடென்ஸ்" என்றான் மனோ, "இப்படி என்னத்தையாவது பேசி தான் என்னைய கவுக்க பாக்குறீங்க, பெட்டர் லக் நெக்ஸ்ட் டைம்" என்றாள். "அப்படியா ரியா நீ கொஞ்சம் கூட இம்ப்ரெஸ் ஆகல இல்லையா?" என்றவன், "சரி சீக்கிரம் சொல்லு எஸ் ஆர் நோ, எம்புட்டு நாள் தான் காத்துட்டே இருக்குறது இந்த பாரு என் கூடவே தான் இருக்கான், சூர்யா எல்லாம் லவ் பண்ணி ரொமான்ஸ் பண்ணி கல்யாணம் வரை போய்ட்டான், நான் இன்னும் அப்படியே இருந்தா என்ன ஆகுறது? என்னைய பாத்தா உனக்கு பாவமா இல்லையா?" என்றான்,

"நீங்க ஒரு வேஸ்ட் பீசு, சூர்யா அண்ணா எல்லாம் மலர் கிட்ட கேட்டுட்டேவா இருந்தாரு, தன்னோட லவ்வ புரிய வச்சாரா இல்லையா? இப்படி இருந்தீங்கன்னா கடைசி வரை ஹீரோ ஆக முடியாது காமெடியனா தான் இருக்கனும் சொல்லிட்டேன்" என்றாள், "அப்போ பெர்மிஸன் தேவை இல்லை நேரடி ஆக்க்ஷன் தான் தேவைன்னு சொல்லுறியா?" என்று மனோ யோசித்து கேட்டு முடிப்பதற்குள் உள்ளே ஓடி மறைந்தாள் ப்ரியா, "அடி பாவி பாதகத்தி எங்கிட்டு வந்து எந்த மாதிரி இடத்துல வச்சு லவ்வ ஓகே பண்ணுது பாரு, நீ பாவம்டா மனோ உனக்கு எதுக்குமே குடுத்து வைக்கலை" என்று புலம்பியபடி உள்ளே போனான் மனோ.

சூர்யா உள் நுழைந்த போது கவின் அனைவருக்கும் காப்பி கொடுத்து கொண்டிருந்தாள், "சூர்யாவுக்கும் ஒண்ணு குடும்மா" என்று ராகவன் சொன்ன போது கண்களில் மின்னலுடன் அவனுக்கு ஒரு

கோப்பையை கொடுத்தாள். அவள் இதழ்களையே பார்த்தபடி அந்த கோப்பையை வாங்கியவன், அதையும் அவள் இதழ்களையும் மாறி மாறி பார்த்தான், எல்லாரும் இருக்காங்க இவனுக்கு சேட்டையை பாரேன் என்று நினைத்தவளின் கன்னங்கள் சிவந்த போதும் கண்களால் அடிவாங்க போறீங்க என்பது போன்ற நயன மொழியினை வெளிப்படுத்தினாள், அதற்கு பதில் வேணா கன்னத்துல அடிச்சிக்கோ என்பது போல லேசாக முகத்தை திருப்பி காட்டினான் சூர்யா, சும்மா இருங்க ப்ளீஸ் என்பது போல கண்களாலேயே கெஞ்சினாள் கவின் தன் பார்வையை அவளிடமிருந்து ராகவனிடம் மாற்றி கொண்டான் சூர்யா.

சந்தோஷுடன் தனியாய் பேசும் சந்தர்ப்பம் வாய்த்த போது தயங்கியபடியே பேச ஆரம்பித்த மலரை கையமர்த்தியவன், "சூர்யா எல்லாம் சொன்னாரு, நீ ஒன்னும் கவலைப்படாத நாம சின்ன வயசுல இருந்து தெரிஞ்சவங்க தானே இனிமேலும் நல்ல பிரண்ட்சாவே இருப்போம், சரியா?" என்றான், "ரொம்ப ரொம்ப நன்றி சந்தோஷ். இப்போ நீங்க பேசுறது ரொம்ப ஆறுதலா இருக்கு" என்றாள் மலர். இவர்கள் தனியாய் பேசும் போது தாங்கள் பக்கத்து ஊரான அம்பாசமுத்திரத்திற்கு கிளம்புவதாய் ராகவனிடம் அறிவித்தான் சூர்யா. "என்ன விசேஷம் தம்பி?" என்று கேட்டார் ராகவன்,

"அது ஒண்ணுமில்ல, நாங்க இங்க ஒரு வாரம் எங்களோட பிரண்ட் வீட்டுல தங்கி இருந்து பக்கத்துல இருக்குற இடங்களை எல்லாம் சுத்தி பாக்க பிளான் செஞ்சி தான் வந்தோம் அங்கிள், அதான் கிளம்பலாம்னு பாத்தோம்" என்றான் சூர்யா,

"அப்படியா ரொம்ப சந்தோசம் தம்பி, இங்க கல்லிடைல ஏழாம் திருநாள் ரொம்ப விசேஷம்,

அன்னைக்கு காலைல இருந்து நம்ம வீடே தடபுடல படும். நீங்க எல்லாரும் வந்துரனும் நாளான்னைக்கு தான் திருவிழா, இங்க தானே இருக்கீங்க, கண்டிப்பா வாங்க" என்றார். "சரிங்க அங்கிள் இந்த புக்கெல்லாம் கவின்கிட்ட குடுத்துருங்க" என்றவன் "அப்போ கிளம்புறோம் ஆன்ட்டி" என்று அன்பரசியிடம் விடை பெற்றவன் போனில் பேசுவதாய் செய்கை செய்தான். இந்த ரணகளத்துலயும் விடாம புக்க குடுத்து சீனை ஒழுங்கா முடிகிறான்யா காதலுக்காக என்னலாம் பண்ணுதுங்க என்று வியந்து போனான் மனோ, "நானும் கிளம்புறேன் அங்கிள்-ஆன்ட்டி" என்றவன் ப்ரியாவை தேடினான்.

"சந்தோஷ் கிட்ட சொல்லிக்கிறோம், நாங்க வர்றோம்" என்று சங்கரன் தம்பதிகளிடமும் சொல்லிக் கொண்டு வாசல் வந்தனர் மனோவும் சூர்யாவும். "டேய் டேய் ஒரு ரெண்டு நிமிஷம் இருடா, இந்த ப்ரியா இப்போ கொஞ்ச நேரத்துக்கு முன்ன தான் என்னோட லவ்வ புரிஞ்சிகிட்டு ஓகே சொல்லுற மாதிரி பேசி இருக்கா, நான் அவகிட்ட கொஞ்சம் பேசிட்டு வந்துர்றேன்டா, நீ மலர்கிட்டயும் சந்தோஷ் கிட்டயும் பேசிமுடிக்கிறதுக்குள்ள வந்தர்றேன்" என்று தோட்டத்து வழியாய் ப்ரியாவை தேடி பின்பக்கம் போனான்.

பின் வாசல் கதவில் சாய்ந்து கற்பனையில் நின்றிருந்தவளின் அருகில் போய் "போவ்" என்றான் திடுக்கிட்டு திரும்பியவள், என்ன என்பதை போல் திமிர் பார்வை ஒன்றை பார்த்தாள். அவளது பார்வையை கண்டு கொள்ளாமல் ஒதுக்கியவன், அவளுக்கு மிக அருகில் வந்தான். அவன் அருகில் வர வர சற்றே பயந்தவள், "எதுக்கு இப்போ இவ்வளவு பக்கத்துல வரீங்க?" என்றாள் பயந்த குரலில், "உன்ன பயமுறுத்த தான்" என்று சொல்லிவிட்டு "நானும் உன்னைய

காதலிக்கிறேன்டான்னு சொல்லு தள்ளி நிக்கிறேன்" என்றான்,

"இப்படி மிரட்டினா நான் பயந்திருவேனாக்கும்" என்றாள் உதட்டை சுளித்தபடி, "ரியா ப்ளீஸ் கொல்லாத, நான் ஒவ்வொரு நாளையும் ரொம்ப கஷ்டப்பட்டு தள்ளிட்டு இருக்கேன், புரிஞ்சிக்கோ" என்றான் பாவம் போல, "என்னைய புரிஞ்சிக்கோன்னு சொல்லாதீங்க, நீங்க முதல்ல புரிஞ்சிக்க ட்ரை பண்ணுங்க. எனக்கு அதெல்லாம் சட்டுன்னு சொல்ல வரல மனோ" என்றவள் திரும்பி நடக்க போனாள், அவள் கைகளை பிடித்து இழுத்தவன் மேல் போய் விழுந்தவள், "எனக்கு உன்னைய ரொம்ப பிடிச்சு தொலைக்குதுடா இடியட் உனக்கு புரியாட்டி நான் என்ன பண்ண?" என்றாள் வெட்கத்துடன், "லவ் யூ ரியா" என்றவன் அவள் நெற்றியில் இருந்து தொடங்கி கண்கள், கன்னம் என்று முத்தமிட்டபடி வந்தவன், இதழ்களை முற்றுகையிடும் முன் யாரோ வரும் அரவம் கேட்டது சட்டென்று அவனை தள்ளி விட்டவள், "என்ன பண்ணுறீங்க?" என்றாள் வெட்கத்துடன், "ஒண்ணுமே பண்ணல டார்லிங், அதுக்குள்ள எவனோ வந்து தொலைச்சிட் டான்" என்றான் பல்லை கடித்தபடி, "ப்ளீஸ் ரியா மலர் கூடவே திருவிழா முடியுற வரை இரு" என்றான், "ஐயையோ ஒரு நாள்ல திரும்பி வந்திருவேன்னு தான் சொல்லிட்டு வந்திருக்கேன் என்ன சொல்வாங்களோ வீட்ல தெரியலை" என்றாள்,

"அதெல்லாம் நீ நினைச்சா சம்மதிக்க வைக்கலாம் ப்ளீஸ்டா ரியா, இப்போ தான் எனக்கு ஓகே சொல்லி இருக்க, ஒரு EK கூட குடுக்கலை, மனோவ பாத்தா உனக்கு பாவமா இல்ல" என்றான், "EK?", "அது தெரியாதா செல்லம் உதட்டுல குடுக்குறது, நீ இன்னும் பச்சை பிள்ளையாவே இருக்க, நான் உனக்கு

சொல்லி தரவா?" என்றான், "சீ! அலையாதீங்க கிளம்புங்க யாரோ வர்ற மாதிரி இருக்கு" என்று அவனை தள்ளினாள் ரியா, "இது உனக்கே நல்லா இருக்கா? என்னைய எவ்வளவு நாள் காக்க வச்ச, உனக்கு என்னைய பாத்தா பாவமா இல்ல?" என்றான் மனோ, "சரி ஊருக்கு போகல இருக்கேன் சரியா" என்றவள் அவன் சுதாரிக்குமுன் அவன் கன்னத்தில் இதழ் பதித்து விட்டு வெட்கத்துடன் ஓடிவிட்டாள், சிரித்து கொண்டே "மை ஸ்வீட் ரியா" என்று சூர்யாவிடம் போனான் மனோ.

"இன்னைக்கு நாங்க சந்தோஷமா இருக்க நீங்க மட்டும் தான் காரணம் ரொம்ப நன்றி சந்தோஷ், உங்களுக்கு சீக்கிரம் மனசுக்கு பிடிச்ச பொண்ணு அமைய வாழ்த்துக்கள்" என்றான் சூர்யா, "தேங்க்ஸ் ப்ரோ, உங்கள விரும்புறவங்கள நான் கல்யாணம் செஞ்சிட்டு அவங்களுக்கும் கஷ்டம் எனக்கும் கஷ்டம், நல்ல வேளை அப்படி எதுவும் நடக்கலை, அதுக்கு நான் தான் உங்களுக்கு நன்றி சொல்லணும்" என்றவன், "நான் உள்ளே போறேன் மலர்" என்று உள்ளே நடந்தான்.

கவினிடம் "நாங்க கிளம்புறோம்டா இங்க தான் இருப்போம் நாளன்னைக்கு திருவிழாக்கு உங்க அப்பா கூப்பிட்டு இருக்காங்க அதுக்குள்ள எல்லாத்தையும் சிறப்பா செஞ்சிக்கலாம் சரியா" என்றான் சூர்யா, அவள் "சரி" என்று தலையாட்டவே மனோவுடன் கிளம்பினான், மனோவிடம் "ப்ரியா எப்படிடா?" என்றான் சூர்யா.

"இங்க மலர் வீட்டுல இருக்க சொல்லி இருக்கேன்" என்றான் மனோ லேசான வெட்கத்துடன், அப்போது அவர்கள் அருகில் வந்த கவின், "ஹே ப்ரியா ஓகே சொல்லிட்டாளா அண்ணா, முகமெல்லாம் ஒரே பளிச்சுன்னு இருக்கு" என்றாள், "ஆமா மலர்" என்றான் புன்னகையுடன், "சூப்பர் அண்ணா வாழ்த்துக்கள்"

என்றவள், ப்ரியாவை தேடினாள் அவளை ஹாலில் பார்த்தவள், இங்க வாடி என்று செய்கை செய்து அழைத்து, இழுத்து அவள் கன்னத்தில் ஒரு முத்தமிட்டு "சூப்பர்டி ப்ரியா" என்றாள் மகிழ்ச்சியாய், கவினின் செய்கையையே ஏக்கமாய் ஒரு நிமிடம் பார்த்த சூர்யா, "தங்கச்சி உனக்கு என்னோட ஆழ்ந்த அனுதாபங்கள்" என்றான் சூர்யா, "டேய் டேய் ஏன்டா இப்படி, நண்பனுக்கு உதவி செய்யாட்டியும் இப்படி கொளுத்தி போடாம இருக்கலாம்ல" என்றான் மனோ, "சரிடா சரிடா என் தங்கச்சி பயங்கர தைரியசாலி, அதான் உன்னைய ஓகே பண்ணியிருக்கு" என்றவன் "வாழ்த்துக்கள் மச்சான் எனக்கு ரொம்ப ரொம்ப சந்தோஷம்" என்றான் சூர்யா மனோவை அணைத்து கொண்டே, சிரிப்பும் வெட்கமுமாக நின்றுகொண்டிருந்தாள் ப்ரியா.

இவர்கள் தோட்டத்தில் நின்று கொண்டு பேசிக் கொண்டிருந்த போது வாசலுக்கு சங்கரன் குடும்பத்தை வழியனுப்ப வந்த ராகவன் இவர்களை பார்த்தார், சூர்யாவின் அருகில் நின்று ப்ரியாவை கலாய்த்து கொண்டிருந்த மலரை பார்த்தவர் மனதில் யோசனை வந்தது. நமக்கு ஏன் இப்படி தோணுது என்று யோசித்தவர் சரி அரசிகிட்ட பேசிக்கலாம் என்று வெளியில் போனார்.

அவர் திரும்பி வரும் முன் சூர்யாவும் மனோவும் கூட கிளம்பி இருந்தார்கள். மலருக்கு ப்ரியாவும் மனோவும் ஒன்று சேர்ந்தது மிகுந்த மகிழ்ச்சியை தந்தது, "சரி நான் கிளம்புறேன்டா" என்று ஆரம்பித்தாள் ப்ரியா, அப்போது மலர் "ஹே ப்ளீஸ்டி திருவிழா வரைக்கும் இருப்பா நான் அங்கிள் ஆன்ட்டி கிட்ட பேசிக்கிறேன்" என்றாள் மலர், அன்பரசியும் ராகவனும் கூட, "நீ திருவிழா முடிஞ்ச உடனே போம்மா, நாங்க உன்னோட அப்பா அம்மா கிட்ட பேசுறோம்" என்று

பேசி சம்மதம் வாங்கினர்.

இரவு மலரும் ப்ரியாவும் மிக மகிழ்ச்சியாக கதையடித்தபடி இருந்தனர், ராகவன் மிக தீவிரமாய் சிந்தித்தபடி அமர்ந்திருந்தார். "என்னங்க ஒரே யோசனை சந்தோஷை பத்தியா?" என்றார் அன்பரசி, "இல்லமா சூர்யாவை பத்தி தான் யோசிச்சிட்டு இருந்தேன், ரொம்ப நல்ல மாதிரி இல்லையா?" என்றார் ராகவன், "ஆகா அவரே வலிய வர்றாரு" என்று நினைத்த அரசி, "ஆமாங்க பழக ரொம்ப நல்ல மாதிரி" என்றார் அன்பரசி.

"சூர்யாகிட்ட நல்ல விஷயங்கள் நிறைய இருக்கு இல்லையா?" என்றவர், "அப்புறம் உனக்கு சந்தோஷ பிடிச்சிருக்கா? மலர் என்ன சொன்னா? அவளுக்கு சந்தோஷை பிடிச்சிருக்கா?" என்றார் யோசனையாய், அதற்கு அன்பரசி "இல்லங்க அவளுக்கு சொல்ல தெரியலை அவ யோசிக்கிறா, எனக்கும் ரெண்டு மூணு விஷயங்கள் யோசிக்க தோணுது" என்றார்,

"என்னம்மா?" என்றார் ராகவன், "இல்ல சந்தோஷ் மதுரைல வேலை பாக்குறாரு, மலர் சென்னைல வேலை பாக்குறா. கல்யாணம் முடிஞ்சா கண்டிப்பா மலர் வேலையை விடணும், அப்புறம் மதுரைல இந்த மாதிரி பெரிய கம்பெனியில வேலை கிடைக்குமா, இது ஒரு விஷயம் இன்னொன்னு இவளோட வேலையோட தன்மை வேற மாதிரி இரவு பகல் பாக்காம வேலை செய்யணும் இது சந்தோஷுக்கு ஒத்துவருமா? இப்படி சில பல யோசனைகள் ஓடுது, இதெல்லாம் ஒத்து வருமான்னு பாத்து தான் சங்கரன் அண்ணா கிட்ட பதில் சொல்ல முடியும்" என்றார் அன்பரசி, "நீ சொல்றதெல்லாம் உண்மை தான் பொண்ணு படிப்பை முடிச்சிட்டான்ன உடனே எல்லாரும் கேக்க தான் செய்வாங்க, நாம தான் மலருக்கு எது சரிப்படும்ன்னு

பாத்து பண்ணனும்" என்றார்.

"ஏங்க எனக்கு ஒரு யோசனை" என்றார் அரசி, "சொல்லும்மா" என்றார் ராகவன், "இல்ல நம்ம மலருக்கு பேசாம சூர்யாவை கேட்டா என்ன, ஏன் சொல்றேன்னா இவளை அவருக்கு நல்ல தெரியும். ரெண்டு பேருக்கும் ஒரே கம்பெனியில வேலை. அது மட்டுமில்லாம சூர்யா வீட்டுலயும் ஒரு அண்ணனும் அவரும் தான், அண்ணன் வெளிநாட்டுல இருக்காராம். அவங்க அப்பா நமச்சிவாயம் அண்ணாவும் உங்களுக்கு பழக்கம் தானே, மலரு கொஞ்சம் கவனக்குறைவா ஏதாச்சும் செஞ்சாலும் சூர்யா பக்குவமான ஆளுங்கிறதால ஒத்து போகும்னு தோணுது, இது என்னோட எண்ணம் தான். இன்னைக்கு கூட சரியா பொண்ணு பாக்குற நேரம் சூர்யா வந்த உடனே எனக்கு இப்படி தோணுச்சு, மற்றபடி உங்க விருப்பம் என்னவோ அதையும் சொல்லுங்க" என்றார் அன்பரசி,

"அரசி நீ சொன்ன விஷயங்கள் எல்லாம் எனக்குள்ளேயும் ஓடுச்சு, என்ன அதை உன்னை மாதிரி சரியா பொருத்தி பாக்க தெரியலை, பொண்ணு பாக்க வந்தது என்னமோ சந்தோஷ் தான் ஆனா என்னோட கவனத்தை எப்படியோ சூர்யா தான் கவர்ந்தாரு. திருவிழாக்கு சூர்யாவை கூப்பிட்டிருக்கேன். அன்னைக்கு அவர்கிட்ட பேசலாம் மலர்கிட்டயும் கேட்டுக்கலாம், என்ன சரியா? சங்கரன்கிட்ட நான் பேசிக்கிறேன்" என்றார் ராகவன்.

ராகவனே சூர்யாவை மலருக்கு மணம் முடிக்க சம்மதித்த நிலையில் சூர்யா அவரிடம் பேசிய சில விஷயங்கள் அவரை யோசிக்க வைத்தது. வெண்ணை திரண்டு வர்ற சமயம் தாழியை ஒடைச்சிருவானோ சூர்யா.

29

மறுநாள் ஆழ்வார்குறிச்சி, தென்காசி என்று ஊர் சுற்றி பார்க்க கிளம்பிவிட்டனர் சூர்யாவும் மனோவும். கவினையும் ப்ரியாவையும் அழைத்து போக மலையளவு ஆசை இருந்த போதும் வேறு வழி இல்லாமல் அவர்கள் தனியே சென்றனர். மேலும் அவர்களுக்கு வேறு சில வேலைகள் வேறு இருந்தது, அதனால் அதை செய்வதற்கு பேசி முடிவெடுக்க வேண்டி இருந்தது.

அவள் தலையாட்டவே, "சரி நான் நாளைக்கு அவர்கிட்ட பேசிட்டு அவங்க அப்பா அம்மா கூட பேசி முடிக்கிறேன்" என்றவர், "அரசி" என்று அன்பரசியை அழைத்தார். வாசலில் எதோ வேலையில் இருந்தவர் "என்னங்க?" என்று வந்தார்.

"இப்படி உக்காரு" என்றவர், "உன் பொண்ணுட்ட பேசியாச்சு அவளுக்கு சூர்யாவை தான் பிடிக்குதாம், நாளைக்கு சூர்யா வந்த உடனே பேசி நமச்சிவாயம் சார் கிட்டயும் அவங்க மனைவிகிட்டயும் பேசிக்கலாம்" என்றார், அப்போது அரசி "ஏங்க சூர்யா அவங்க அப்பா அம்மாகிட்ட பேசி இருப்பாரு போல, அவங்க அம்மா என்கிட்ட பேசினாங்க, எனக்கு இதுல சம்மதம் உங்க பொண்ண பாக்க வர ஆசையா இருக்கோம், நான் சூர்யா அப்பாகிட்ட சொல்லி உங்க வீட்டுக்காரர் கிட்ட பேச சொல்லவான்னு கேட்டாங்க, நான் தான் இங்க இவரோட பிரண்ட் வீட்டுல இருந்து வர்றாங்க, அவங்க வந்திட்டு போனதும் பேசிக்கலாம்னு சொன்னேன்" என்றார், "ஓ இவ்வளவு நடந்திருச்சா சரி ரைட் இதுக்கு

மேலயும் நான் சும்மா இருந்தா நல்லா இருக்காது நான் நாளைக்கே சூர்யாகிட்ட பேசுறேன்" என்றவர், "என்னடா சந்தோஷமா?" என்றார், "ம்ம் ரொம்ப" என்றுவிட்டு ரூமில் இருந்த ப்ரியாவுடன் பேச போய் விட்டாள் மலர்.

வெட்கத்துடன் ஓடியவள் ரூமில் இருந்த ப்ரியா விடம் சொல்லி மகிழ்ந்தாள், பின் சூர்யாவை அழைத்த போது அவனுக்கு மிகுந்த சந்தோஷமாய் தான் இருந்தது, என்ற போதும், "கவின் உன்கிட்ட சில விஷயங்கள் பேசணும்டா" என்றவன் சொன்ன விஷயங்களை கேட்டு கவினுக்கு தலை கால் புரிய வில்லை, "சூப்பர் சூர்யா எனக்கு ரொம்ப சந்தோஷமா இருக்கு, எல்லாமே நல்ல நடக்கும், வாழ்த்துக்கள்" என்றாள் கவின். ஆனால் சூர்யாவால் அப்படி முழுவ துமாய் மகிழ்ந்துவிட முடியவில்லை, "பாக்கலாம்டா உங்க அப்பா அம்மா என்ன நினைப்பாங்களோ தெரியலை" என்றான், "நீங்க கவலை படாதீங்க சூர்யா ஆல் இஸ் வெல் தட் எண்ட்ஸ் வெல்" என்றாள், "ம்ம் நாளைக்கு பாக்கலாம்" என்று கைபேசியை வைத்தான் சூர்யா.

ஏழாம் திருவிழா அன்று காலையே வெகு அழகாய் விடிந்ததாய் தோன்றியது கவினுக்கு. அவள் வீட்டிற்கு சித்தி, அத்தை எல்லாரும் வந்திருந்தனர், வீடே கலகலத்து இருந்தது. எல்லோரும் ஒன்றாய் இருந்தது மிகுந்த மகிழ்ச்சியை ஏற்படுத்தி இருந்தது. இப்படி ஒன்றாய் கூடும் நாட்களில் எல்லா பெண்களும் அமர்ந்து கதை பேசிக்கொண்டே காய் நறுக்கி, சமைக்க உதவி சீக்கிரம் அனைத்தையும் முடித்து விட்டு தாயம் சீட்டு என்று வீடே அமர்க்கள படும். ஆஸ் விளையாட்டு விளையாடும் போதெல்லாம் முதல் சுற்றிலேயே தடி விழும், ப்ரியாவுக்கு இந்த அனுபவங்கள் எல்லாம் புதிது என்பதால் மகிழ்ச்சியாய் வளையவந்தாள்.

மலருக்கு வேலை கிடைத்திருப்பது மட்டுமே அனைவருக்கும் தெரிந்திருந்தது, மற்றபடி அவளை பெண் பார்த்த நிகழ்வெல்லாம் யாரிடமும் பகிர பட வில்லை. சூர்யாவும் மனோவும் வந்த போது திருவிழா பார்க்க வரும் மக்களுக்கு பானகம் வழங்க எல்லா ஏற்பாட்டையும் செய்து கொண்டிருந்தார் ராகவன். மலருடைய சித்தப்பா எல்லோரும் தயாராய் இருந்த போதும், "நீங்க ரெஸ்ட் எடுங்க நாங்க கொடுக்குறோம்" என்று வந்த உடனேயே வேலையில் இறங்கி விட்டனர், "நல்ல பசங்களா இருக்காங்களே" என்று மலரின் ஆச்சி தொடங்கிய பேச்சு அப்படியே உறவினர்களிடையே பரவியது, அது எந்த திட்டமிடலும் இல்லாமல் நிகழ்ந்த போதும் பல விக்கெட்டுகளை வீழ்த்தியது வேறு கதை.

இவர்கள் வெளியில் வந்து வேலை செய்வதை அறியாமல் வீட்டுக்குள்ளே ஒரே ஆர்பாட்டமாய் காவேரிக்கட்டம் விளையாண்டு வீடையே அமளி துமளி செய்தது குட்டிஸ் குரூப். அதில் மலர் ஒரு குழுவிற்கும் ப்ரியா ஒரு குழுவிற்கும் தலைமை தாங்கி படு உற்சா கமாய் விளையாண்டு கொண்டிருந்தனர். சூர்யாவும் மனோவும் பானகத்தை எல்லாம் விநியோகித்து முடித்து வீட்டிற்குள் வந்த போது கவின், "அதெல்லாம் ஆட்டைக்கு சேப்பில்லை, வச்சதேங்கா தொட்டதேங்கா இப்போ மட்டும் வேற காய தொட்ட இருக்கு உனக்கு" என்று ப்ரியாவின் அணியில் விளையாடிக்கொண்டிருந்த அவள் அத்தை பெண்ணிடம் பேசிக்கொண்டிருந்தாள்.

அப்போது தான் குளித்து முடித்து எந்த வித ஒப்பனையுமில்லாமல் முடியை காய்வதற்காக விரிய விட்டிருந்த மலர் கண்களை விரித்து சுருக்கி பல அபிநயங்களை கொட்டி வம்புவளர்த்து கொண்டிருந்த காட்சி சூர்யாவை வெகுவாய் கவர்ந்தது "எங்களை எல்லாம் ஆட்டைக்கு சேத்துக்க மாட்டீங்களா?" என்றான்

மனோ ப்ரியாவின் அருகில் அமர்ந்தபடி,

"வாங்க வாங்க" என்று வீட்டு பெண்ணாய்
அவர்களை வரவேற்ற கவின் ஓவரா கத்திட்டோமோ
என்று கொஞ்சம் முழித்தாள், அவள் அப்படி முழித்ததை
பார்த்து சிரிப்பு வந்தது சூர்யாவிற்கு, "நாங்களும்
விளையாட வரோம்" என்று மலருக்கு அருகில்
உக்காரமல் அவளுக்கு எதிரில் அமர்ந்தான். மனோ
ப்ரியாவின் அருகில் அமர்ந்ததால் அவனும், மலரும்
குட்டிசும் ஒரு அணியில் இருந்தனர், இன்னொரு
அணியில் சூர்யா, ப்ரியா மற்றும் குட்டிஸ் என்று ஆட்டம்
களைகட்டியது. மனோ ப்ரியாவை படாதபாடு படுத்தி
கொண்டிருந்தான், அவள் கையை பிடித்துக்கொண்டு
விடாமல் சண்டித்தனம் செய்வது, யாரும் பார்க்காத
போது பறக்கும் முத்தத்தை கொடுப்பது, அவள் தோள்
களை இடிப்பது, இப்படி இவன் செய்த சேட்டைகளை
ரசித்த போதும் பெரியவர்கள் பார்த்தால் என்ன நினைப்
பார்கள் என்று அவன் கையில் அழுத்தமாய் ஒரு கிள்ளு
கிள்ளினாள் ப்ரியா, ஆ! என்று ஒரு அலறலுடன்
சமத்தாய் உட்கார்ந்துவிட்டான் மனோ, அதை பார்த்த
ப்ரியாவுக்கும் மலருக்கும் சிரிப்பு தாங்கவில்லை.

சூர்யா குட்டிஸ் தலைவன் ஆகிவிட்டான், "மாமா
சூப்பர் மாமா, நம்ம தான் ஜெயிக்க போறோம்" என்று
அவனை ஊக்கப்படுத்தினர் அனைவரும், தொடர்ந்து
எதிர்பார்த்த எண்ணையே போட்டு கவின் அணியின்
காய்களை வெட்டிக்கொண்டிருந்தான் சூர்யா.
"இதெல்லாம் கொஞ்சம் கூட சரியில்ல" என்றாள்
கவின் சூர்யாவிடம், "மாமன் எங்க கால்வச்சாலும்
வெற்றி தான்" என்றான் தானே காலரை தூக்கிவிட்டு
கொண்டு, "ம்க்கும்" என்று சலித்துக்கொண்டவள்,
"அதெல்லாம் நீங்களே சொல்லிக்க கூடாது நாங்க
சொல்லணும்" என்றாள் கவின், "உனக்கு பொறாமை

அதான் சொல்ல மாட்டேங்குற" என்றான் சூர்யா,
"என்னத்துக்கு பொறாமையாம்?" என்றாள் கவின்,
"என்னோட ஹைட்ட பார்த்து அழக பார்த்து..." என்று
அவன் அடுக்கி கொண்டே போகவும், "ஹாஹா இத
தான் எங்கூர்ல செல்ஃப் டப்பான்னு சொல்லுவோம்"
என்றாள் கவின், "அப்படியா குட்டிஸ், நீங்க சொல்லுங்க
மாமா இல்லாததையா சொன்னேன், இவ சரியான
குள்ளகத்திரிக்கா தானே" என்று, "ஆமா மாமா" என்றனர்
கோரசாய், "அட பாவிகளா இவரு கூட சேர்ந்துட்டு
என்னைய டீல்ல விடுறீங்களா, இதெல்லாம் பாத்திட்டு
சும்மா இருக்கீங்களே அண்ணா" என்று திரும்பி
பார்த்தவள் மனோவை காணாமல் முழித்தாள்.

ப்ரியாவுக்கு போனில் அழைப்பு வந்து அவள் பேச
வெளியே போன சமயம் மனோவும் பின்னால் போய்
இருந்தான், "அவன் வெளில போய் ஒருமணி நேரம்
ஆச்சு, இப்போ என்ன செய்வியாம்?" என்று புருவத்தை
உயர்த்தினான் சூர்யா, அப்போது அவன் எதிர்பார்க்காத
நொடி கண்ணடித்து அவனை திகைப்பில் ஆழ்த்தி
னாள் கவின், அப்போது அவன் போட்ட எண் அவள்
அணியின் காய்களை வெட்டுவதற்கு பதில் இவன்
அணியை சிக்கலில் நிறுத்தியது நாக்கை துருத்தி
அழகு காட்டினாள் கவின், "வேணாம் அப்புறம் ரொம்ப
வருத்தப்படுவ" என்றான், "சும்மா மிரட்டாதீங்க இதுக்
கெல்லாம் நாங்க பயந்தவங்க இல்ல" என்றாள் கவின்,
அடுத்தமுறை சூர்யா போடும் போதும் யாருமறியாமல்
அவனுக்கு ஒரு பறக்கும் முத்தம் கொடுத்தாள், அதில்
அவன் கவனம் சிதறியதால் அந்த முறையும் அவன்
சரியான எண்ணை போடவில்லை "என்ன மாமா
இப்படி பண்ணுறீங்க?" என்று குட்டிஸ் குறைபடவும்,
"இப்போ ஒத்துக்குறீங்களா நாங்க தான் ஜெயிச்சோம்"
என்றாள் கவின் இடுப்பில் கையை வைத்து கொண்டு,

"எல்லாரும் இருக்காங்கன்னு ஓவரா பண்ணுறடி குள்ளச்சி, தனியா கையில சிக்காமலா போவ, உன்ன அப்போ பாத்துக்குறேன்" என்றுவிட்டு நகர்ந்து விட்டான். "அது அப்போ தானே, இப்போ இல்லைல" என்று அழகு காட்டிவிட்டு திரும்பியவளின் கூந்தல், வேகமாய் அவள் திரும்பிய போது சூர்யாவின் முகத்தில் படிந்தது. ஒரு நிமிடம் சிலிர்த்து அவள் கைகளை பற்றியவன், யாரும் பார்த்துவிட்டார்களோ என்று சட்டென்று அவள் கைகளை விட்டான்.

30

கொஞ்ச நேரத்தில் மாடிக்கு போக பின் வாசல் வழி படி ஏற போன கவின் படிக்கு பக்கத்தில் சமைப் பதற்காய் வைக்கப்பட்டிருந்த கற்களை பார்க்காமல் நன்றாக இடித்து கொண்டாள். கால் பெருவிரலில் இடித்த வேகத்தில் ரத்தம் வந்தது, "ஸ்ஆ.." என்று வலியில் படியில் அமர்ந்தாள் கவின், கைபேசியில் பேசிக்கொண்டிருந்த சூர்யா தான் கவின் காலில் அடிபட்டதை முதலில் பார்த்தான், பார்த்தவுடன் பேசிக் கொண்டிருந்த அழைப்பை அவசரமாய் துண்டித்து விட்டு பதட்டமாய் அவள் அருகில் வந்தவன், "என்னாச்சு குள்ளச்சி?" என்று குனிந்து அமர்ந்து அவள் கால்களை பார்த்தான், ரத்தம் வழிவதை பார்த்தவன், அவசரமாய் தன் கைக்குட்டையை நீரில் நனைத்து அவள் கால் விரலை துடைத்தான், "பாத்து வரலாம்ல ரத்தம் வர்ற அளவுக்கு அடிபட்டிருக்கு, என்ன நினைப்புல நடக்குற நீ?" என்றான் கோபமாய், "உங்க நினைப்புல தான்" என்று சிரித்து கொண்டே பதில் சொன்னாள் கவின்,

"பேச்செல்லாம் நல்லா பேசு, ஆனா எவ்வளவு கேர்லெஸ்ஸா இருக்க பெருவிரல்ல அடிபட்டிருக்கு, ரொம்ப வலிக்குதாடா?" என்றான் அக்கறையாய்,

"டெட்டால் மாதிரி ஏதாச்சும் க்ரீம் இருக்கா வாங்கி தரவா" என்றான் கால்களையே பார்த்தபடி, "ம்ம்ம் எல்லாம் இருக்கு" என்று படி ஏற போனவளின் கைகளை பிடித்தவன், "வலிக்குதாடி குள்ளச்சி உனக்கு இடிச்சா நிஜமாவே எனக்கு வலிக்குது" என்றான் அவள் கண்களை பார்த்து, சுற்றும் முற்றும் பார்த்துவிட்டு, "தெரியும்டி என் ஆதுக்குட்டி" என்று அவன் இரு கன்னங்களையும் கிள்ளி கொஞ்சிவிட்டு போனாள்.

சூர்யாவை அடிக்கடி கூர்ந்த ராகவன் அவன் பார்வை நொடி பொழுது கூட கவினை விட்டு இங்கும் அங்கும் அகலவில்லை என்பதை அறிந்து கொண்டார். அவன் கண்களில் அவளுக்கான நேசம் வழிவதை அப்பட்டமாய் கண்டார், சூர்யாவுடன் தனிமையில் பேசி முடிவெடுக்கும் பரபரப்பு அவரிடம் தொற்றிக்கொண்டது. மனோவும் ப்ரியாவும் தனிமை நாடி கொஞ்ச நேரம் ஆற்றங்கரை வரை நடந்துவிட்டு வந்தனர்.

மதிய சாப்பாட்டிற்கு மேல் பெரிதாய் ஒன்றும் வேலை இல்லை, சாயங்காலம் தான் ஸ்வாமியின் வீதி உலா என்பதால் அனைவரும் சற்று இளைப்பாற படுத்திருந்த நேரம். சூர்யாவுக்கு கவினுடன் தனியாய் பேச முடியாததால் அவளுக்கு குறுஞ்செய்தி அனுப்பிக் கொண்டிருந்தான், அவளும் இவனுக்கு பதில் அனுப்பி கொண்டிருந்தாள். அப்போது ராகவன் சூர்யாவின் அருகில் வந்து அமர்ந்தார், "சூர்யா உங்ககிட்ட பேசணும்" என்றார், "சொல்லுங்க அங்கிள்" என்றான் சூர்யா, "உங்களுக்கு மலரை பிடிக்குமா?" என்றார்

ராகவன், "ரொம்ப ரொம்ப பிடிக்கும்" என்றான், "எனக்கும் அரசிக்கும் உங்களை மலர் கல்யாணம் செஞ்சிகிட்டா சந்தோஷமா இருப்பான்னு தோணுது நீங்க என்ன சொல்றீங்க?" என்றார், "நான் ஏற்கனவே எனக்கு கவினை பிடிக்கும்னு எங்க அப்பா அம்மா கிட்ட சொல்லி இருக்கேன், நீங்க வேற ஒரு மாப்பிள்ளை பாத்ததால தான் அமைதியா இருந்தேன். நீங்களே இப்படி கேட்டது எனக்கு ரொம்ப சந்தோஷம். நான் அப்பாவை உங்க கூட பேச சொல்லுறேன்" என்றான்.

"சரிங்க தம்பி, அவங்க தான் கூப்பிடணும்னு என்ன இருக்கு. நானே கூட கூப்டு பேசிக்குவேன், எனக்கு உங்க சம்மதம் தான் முக்கியம்" என்றார், அப்போது சூர்யா "ஒரு முக்கியமான விஷயம் மாமா" என்றான், "சொல்லுங்க சூர்யா" என்றார் ராகவன். "உங்களுக்கு தான் இந்த ஐடி வேலை எவ்வளவு கஷ்டம்னு தெரியுமே, எப்போ வேலை இருக்கும் எப்போ வேலை பறிபோகும்னு தெரியாது. நேரம் காலம் பாக்காம உழைச்சாலும் அதுக்கு ஒரு பாராட்டு இல்ல, உடம்பு தான் வீணா போகுது. அதுனால நான், மனோ அப்புறம் என்னோட சரவணன்னு இன்னொரு பிரண்ட் மூணு பேரும் சேர்ந்து கருப்பட்டி, நாட்டு சக்கரை போட்ட காப்பி, டீ அப்புறம் பணியாரம், கருப்பட்டி களி இந்த மாதிரி பாரம்பரிய உணவு வகை உள்ள கடையை எங்க கம்பெனி உள்ளேயே தொடங்க போறோம்" என்றான் சூர்யா, "அருமை, வாழ்த்துக்கள் சூர்யா இது நல்ல விஷயமாச்சே" என்றார் ராகவன்,

"ரொம்ப நல்ல விஷயம் தான் மாமா, ஆனா எங்க கம்பெனிக்குள்ள நடத்தணும்னா நாங்க வேலையில இருக்க கூடாது, சரவணனோட குடும்பம் வியாபாரம் எல்லாம் நிறைய செய்யுறவங்க அவனுக்கு வேலை ரொம்ப முக்கியமில்லை, அதனால அவன் தான்

முதல்ல வேலைய விட போறான். அவன் பேர்ல தொடங்குற மாதிரி தான் இருக்கும், ஆனா எங்களுக்கும் ஷேர்ஸ் இருக்கும். கம்பெனிக்குள்ள போடுற முதல் கடை நல்ல போச்சுன்னா அப்புறம் நிறைய கிளைகள் ஆரம்பிக்கலாம், அப்படி ஆரம்பிக்கும் போது நிறைய உழைப்பு தேவை படும். அப்போ நானும் மனோவும் கூட வேலையை விடுற மாதிரி இருக்கும். இப்போவே இதெல்லாம் ஏன் சொல்லுறேன்னா நாளைக்கு வேலையை விட்ட அப்புறம் நிலையான வேலை இல்லாம நான் இருக்கேன்னு நீங்க வருத்தப்பட்டுற கூடாதில்லை அதான்" என்றவன், "நான் கல்யாணம்னு ஒண்ணு கட்டினா அது கவினைத்தான் ஆனா உங்களுக்கு சின்ன நெருடல் இருந்தாலும் நீங்க யோசிங்க நான் நிரூபிச்சு காட்டினா தான் நம்புவேன்னு சொன்னீங்கன்னா நான் காத்திருக்கேன்" என்றான் சூர்யா.

"இங்க வந்ததுக்கு அதுவும் ஒரு முக்கியமான காரணம் மாமா ஆழ்வார்குறிச்சில இந்த மாதிரி உணவு களை செய்யுறவங்க இருக்காங்கன்னு கேள்விப்பட்டு போய் பார்த்து, ஒருத்தரை பேசி முடிச்சிருக்கோம். இனிமே நீங்க தான் மாமா பதில் சொல்லணும்" என்றான் சூர்யா. வேறு ஒன்றுமே சொல்லாதவர், "சரி சூர்யா நாளைக்கு காலைல சொல்லுறேன்" என்று சொல்லிவிட்டு போய் விட்டார். "சரிங்க மாமா" என்று அமைதியாய் அமர்ந்துவிட்டான். சூர்யா ராகவனிடம் பேசிவிட்ட போதும் கவினை பிரிந்து நாட்கணக்காய் இருப்பதெல்லாம் யோசித்து பார்க்க கூட பிடிக்க வில்லை, அப்படி ராகவன் நம்பாத பட்சத்தில் இந்த கடை விஷயத்திலிருந்து நாம் விலகி விடலாமா என்று யோசித்தவன் மனோவும் சரவணனும் இவனை நம்பியே தொடங்க இருப்பதால் என்ன செய்வது என்று

குழப்பத்தில் ஆழ்ந்துவிட்டான்.

கவின் குறுந்செய்தி அனுப்பி ரொம்ப நேரமாய் பதில்வராததால் சூர்யாவை தேடி வந்தாள், அவள் வரும் முன்பே வெளியில் போய் திரும்பி வந்த மனோவும் ப்ரியாவும் சூர்யாவிடம் தான் வந்தனர். சூர்யா ஏதோ குழப்பத்தில் இருக்கிறான் என்று அறிந்து கொண்ட மனோ "என்ன ஆச்சுடா?" என்றான் அவன் அருகில் அமர்ந்தபடி, "மாமாகிட்ட நம்ம புதுசா செய்யப்போற பிசினஸ் பத்தி பேசினேன், முதல்ல ரொம்ப சந்தோஷமா வாழ்த்தினாங்க அப்பறம் வேலைய விடணும்ன உடனே யோசிக்க ஆரம்பிச்சிட்டாங்கடா" என்றான் சூர்யா, "டேய் நான் ஒண்ணு சொல்லவா, நீங்க எல்லாம் நினைக்கிற மாதிரி அவரு வில்லனா இருக்குற அளவுக்கு ஒர்த்தியான பீசு இல்ல, அவரு பக்கா குணச்சித்திர ரோலுக்கு தான் சரிப்படுவாரு நீ அவரு ஒன்னும் சொல்லலியேன்னு கவலைபடாத" என்றான் மனோ.

"எப்படிடா, ஒருவேளை இப்போ கல்யாணம் வேணாம் நீங்க நிரூபிச்சு காட்டுங்கன்னு எதுவும் சொல்லிட்டா, கவினை பிரிஞ்சு எவ்வளவு நாள்டா இருக்குறது, இப்போவே ரொம்ப கஷ்டமா இருக்கு" என்றான் தலையை பிடித்தபடி,

"டேய் உனக்கென்ன, இப்போ அவரே வந்து நீங்க தான் மாப்பிள்ளைன்னு சொல்லி, உங்க அப்பாகிட்ட அவரே பேசிட்டாருன்னா சரியா, அத பண்ண வைக்கிறோம்டா" என்றான் மனோ, "நீ பாட்டுக்கு எதையாச்சும் செஞ்சு பிரச்சனை ஆகிற போகுதுடா" என்றான் சூர்யா, "அதெல்லாம் ஒண்ணுமில்லை, நீ எப்போவும் போல இரு, நடக்குறதை வேடிக்கை பாரு, நானும் ரியாவும் பாத்துக்குறோம்" என்றான்

மனோ நம்பிக்கையாய். இவன் என்ன பண்ண போறான் என்னையும் கூட்டு சேக்குறானே நான் சரியா செஞ்சிருவேனா என்று பயம் வந்தது ப்ரியாவிற்கு.

31

"இப்போத்துல இருந்து நம்ம நேரம் தொடங்குது, நாம செய்யுற சிறப்பான சம்பவத்தால ராகவன் அங்கிளே சூர்யாகிட்ட உன்ன விட்டா எனக்கு வேற மாப்பிள்ளை கிடைக்காதுன்னு சொல்லணும் சரியா" என்றான், மையமாக தலையை ஆட்டிவைத்தாள் ப்ரியா. "இப்போ மலர் வந்திருக்கா இல்ல, அவளை வச்சு நம்ம அங்கிள் முன்னால சம்பவம் செய்ய போறோம் சரியா" என்றான், "ம்ம்" என்றாள் ப்ரியா, "இப்போ நீ என்ன பண்ணுற மலரை கொஞ்சம் காப்பியோ டீயோ நம்ம எல்லாருக்கும் கொண்டு வர சொல்லுற" என்றான், இம்புட்டு தானா என்று நினைத்தவள் மலரின் அருகில் போனாள்.

"என்ன சார் கண்டுக்கவே மாட்டேங்குறீங்க? ரொம்ப பிஸி போல" என்று சூர்யாவை வம்பிழுத்தாள் கவின், அவளையே பார்த்துக்கொண்டிருந்த சூர்யா விற்கு எதற்காக கவலையாய் இருந்தோம் என்று ஒருநிமிடம் மறந்து போனது "மயக்கு மோகினி" என்றான் அவளுக்கு மட்டும் கேட்கும் குரலில், சட்டென்று முகம் சிவந்தவள் "சும்மா ஐஸ் வைக்காதீங்க ஏன் பதில் அனுப்பல?" என்றாள் உரிமையாய், "மனோ வந்துட்டாண்டி குள்ளச்சி, அவன் கூட பேசி ட்டு இருந்தேன்" என்றான், "பொழச்சு போங்க" என்று

சொன்ன போது, அவள் அருகில் வந்தாள் ப்ரியா.

“காப்பி டீ ஏதாச்சும் குடிக்கலாமா மலர்?” என்றாள் ப்ரியா, “சரிடா நம்மளுக்கு மட்டும் போட்டு கொண்டு வரேன்” என்று உள்ளே போனாள், அநேகமாய் எல்லோரும் உறக்கத்தில் இருந்ததால் தோட்டத்தில் யாருமே இல்லை வெகு சிலரே வாசலில் நின்றி ருந்தனர். ராகவன் வாசலில் நின்று யோசனையில் ஆழ்ந்திருந்தார், ஆஹா சரியான நேரம் என்று திட்டத்தை தயார் செய்தான் மனோ. கவினை பின்தொடர்ந்து போக நினைத்த சூர்யாவின் கையை பிடித்து நிறுத்தி னான், “ஏன்டா காலைல இருந்து அவ பக்கத்துல கூட போக முடில, இப்போ தான் எல்லாரும் தூங்குறாங்க” என்றான் சூர்யா பாவமாய், “இல்ல நம்ம வேற சம்பவம் பண்ண போறோம், அதுனால நீ இங்க தான் இருக்க போற, இப்போ ரொமான்சுக்கு நேரமில்லை” என்றான் மனோ, “முடியலடா ஏதாச்சும் சொதப்பி தொலைக்காத” என்றான், “ம்ஹூம் எல்லாம் ஒழுங்கா நடக்கும்” என்றவன், “நீ போய் மலரோட காப்பி போடு ஆனா அவ தான் கொண்டு வரணும் சரியா” என்றான் ப்ரியாவிடம், இவன் என்ன திட்டத்தை போட்டுருக்கான்னு சொன்னா தானே தெரியும் சரி பாக்கலாம் என்று மலரை பின் தொடர்ந்தாள் ப்ரியா.

மலர் காப்பியுடன் திரும்பி வந்து ராகவனுக்கு மனோ ப்ரியாவிற்கு என்று கொடுத்துவிட்டு சூர்யாவின் அருகே அவள் போன போது ப்ரியாவை பார்த்த மனோ, “மலரை தள்ளிவிடு” என்றான், ப்ரியாவிற்கு ஒன்றுமே புரியவில்லை, “வாட்?” என்று அவன் அருகில் வந்து கேட்டாள், “தள்ளிவிட சொன்னேன்” என்று மனோ சொல்லவும் அவனை தள்ளிவிட போனாள், “அடியே உன்னைய வச்சுக்கிட்டு திட்டம் போட்டுட்டாலும், நான் மலர் கைல காப்பி வச்சிருக்கால்ல, அத சூர்யா

மேல விழுற மாதிரி தள்ளிவிட சொன்னேன்" என்று அவன் விளக்கி முடிப்பதற்குள் சூர்யாவிற்கு ஒரு கோப்பையை கொடுத்துவிட்டு அவன் அருகிலேயே மலரும் ஒரு கோப்பையுடன் உக்கார்ந்துவிட்டாள்.

"ஐயோ" என்று தலையில் கைவைத்தவன் "சரி இப்போவாச்சும் அவளை கொஞ்சம் டிஸ்டார்ப் பண்ணி அவன் மேல காப்பிய கொட்டவை" என்றான், "நான் செய்ய மாட்டேன்ப்பா, நீங்களே செஞ்சுக்கோங்க. மட்டமான பிளான் காப்பி கொட்டினா, அங்கிள் நீங்க தான் என் மாப்பிள்ளைன்னு சொல்லிருவாரா? உங்களை போய் புத்திசாலின்னு நினைச்சேன் பாருங்க" என்றாள் ப்ரியா, "மொத அவங்க குடிச்சு முடிகிறதுக் குள்ள ஏதாச்சும் செய், எதுக்குன்னு நான் சொல்றப்ப உனக்கே புரியும்" என்றான் மனோ.

தலையில் அடித்து கொண்டவள் லேசாக மலரின் சேரை இடித்தாள், சூர்யாவின் பக்கம் சரிந்து அவனுடன் பேசிக்கொண்டிருந்த கவின் கையில் வைத்திருந்த காப்பி, மனோ எதிர்பார்த்தது போலவே சூர்யாவின் பேண்டில் சிந்தியது "ஆ.." என்று காப்பியின் சூட்டில் லேசாக முனகினான் சூர்யா, "சாரி சாரி சூர்யா ரொம்ப சுடுதா? ஐய்யய்யோ கறையாகிடுச்சே" என்று பதறினாள் கவின்.

சத்தம் கேட்டு அங்கு வந்த ராகவன், "ஏன்டா மலர் இப்படி பண்ணி வச்சிருக்க? பாவம் சூர்யா பேண்ட் எல்லாம் நாசம் ஆகிடுச்சு, போ போய் அவருக்கு என்னோட வேஷ்டி ஏதாச்சும் எடுத்து குடு" என்றார், "பரவாயில்ல மாமா இதுக்கு ஏன் அவளை திட்டுறீங்க? அவ என்ன வேணும்னேவா கொட்டினா? தெரியாம நடந்தது தானே" என்று மலருடன் எழுந்து போனான் சூர்யா, "இந்தா சொல்லிட்டாருல்ல இனிமே ஜாலியா

போய் ரொமான்ஸ் பண்ணிக்கோ" என்றான் மனோ சூர்யாவின் காதில்.

முகம் வாட சூர்யாவை தன் அறைக்கு அழைத்து போனவள், "இருங்க எங்கப்பாவோட வேஷ்டி எடுத்திட்டு வரேன்" என்று போக போனாள், அவள் கையை பிடித்து இழுத்தவன் "ஏன் இப்போ மூஞ்சியை தொங்கபோட்டுருக்க, நானே நல்ல ஒரு வாய்ப்பு கிடைச்சிருக்கேன்னு பாத்தேன், வேஸ்ட்டுடி நீ" என்றான், "எதுக்கு?" என்றாள் ஒன்றும்புரியாமல் கவின், "ம்ம் உன்னைய கொஞ்சுறதுக்கு மாமாவே பெர்மிஷன் குடுத்து அனுப்பிட்டாரு, அப்போ எனக்கு சந்தோஷம் தானே" என்று அவளை அணைத்தான், "விடுங்க சூர்யா நமக்கு இன்னும் கல்யாணம் ஆகல" என்றாள்,

அவள் விட்டவன் "குள்ளச்சி இன்னைக்கு தாவணி கட்டுறியா உன்கிட்ட இருக்கா?" என்றான், "இருக்கே ஏன்?" என்றாள், "எப்படியும் நமக்கு சீக்கிரம் கல்யாணம் ஆகிரும், அப்புறம் உன்னைய தாவணி போட சொல்ல முடியாது, அதான்" என்றான்.

"சரி இன்னைக்கு தாவணி கட்டுறேன்" என்று விட்டு அவனுக்கு வேஷ்டி எடுக்க போனாள், திரும்பி வந்தவள் ரூமிற்குள் உள்ளே வராமலே அவனை அழைத்தாள், "ஒழுங்கா உள்ள வந்து குடு இல்லாட்டி எனக்கு வேணாம்" என்றான், "நான் உள்ள வந்தா நீங்க இல்லாத சேட்டை எல்லாம் செய்வீங்க, ஊரே இங்க வீட்ல இருக்கு, உங்களுக்கு கொஞ்சமாச்சும் பொறுப்பிருக்கா?" என்றாள் கவின் வெட்கத்துடன், "சரி ஒன்னுமே செய்ய மாட்டேன் உள்ள வா" என்றான். அவள் உள்ளே வந்து அவனிடம் வேஷ்டியை கொடுத்த போது ஒன்றுமே செய்யாமல் அவளை பார்த்து

கொண்டே இருந்தான். புரியாமல் பார்த்தவளிடம், "பாத்தியா உனக்கே நான் எதுவும் செய்யலைன்னா ஏமாற்றமா இருக்கும், பாவம் என் குள்ளச்சி ஏமாந்து போயிற கூடாதுன்னு தான் இந்த அத்தான் இப்படி எல்லாம் வம்பு பண்ணுறேன்" என்றவன் அவள் அருகில் வந்து, அவளிருபுறமும் கையை வைத்து "அத்தான் சொல்லு" என்றான், ஏனோ அவளுக்கு பயங்கரமாய் வெட்கம் வந்தது, "ம்ஹூம்" என்றாள், "ப்ளீஸ் சொல்லுடி" என்றான், அவன் முகத்தை பிடித்து திருப்பி அவன் காதில் "அத்..தான்" என்றாள் அவள் அப்படி சொன்ன உடன் அவளை இறுக்கி அணைத்தவன், இதுக்கு மேல இங்க இருந்தா தப்பா போயிரும், நீ வெளில போ நான் வேஷ்டி மாத்திட்டு வர்றேன் என்று அவளை வெளியில் போக சொன்னான் விட்டால் போதும் என்று ஓடிவிட்டாள் கவின்.

சரி அடுத்து என்ன பண்ணலாம் என்று யோசித்த மனோ அப்போது அன்பரசியை பார்த்தான், இவங்களை வச்சு தான் அடுத்த சம்பவம் பண்ணனும் என்று முடிவெடுத்தான். ப்ரியாவிடம் என்ன செய்ய வேண்டும் என்று முதலிலேயே சொல்லிவிட்டான், அவளும் தயாரானாள் கொஞ்ச நேரம் அரசியுடனேயே அலைந்தாள். அவர் சாயங்கால சிற்றுண்டியை அனைவருக்கும் கொடுத்து கொண்டிருந்தார், ப்ரியாவும் உதவினாள். அப்போது அவர்கள் சுண்டல் மற்றும் வடையை விநியோகித்து கொண்டிருந்தனர், ராகவனிடம் நெருங்கும் போது "ஆன்ட்டி இந்த கருப்பட்டில செய்யுற பாரம்பரிய ஸ்னாக்ஸ் எல்லாம் செஞ்சு விக்கலாம்னு என்னோட பிரண்ட்ஸ்க்கு ஒரு ஐடியா இருக்கு, நீங்க அத பத்தி என்ன நினைக்கி றீங்க?" என்றாள், "ஓ சூப்பரான விஷயம்டா, ஜோரா பண்ணலாம். ஏன் சொல்லுறேன்னா இப்போ இருக்கிற காலகட்டத்துல எல்லாரும் இதை தான் விரும்புறாங்க.

எங்க பேங்க்ல வேலை செய்யுற ஒருத்தரோட வீட்டு பக்கம் இப்படி ஒரு கடை இருக்காம், சக்க போடு போடுதுன்னு சொல்லுறாங்க" என்றார் அரசி,

"மலர் இப்படி ஒரு பிசினஸ் செய்ய நினைச்சா நீங்க என்ன சொல்லுவீங்க ஆன்ட்டி?" என்றாள் ப்ரியா, "கண்டிப்பா அவளுக்கு சப்போர்ட் பண்ணுவேன் இதெல்லாம் என்னைக்கு இருந்தாலும் நஷ்டமாகாத விஷயம் ஆரோக்யமானதும் கூட நம்மளே யோசிச்சா எப்படி?" என்றார் அன்பரசி, இவர்களை சற்று தள்ளி பின்தொடர்ந்து வந்த மனோ, "ஆன்ட்டி நாங்க தான் இந்த பிசினஸை செய்யலாம்ன்னு இருக்கோம், இப்போ என்ன சொல்றீங்க?" வேலையை விட வேண்டிய கட்டாயம் வந்தா என்ன பண்றதுன்னு தான் யோசனையா இருக்கு" என்றான் மனோ.

"என்ன மனோ இப்படி சொல்றீங்க? நமக்குன்னு சொந்தமா ஒரு தொழில் அதுவும் இப்படி பட்ட தொழில் இருக்கு அது நல்லா போகுதுன்னா அதைவிட வேலை ரொம்ப முக்கியமில்லை, எப்படியோ கைல காசு வரணும் நேர்மையான வழில வரணும், மலர் இந்த மாதிரி ஒரு விஷயத்தை பண்ண போறான்னா, நான் தான் முன்னாடி நின்னு அதை எடுத்து செய்வேன்" என்றார் அன்பரசி.

இவர்களை பார்த்துக்கொண்டிருந்த ராகவன் யோசனையுடன் திரும்பி நடந்தார், சரி ரெண்டாவது சம்பவமும் சிறப்பா முடிஞ்சது என்று ப்ரியாவுடன் ஹை பை கொடுத்தான் மனோ.

அப்போது வெண்பட்டில் மெரூன் வண்ண பார்டர் அமைந்த பாட்டுபாவாடை மெரூன் வண்ண தாவணியில் தேவதையென இறங்கி வந்தாள் கவின், காதில் கழுத்தில் வெள்ளை சிவப்பு கற்கள்

பதித்த ஜிமிக்கியும் செயினும் அணிந்திருந்தாள். அவளுக்காகவே காத்திருந்த சூர்யா ஒரு நிமிடம் பிரமித்துவிட்டான், அவனையே பார்த்துக்கொண்டு படி இறங்கியவளை பார்த்து மயக்கம் வருவது போல நடித்து காட்டினான் சூர்யா. "ரொம்பத்தான்" என்றாள் அழகு காட்டியபடியே, அதற்குள் அவன் அருகில் வந்திருந்தாள் கவின், "நிஜம்மா சொல்லுறேண்டி குள்ளச்சி நீ எவ்வளவு அழகா இருக்கே தெரியுமா, கார்ஜியஸ்" என்றான் மிக அருகில் நெருங்கி நின்று, "சூர்யா எல்லாரும் பாக்குறாங்க" என்று நகர்ந்தவள் வாசலில் தன் தாயுடன் நின்றுகொண்டிருந்த ப்ரியாவை

பார்த்தாள், "ஹே வாவ் மலர் அள்ளூற அழகா இருக்கேடி" என்றாள், "நீயும் கட்டிக்கிறியா ப்ரியா" என்று மலர் கேட்ட நொடி கட்டிக்கோ கட்டிக்கோ ப்ளீஸ் என்று கண்களால் ஜாடை காட்டினான் மனோ, அவள் ப்ரியாவுடன் உள்ளே போவதையே பார்த்து ஒரு நிமிடம் பூரித்து நின்றுவிட்டார் அரசி என் பொண்ணு அழகு என்று பெருமை பட்டுக்கொண்டார்.

இவர்கள் காட்சி பார்க்க போகும் போது மூணாவது சம்பவத்தை நடத்த திட்டமிட்டுருந்தான் மனோ, ப்ரியாவும் நீல வண்ண தாவணியில் வந்த உடன் அவன் எங்கிருக்கிறோம் என்பதையே மறந்து நின்றுவிட்டான். அவன் அருகில் வந்து அவன் கையை கிள்ளியவள், "மனோ வாயை மூடுங்க இன்னும் சம்பவம் மிச்சம் இருக்கு" என்று நினைவு படுத்தினாள், "அத தூக்கி தூர போடு, நீ தாவணில என்னமா இருக்க தெரியுமா? பேசாம காலைலயே நீ தாவணி கட்டி இருந்திருக்கலாம், ஹும்" என்றான் சோகமாய், "உங்களுக்கு ஓகே பண்ணாமலே இருந்திருக்கலாம் போல, நான் பத்திரமா இருந்திருப்பேன்" என்றாள், "என்ன நீ இப்படி சொல்லிட்ட, உன்னை சுத்தி சுத்தி

வரேன்ல உனக்கு என்னோட மதிப்பு தெரியலை" என்றான் காலரை தூக்கி விட்டு கொண்டு, "ஏற்கனவே பாத்தாச்சு" என்றபடி முன்னால் நடந்தாள் ப்ரியா.

எதுக்காச்சும் அசருதா பாரு என்று சூர்யாவுடன் நடந்தான் மனோ. ப்ரியா மலர் முதலிலும், சிறிது இடைவெளியில் மனோ சூர்யாவும் நடந்தனர். இவர்கள் பின் பெரியவர்கள் வந்துகொண்டிருந்தனர், ராகவன் இவர்கள் அருகில் நெருங்குவதை பார்த்த மனோ, "சூர்யா எதிர்த்தாப்புல போற அந்த ரெட் சுடி பொண்ண எங்கேயோ பாத்த மாதிரி இருக்குல்ல?" என்றான், "தெரியலைடா" என்றான் சூர்யா "அந்த சைடு திரும்பித்தான் பாரேன்டா அழகா இருக்கா" என்றான் மனோ, "எதுக்குடா எவ எப்படி இருந்த எனக்கென்ன எனக்கு என் கவின் போதும்" என்றான் கவினை மையலாய் பார்த்து, அவன் கூறியதை மிக சரியாக கேட்டார் ராகவன் ஆஹா சம்பவம் மூணு சிறப்பா முடிஞ்சது என்று அவன் பெருமை படும் போது அவனை திரும்பி பார்த்த ப்ரியாவின் பார்வையில் தீ இருந்தது. "என்ன சொன்னீங்க அந்த ரெட் சுடி அழகா இருந்தாளா?" என்றாள், ஆத்தீ மண்டைல இருக்க கொண்டையை மறந்துட்டியேடா பாடி சோடா, இவளை மறந்திட்டேனே என்று மனதில் நினைத்தவன் "இல்லடா செல்லம், இது மூணாவது சம்பவத்துக்காக" என்றான் பாவம் போல முகத்தை வைத்தபடி, "அதுக்கு அவ அழகா இருக்காளா இல்லையான்னு சொல்லி தான் கேட்கணுமா? உங்களை நம்பினேன் பாத்தீங்களா, என்னைய சொல்லணும்" என்றாள் கோபமாய், "போச்சு மாட்டிகிட்டான்" என்று சிரித்தான் சூர்யா, "டேய் உனக்காக செய்ய போயி, நானு மாட்டி கிட்டேன் உன் தங்கச்சிட்ட பேசி சரி பண்ணுடா" என்றான் மனோ அழாக்குறையாக. "சரி சரி" என்று ப்ரியாவிடம் பேசி அவளை சமாதான படுத்தினான்,

"நிஜம்மா எனக்காக தான்மா மனோ அப்படி சொன் னான், நிஜத்துக்கும் ரெட் சுடி பொண்ணே, அங்க இல்ல" என்றான் சூர்யா. அப்படி சொன்ன உடன் தான் கொஞ்சம் மலை இறங்கினாள் ப்ரியா.

ப்ரியாவை நம்பவைப்பதற்குள் கவினுக்கு வெகு அருகில் நடந்து ஒருவன் அவளை வம்பிழுப்பதை போலவே நெருங்கி வந்தான், சட்டென்று கவின் அருகில் சென்ற சூர்யா அவளின் தோள்களை சுற்றி கைபோட்டு அணைத்தான், "ஒண்ணுமில்ல பயப்படாத சரியா" என்றான் அவன் அணைப்பில் மிக பாதுகாப்பாக உணர்ந்தாள் கவின். அவளிடமிருந்து திரும்பி அந்த பொறுக்கியை பார்த்த சூர்யா, அவனை முறைத்து "நொறுக்கிருவேன்" என்று மிரட்டினான், அதற்கு பின் அவளை அணைத்த கையை எடுத்துவிட்ட போதும் அவளுடனேயே இருந்தான், "யாராச்சும் ஏதாச்சும் நினைப்பாங்க சூர்யா" என்று சொன்ன கவினிடம், "எவன் என்ன நினைச்சா எனக்கென்ன, எனக்கு நீ தான் முக்கியம்" என்றான் இந்த நாலாவது சம்பவத்தால் சூர்யா தன்னை அறியாமலே ராகவனின் மனதில் சிம்மாசனமிட்டு அமர்ந்துவிட்டான். சூர்யா விடை பெற்று கிளம்பும் முன்பே அவனுடைய தந்தைக்கு அலைபேசியில் அழைத்து தன் வீட்டிற்கு சம்பந்தம் பேச வரசொல்லிவிட்டார் ராகவன்.

32

"ஹே சத்யா, எனக்கு கல்யாணம் முடிவாகி யிருக்குடி" என்றாள் மலர். "என்னடி சொல்லுற எதுக்குமே

என்னைய கூப்பிடலை" என்றாள் அதிர்ச்சியாய், "அது ரெண்டு மாசத்துல கல்யாணம், கல்யாணத்துக்கு முந்தின நாள் தான்டா நிச்சயம்" என்றாள் மலர், "சரிடி மாப்பிள்ளை பேரு என்ன?" என்றாள் சத்யா,

"சூர்யா...டி" என்றாள் மலர் வெட்கத்துடன், "ஏன்டி பேர் சொல்றதுக்கு இம்புட்டு வெக்கமா அவ்வளவு லவ்வாக்கும்" என்றாள் சத்யா கிண்டலாய், "ஆமா அப்படி தான்" என்றாள் மலர்,

"என்னடி சொல்லுற அப்போ இது லவ் மேரேஜா, அடிக் கள்ளி சொல்லவே இல்ல, அப்போ அந்த ஆதவனை டீல்ல விட்டாச்சா?" என்றாள் சத்யா, "யாரு டீல்ல விட்டது அதான் வளச்சு பிடிச்சாச்சுல்ல?" என்றாள் மலர், "என்னடி சொல்லுற மாப்பிள்ளை பேரு சூர்யா தானே, அப்புறம் ஆதவனை வளச்சு பிடிச்சாச் சுன்னு சொல்லுற" என்றாள் சத்யா கேள்வியாய்.

"இவரு தாண்டி அவரு, நீ நேர்ல வா நான் எல்லா கதையும் சொல்லுறேன்" என்றாள், "டீ செம இன்டெரெஸ்ட்டிங்க்கா இருக்கும் போல சீக்கிரம் வரேன்" என்று வைத்தாள் சத்யா.

மனோ, சூர்யா மற்றும் சரவணன் தொடங்கிய கடை மிக சிறப்பான வரவேற்புகளை பெற்று வந்தது. அதற்கு வேறு ஒரு கிளை தொடங்குவது பற்றிய ஆலோசனையில் இருந்தனர்.

கவின்மலர்-சூர்யா கல்யாணம் ஊரே வியக்கும்படி கல்லிடை குறிச்சியில் நடந்தது. குறித்த நாளில் கவினின் கைத்தலம் பற்றி தன் மனையாளாய் ஆக்கிக்கொண்டான் சூர்யா. அவர்களின் தலை நாள் இரவு அவர்களின் ரசனைகளின் சங்கமமாய் இருந்தது.

கல்யாணத்தில் பரபரப்பாய் ஓடிக்கொண்டிருந்த மனோவை அவசரமாய் அழைத்த மீரா, "மனோ ஒரு நிமிஷம் நில்லுங்க" என்றாள், "சொல்லு மீரா என்ன விஷயம்?" என்றான் மனோ. "இல்ல மலரோட ரெண்டு தங்கச்சிங்க இப்போவே உங்களை பாக்கணும்னு சொல்றாங்க" என்றாள் மீரா. "ஏன் என்ன விஷயம்?" என்றான் புரியாமல், "இல்ல அவங்களுக்கு உங்க காமெடி சென்ஸ் ரொம்ப பிடிச்சிருக்காம், உங்களோட தீவிர பேன்ஸ் ஆகிட்டாங்க" என்றாள், "இஸ் இட் இந்தா பாக்க வர்றேன் தாய்குலங்களை தவிக்க விடலாமா" என்று நிமிர்த்தவன் மீரா காட்டிய இரு வாண்டுகளை பார்த்து அசடு வழிந்தான். இரு கைகளையும் தன் இடுப்பில் வைத்தபடி வந்து நின்ற ப்ரியாவை பார்த்து "அதெல்லாம் ஒண்ணுமில்லடா செல்லம், இவங்களுக்கு நம்மள கண்டு பொறாமை தேவை இல்லாம கொளுத்தி போடுதுங்க" என்றான் மீராவை முறைத்து கொண்டே, "அப்போ தாய்குலங்களை தவிக்க விடலாமான்னு ஏன் கேட்டீங்க?" என்றாள் ப்ரியா கோவமாய், "அதெல்லாம் சும்மா லுலூலாயிக்கு சொன்னதுடா, நீ தான்டா எனக்கு முக்கியம்" என்று அவன் கெஞ்ச கெஞ்ச போய் கொண்டே இருந்த ப்ரியாவுக்கும் மனோவுக்கும் அடுத்த மாதம் கல்யாணம் மனோவுக்கா தெரியாது ப்ரியாவை சமாளிக்க...

திருமணம் முடிந்து சென்னைக்கு திரும்பி போகும் போது கவினும் சூர்யாவும் அனந்தபுரி எஸ்பிரஸில் தான் போனார்கள், பழைய நினைவுகளை மகிழ்ச்சியாய் அசைபோட்டபடி. சென்னையில் கவினுக்கு காதல் பரிசாய் ஒரு அடுக்ககத்தை வாங்கி இருந்தான் சூர்யா, தங்கள் புது வீட்டுக்கு கவினை மட்டும் முதலில் அழைத்து போனான் சூர்யா.

“வீடு எவ்வளவு அழகா இருக்கு தெரியுமா, எனக்கு ரொம்ப ரொம்ப பிடிச்சிருக்கு. நீங்களே எனக்கு ஒரு கிஃப்ட்டு தான் தனியா இதெல்லாம் தேவையா?” என்றாள் கவின் காதலுடன் சூர்யாவின் கழுத்தில் தன் கைகளை மாலையாய் கோர்த்தபடி, “ம்ஹும், அட குள்ளச்சி செம ஃபாம்ல இருக்கா போல, அத்தானை ஸ்பெஷலா கவனிக்க போறா” என்று சூர்யா அவளை இடையோடு அணைத்தான். இப்படி கோலாகலமாய் தொடங்கியது அவர்கள் தனி குடித்தனம்.

அன்று காலை 7 மணிக்கு நன்றாய் உறங்கிக் கொண்டிருந்த கவினை எழுப்பிய சூர்யா, “எந்திரிடி குள்ளச்சி” என்று அவள் நெற்றியில் முத்தமிட்டான், “ப்ளீஸ் இன்னும் கொஞ்ச நேரம்” என்று போர்த்தி படுக்க போனவளை, “வேணாம் சொன்னா கேளுடி, இப்போ தூங்கிட்டு ஆஃபீஸ் கிளம்புறப்ப உங்களால தான் லேட் ஆச்சுன்னு சொல்லுவ எழுந்திரிச்சு வா” என்றவன், “உன்னைய என்னைக்கு ட்ரைன்ல பாத்தேனோ அன்னைக்குல இருந்து உன்னை எழுப்பி விடுறதே என் பொழப்பா போச்சு” என்றான், “ஓ என்னை எழுப்புறது உங்களுக்கு அவ்வளவு கஷ்டமா இருக்கு?” என்று எழுந்து அமர்ந்தவள் சண்டை கோழியாய் இருந்தாள், “அதெல்லாம் இல்லடி குள்ளச்சி, உன்கூட பேசாம சண்டை போடாம ஆபீஸ் போனா நாளே நல்லா இல்ல தெரியுமா” என்று அவன் கொஞ்ச ஆரம்பித்ததும் அவள் உருகி கரைந்தாள், இப்படி ஊடலும் கூடலுமாய் இருந்த போதும் அவர்களுக்குள் காதல் மட்டும் பெருகியபடி இருந்தது, கண்டநாள் முதலாகவே!!!

முற்றும்.

VK